പി കെ കോരുമാസ്റ്റർ

ശാസ്ത്രപണ്ഡിതൻ | നിയമസഭാംഗം

P K Korumaster
Sasthrapandithan | Niyamasabhangam
Biography

Dr. Kavumbayi Balakrishnan

CHINTHA PUBLISHERS
Thiruvananthapuram

First Edition
September 2022

Second Impression
October 2022

Third Impression
May 2023

Published
Chintha Publishers, Thiruvananthapuram

Printed at
Time Offset Printers, Thiruvananthapuram

Cover Design
Chintha

ISBN : 978-93-94753-13-6

CO - 3126 / 6503

₹ 220

Email: chinthapublishers@gmail.com
Website: www.chinthapublishers.com

A version is available at National Libraries
Kolkata, Mumbai, Chennai and Delhi

Distribution
DESHABHIMANI BOOKHOUSE
H O Thiruvananthapuram 695035

Branch
Head Office Kunnukuzhi • Statue Thiruvananthapuram
KSRTC Bus Terminal Thampanoor • Saphalyam Complex Thiruvananthapuram
KSRTC Bus Station Alappuzha • KSRTC Bus Station Ernakulam
Machingal Lane Thrissur • IG Road Kozhikode
Mavoor Road Kozhikode • NGO Union Building Kannur
Central Bus Terminal Complex Thavakkara Kannur

പി കെ കോരുമാസ്റ്റർ

ശാസ്ത്രപണ്ഡിതൻ | നിയമസഭാംഗം

ഡോ. കാവുമ്പായി ബാലകൃഷ്ണൻ

ചിന്ത പബ്ലിഷേഴ്സ്
തിരുവനന്തപുരം-695 035
വില : ₹ 220

ഡോ. കാവുമ്പായി ബാലകൃഷ്ണൻ

15–8–1953 ൽ കണ്ണൂർ ജില്ലയിലെ കാവുമ്പായിയിൽ ജനിച്ചു. കോഴിക്കോട് സർവകലാശാലയിൽനിന്ന് പി എച്ച് ഡി നേടി. 27 വർഷം തൃശൂർ ശ്രീ. കേരളവർമ്മ കോളേജിൽ മലയാളവിഭാഗത്തിൽ അദ്ധ്യാപകനായിരുന്നു. കേരള ശാസ്ത്രസാഹിത്യ പരിഷത്തിന്റെ ജനറൽ സെക്രട്ടറിയായും പ്രസിഡന്റായും പ്രസിദ്ധീകരണസമിതി ചെയർമാനായും കൺവീനറായും പ്രവർത്തിച്ചിട്ടുണ്ട്. കോഴിക്കോട് സർവ്വകലാശാലയിലെ മലയാളം യു ജി ബോർഡ് ഓഫ് സ്റ്റഡീസിന്റെ ചെയർമാനും പി ജി ബോർഡ് ഓഫ് സ്റ്റഡീസിലും ഭാഷാ ഫാക്കൽറ്റിയിലും അംഗമായിരുന്നു. കേരള സാക്ഷരതാമിഷൻ അതോറിറ്റി എക്സിക്യൂട്ടീവ് കമ്മിറ്റിയിലും പുരോഗമന കലാസാഹിത്യസംഘം സംസ്ഥാന കമ്മിറ്റിയിലും കേരള സ്റ്റേറ്റ് റിസോഴ്സ് സെന്റർ എക്സിക്യൂട്ടീവ് കമ്മിറ്റിയിലും അംഗമായിരുന്നു.

കൃതികൾ: *വിദ്യാഭ്യാസം സർഗ്ഗാത്മകജീവിതത്തിന്* (വിവർത്തനം), *മലയാള ശാസ്ത്രസാഹിത്യ പ്രസ്ഥാനം: ഒരു പഠനം* (മികച്ച വൈജ്ഞാനികസാഹിത്യത്തിനുള്ള 2008 ലെ ഗുരുദർശന അവാർഡും 2010 ലെ അബുദാബി ശക്തി അവാർഡും നേടിയ കൃതി), *വിജ്ഞാനമലയാളം*. എഡിറ്റ് ചെയ്ത കൃതികൾ: *ശാസ്ത്രവും മതനിരപേക്ഷതയും, പ്രതിബദ്ധതയുടെ ഗാഥകൾ, സി ജി ജനകീയശാസ്ത്രം ജീവിതം, കേരളം രാഷ്ട്രത്തിനുള്ള റിപ്പോർട്ട്, നമ്മുടെ ഭാഷ നമ്മുടെ സംസ്കാരം, ഇന്ത്യൻ സമൂഹവും ജനകീയശാസ്ത്രപ്രസ്ഥാനങ്ങളും, മറ്റൊരു കേരളം സങ്കല്പങ്ങൾ സമീപനങ്ങൾ, ഇ എം എസ് ഓർമപ്പുസ്തകം, ജീവിച്ചിടുന്നു മൃതിയിൽ, എം സി നമ്പൂതിരിപ്പാടിന്റെ തെരഞ്ഞെടുത്ത ലേഖനങ്ങൾ.*

ഭാര്യ : ഡോ. എം ടി കനകമണി.
മകൾ : ഡോ. ശ്രീലക്ഷ്മി
വിലാസം : 'സ്വാതി', ശങ്കരയ്യർ റോഡ്, തൃശൂർ–680004
ഫോൺ : 9447614774
e-mail : kavumbayi@yahoo.co.in

ഉള്ളടക്കം

പ്രസാധകക്കുറിപ്പ്

വിസ്മൃതിയുടെ തരിശുനിലങ്ങളിൽനിന്നും ചില ചരിത്രഘട്ടങ്ങളിൽ ചിലർ തണൽമരംപോലെ പൊന്തിവരും. ചരിത്രഘട്ടമാണ് അതിനെ മൂർത്തവല്ക്കരിക്കുന്നത്. അത്തരത്തിലൊരാളാണ് ശാസ്ത്രപണ്ഡിതനും ആദ്യ കേരളനിയമസഭാ സാമാജികനുമായിരുന്ന പി കെ കോരുമാസ്റ്റർ. ഇ എം എസ്, എം എൻ, എ കെ ജി, അച്യുതമേനോൻ, മുണ്ടശ്ശേരി തുടങ്ങിയവർക്കൊപ്പം ആദ്യ കമ്യൂണിസ്റ്റ് സർക്കാർ യാഥാർത്ഥ്യമാക്കാൻ പണിപ്പെട്ടവരിൽ ഒരാൾ. ഗണിതശാസ്ത്രത്തിൽ അഗാധ പാണ്ഡിത്യമുണ്ടായിരുന്ന ഒരാളായിരുന്നു. തലശ്ശേരി ട്രെയിനിങ് സ്കൂളിൽ തുടങ്ങി ദക്ഷിണാഫ്രിക്കയിലെ ശാസ്ത്രി കോളേജുവരെ നീളുന്നു കോരുമാസ്റ്ററുടെ അദ്ധ്യാപകജീവിതം. അദ്ദേഹത്തിന്റെ ശാസ്ത്രലേഖനങ്ങളും നിയമസഭാപ്രസംഗങ്ങളും രചനകളും ജീവിതരേഖയും ഗവേഷക മനസ്സോടെ ഡോ. കാവുമ്പായി ബാലകൃഷ്ണൻ തേടിപ്പിടിച്ച് രേഖപ്പെടുത്തുന്നു. പലയിടങ്ങളിലായി ചിതറിക്കിടന്ന ജീവിതസ്പർശങ്ങളെ സമഗ്രമായ അനുഭവമാക്കി മാറ്റിയെടുക്കുന്നതിൽ ഡോ. കാവുമ്പായി വിജയിച്ചിട്ടുണ്ട്. ഭൂതകാലം വർത്തമാനകാലത്തിന്റെ ഭിത്തികളെ ഭേദിക്കുന്ന ഇക്കാലത്ത് നിരന്തരം വർത്തമാനവുമായി സംസാരിച്ചിരുന്ന കോരുമാസ്റ്ററെ ഓർത്തെടുക്കുന്നത് ഏറ്റവും ഉചിതമായിരിക്കും. കേരളത്തിന്റെ സമീപഭൂതകാലത്തിലേക്ക് വാതിൽ തുറക്കുന്ന ഈ പുസ്തകം ചിന്ത നിങ്ങൾക്കു മുന്നിൽ നിവർത്തിവയ്ക്കുന്നു.

ചിന്ത പബ്ലിഷേഴ്സ്

ആമുഖം

അറിയുന്നതിലെ ആനന്ദം

ഏഴെട്ടുവർഷങ്ങൾക്കുമുമ്പാണ്. തികച്ചും യാദൃച്ഛികമായിരുന്നു. സി പി ഐ (എം) സംസ്ഥാനസെക്രട്ടറിയേറ്റംഗം ബേബി ജോൺമാഷുമായി പലപ്പോഴും ദീർഘനേരം സംസാരിക്കാറുണ്ട്. കാഴ്ചയുടെ ഗുരുതരമായ പരിമിതികൾ നിലനില്ക്കെത്തന്നെ, ധാരാളം വായിക്കുന്ന ഒരാളാണ് മാഷ്. സാഹിത്യവും ചരിത്രവും രാഷ്ട്രീയവുമെല്ലാം ആ വായനയിൽപ്പെടും. അതാണെങ്കിലോ, ഓടിച്ചുള്ള, ഉപരിതലസ്പർശിയായ വായനയല്ല; വളരെ സൂക്ഷ്മമായ, പദാനുപദങ്ങളിലേക്ക് പോലും കടന്നുചെന്ന് അർത്ഥതലങ്ങളെയും ആശയതലങ്ങളെയും അന്വേഷിച്ച് വിശകലനവിധേയമാക്കുന്ന വായനയാണ്. ഒരിക്കൽ പതിവ് സംഭാഷണമദ്ധ്യേ, മാഷ് എന്നോടുചോദിച്ചു: "പി കെ കോരുമാഷെക്കുറിച്ച് കേട്ടിട്ടുണ്ടോ?" കോരുമാഷെക്കുറിച്ച് ഞാൻ കേട്ടിരുന്നു. അദ്ദേഹം ഗണിതശാസ്ത്രപണ്ഡിതനാണെന്നും, ശാസ്ത്രലേഖനങ്ങൾ എഴുതിയിട്ടുണ്ടെന്നും ഞാൻ മനസ്സിലാക്കിയിരുന്നു. എന്റെ ഗവേഷണപ്രബന്ധത്തിൽ അത് ചേർക്കുകയും ചെയ്തിട്ടുണ്ട്. അദ്ദേഹം ഗുരുവായൂരിനടുത്തുള്ള പാവറട്ടിക്കാരനാണെന്നും ആദ്യത്തെ കേരളനിയമസഭയിലേക്ക് ഇടതുപക്ഷസ്വതന്ത്രനായി ഗുരുവായൂർ നിയോജകമണ്ഡലത്തിൽനിന്ന് വിജയിച്ച ജനപ്രതിനിധിയായിരുന്നുവെന്നും രണ്ടാംവട്ടം കെ ദാമോദരനുവേണ്ടി അദ്ദേഹം മാറിനിന്നുവെന്നും ബേബി പറഞ്ഞപ്പോൾ, എനിക്കതെല്ലാം പുതിയ അറിവായിരുന്നു. എന്തായാലും സാമൂഹികരംഗത്തും ശാസ്ത്രസാഹിത്യരംഗത്തും ഒരുപോലെ പ്രവർത്തിച്ച് വിജയിച്ച കോരുമാസ്റ്ററെക്കുറിച്ച് കൂടുതൽ അറിയുവാൻ ഞാൻ നിശ്ചയിച്ചു: പ്രവർത്തനം തുടങ്ങി. വളരെ ആഹ്ലാദകരവും ആവേശകരവും ചിലപ്പോൾ മനഃപ്രയാസമുണ്ടാക്കുന്നതും ആയിരുന്നു അനുഭവങ്ങൾ. മലയാളസാഹിത്യത്തിൽ ആധുനി

കതയുടെ ആരംഭം കുറിച്ച പ്രസിദ്ധകവി മാധവൻ അയ്യപ്പത്തിന്റെ വരികൾ ഈ അന്വേഷണത്തിന്റെ ഓരോ ഘട്ടത്തിലും എനിക്കനുഭവവേദ്യമായി.

മുമ്പോട്ടൊരുപദംവയ്ക്കേ
മുമ്പ്കാണാത്ത പാതകൾ
അറിയുംതോറുമേറുന്നു
അറിയാനുള്ള കൗതുകം
കണ്ണൊന്നിലൂന്നിനോക്കുമ്പോൾ
കണ്ടാൽമങ്ങാത്ത ഭംഗികൾ
കണ്ടിടുംതോറുമേറുന്നു
കാണുവാനുള്ളകെല്പുകൾ

ആദ്യം മാസ്റ്ററുടെ പുസ്തകങ്ങളുടെ കോപ്പികൾ സംഘടിപ്പിക്കാനാണ് ശ്രമിച്ചത്. തിരുവനന്തപുരത്തെ ആർക്കിയോളജി വകുപ്പിന്റെ ലൈബ്രറിയിലും തൃശ്ശൂരിലെ കേരള സാഹിത്യഅക്കാദമി ലൈബ്രറിയിലും അന്വേഷിച്ചു. *നക്ഷത്രദീപിക, ഗണിതകുസുമാവലി, ജ്യോതിഷബാലബോധിനി, വരഗണിതപ്രവേശിക* എന്നീ നാല് സ്വതന്ത്രകൃതികളും *കരണപദ്ധതി, ലീലാവതി, ഭാസ്കരീയബീജഗണിതം* എന്നീ കൃതികൾക്കുള്ള വ്യാഖ്യാനങ്ങളുമാണ് അദ്ദേഹത്തിന്റെ വരിഷ്ഠമായ സംഭാവനകൾ. അവയ്ക്കുപുറമെ, അദ്ദേഹവും എം നാരായണനും ചേർന്ന് *ഉപന്യാസമഞ്ജരി* എന്ന ലേഖനസമാഹാരവും *ഇംഗ്ലീഷ്-മലയാള സാങ്കേതികനിഘണ്ടുവും* രചിച്ചിട്ടുണ്ട്. *ഭാസ്കരീയബീജഗണിതവും നിഘണ്ടു*വും ഒഴികെ എല്ലാ കൃതികളും സാഹിത്യ അക്കാദമിയിൽ ഉണ്ടായിരുന്നു. അവയുടെയെല്ലാം കോപ്പികൾ എടുത്തു. *ബീജഗണിത*ത്തിനും *നിഘണ്ടു*വിനുംവേണ്ടിയുള്ള അന്വേഷണം തുടർന്നു. കണ്ണൂർ ജില്ലാലൈബ്രറി, തൃശ്ശൂർ ശ്രീ. കേരളവർമ്മ കോളേജ് ലൈബ്രറി, തിരുവനന്തപുരം യൂണിവേഴ്സിറ്റി കോളേജ് ലൈബ്രറി തുടങ്ങി പഴയ ഗ്രന്ഥങ്ങൾ ഉണ്ടാകാൻ സാദ്ധ്യതയുള്ളിടങ്ങളിലൊക്കെ തെരഞ്ഞുവെങ്കിലും കിട്ടിയില്ല. 2015 ജനുവരിയിൽ തിരുവനന്തപുരം പബ്ലിക് ലൈബ്രറിയിൽപോയി ഡിജിറ്റൽ കാറ്റലോഗ് പരിശോധിച്ചു. അതാ, *നിഘണ്ടു*വിന്റെ പേര് കിടക്കുന്നു. ലൈബ്രറിയിലെ സുഹൃത്തിനോട് പറഞ്ഞു, പുസ്തകം എടുപ്പിച്ചു. കെ കേളപ്പന്റെ അവതാരികയോടുകൂടിയ *ഇംഗ്ലീഷ്-മലയാള സാങ്കേതികനിഘണ്ടു.* അവിടെനിന്നുതന്നെ ഫോട്ടോകോപ്പിയെടുത്തു; പുസ്തകം സ്വന്തമാക്കി. അന്ന് അനുഭവിച്ച സന്തോഷം നിസ്സാരമായിരുന്നില്ല. എന്നാൽ *ഭാസ്കരീയ ബീജഗണിതം* കിട്ടിയതേയില്ല.

അപ്പൻ തമ്പുരാൻ സ്മാരകത്തിലെ പഴയ ആനുകാലികങ്ങൾ പരിശോധിച്ചു ഏതാനും ലേഖനങ്ങൾ കണ്ടെത്തി. അക്കാദമിയിലെ സുഹൃത്തുക്കൾ, പ്രത്യേകിച്ചും കെ രാജേന്ദ്രനും ഇ ഡി ഡേവിസും മനീഷയും നന്നായി സഹായിച്ചു.

പി കെ കോരുമാസ്റ്റർ: ശാസ്ത്രപണ്ഡിതൻ നിയമസഭാംഗം

ഡോ. കാവുമ്പായി ബാലകൃഷ്ണൻ

കോരുമാസ്റ്ററുടെ നിയമസഭാംഗമെന്ന നിലയ്ക്കുള്ള പ്രവർത്തനങ്ങളറിയാൻ നിയമസഭാ ലൈബ്രറിയിൽപോയി രേഖകൾ പരിശോധിച്ചു. പ്രസംഗങ്ങളുടെയും ചോദ്യോത്തരങ്ങളുടെയും കോപ്പികൾ കൈവശമാക്കി. അദ്ദേഹത്തിന്റെ ലഭ്യമായ ഒരേയൊരു ഫോട്ടോയുടെ കോപ്പിയും എടുത്തു. ഇക്കാര്യത്തിൽ ലൈബ്രറിയിലെ ജീവനക്കാരിൽനിന്ന് നല്ല സഹകരണം ലഭിച്ചു. മാസ്റ്ററുടെ പ്രസംഗം ശ്രദ്ധയിൽ പെടുത്തുകയും കോപ്പിയെടുത്ത് തരികയും ചെയ്തത് കേരള സർവ്വകലാശാലയിലെ ഡോ. അച്യുത് എസ് ശങ്കറായിരുന്നു.

മാസ്റ്ററെക്കുറിച്ച് ആരെങ്കിലും എഴുതിയിട്ടുണ്ടോ എന്നായിരുന്നു മറ്റൊരന്വേഷണം. 1967 ഡിസംബർ 28 നാണ് മാസ്റ്റർ മരിച്ചത്. അദ്ദേഹം പൂർണ്ണമായും തമസ്കരിക്കപ്പെടാനിടയില്ല എന്നൊരു തോന്നൽ ഉണ്ടായിരുന്നു. തൊട്ടടുത്ത ആഴ്ചകളിലെ *മാതൃഭൂമി ആഴ്ചപ്പതിപ്പ്* പരിശോധിച്ചപ്പോൾ പ്രതീക്ഷിച്ചപോലെ, പ്രസിദ്ധ ഗണിതശാസ്ത്രാദ്ധ്യാപകനും എഴുത്തുകാരനുമായ ഡോ. എസ് പരമേശ്വരന്റെ ലേഖനം കിട്ടി. *മംഗളോദയം* മാസികയിൽ 3 വർഷത്തിനുശേഷം എം എൻ സുബ്രഹ്മണ്യൻ എഴുതിയ ലേഖനവും കണ്ടെത്തി. എം എൻ എസ്, ഡോ. പരമേശ്വരനെ പൂർണ്ണമായും പിന്തുടരുകയാണ് ചെയ്തിട്ടുള്ളത്. *മംഗളോദയ*ത്തിൽ പ്രൊഫ.ജോസഫ് മുണ്ടശ്ശേരിയുടെ കുറിപ്പ് പ്രതീക്ഷിച്ചുവെങ്കിലും തന്റെ സുഹൃത്തും സഹപ്രവർത്തകനുമായിരുന്ന കോരു മാസ്റ്ററെക്കുറിച്ച് എന്തുകൊണ്ടോ അദ്ദേഹം ഒന്നും എഴുതിയിട്ടില്ല.

ദ്വിതീയ വിവരശേഖരണം നടക്കുമ്പോൾതന്നെ പ്രഥമവിവരശേഖരണത്തിനും ശ്രമിച്ചുകൊണ്ടിരുന്നു. 1921 ൽ തലശ്ശേരി ഗവ. ട്രെയ്നിങ് സ്കൂളിൽ അദ്ധ്യാപകനായാണ് അദ്ദേഹം ഔദ്യോഗികജീവിതം ആരംഭിച്ചത്. 1945 ൽ കണ്ണൂർ ട്രെയ്നിങ് സ്കൂളിൽ നിന്ന് വിരമിച്ചു (മാസ്റ്ററുടെ ജന്മസ്ഥലമായ ചിറ്റാട്ടുകര അന്ന് മലബാറിന്റെ ഭാഗമായിരുന്നു എന്നോർക്കുക). ദീർഘകാലം സേവനമനുഷ്ഠിച്ചത് കണ്ണൂരിലും തലശ്ശേരിയിലും. ഇടയ്ക്ക് 3 വർഷം ആഫ്രിക്കയിൽ ആയിരുന്നു. തലശ്ശേരിയിലും കണ്ണൂരിലും അദ്ദേഹം ജോലിചെയ്ത സ്കൂളുകളിൽ പോയി അന്വേഷിച്ചപ്പോൾ, കോരുമാഷോ, അങ്ങനെയൊരാളെക്കുറിച്ച് കേട്ടിട്ടില്ലല്ലോ എന്നായിരുന്നു പ്രതികരണം. കണ്ണൂർഭാഗത്ത് സി പി ഹരീന്ദ്രനായിരുന്നു സഹായി. കണ്ണൂർ ജില്ല ലൈബ്രറികൗൺസിലിന്റെ മുൻപ്രസിഡന്റും സാംസ്കാരിക പ്രവർത്തകനുമായ കെ പത്മനാഭൻമാസ്റ്റർ, പ്രസിദ്ധ ചിത്രകാരനായ കെ കെ മാരാർ എന്നിവരെ നേരിൽ കണ്ടുസംസാരിച്ചു. പ്രയോജനമുണ്ടായില്ല. മാസ്റ്റർ റിട്ടയർ ചെയ്ത കണ്ണൂർ ട്രെയ്നിങ് സ്കൂളിലെ വലിയൊരുമുറി നിറയെ പഴയരേഖകളാണ്. ഇരുട്ടുനിറഞ്ഞമുറി ഒറ്റയ്ക്ക് കയറി പരിശോധിക്കാനാവില്ല. അവിടെ വിലപിടിപ്പുള്ള പല അറിവുകളും ഒളിഞ്ഞിരിപ്പുണ്ടാവും.

തിരുവനന്തപുരത്ത് എം എൻ സ്മാരകത്തിലെ സി ഉണ്ണിരാജ സ്മാരകലൈബ്രറിയിൽ രണ്ടുദിവസം ചെലവഴിച്ചു. *ജനയുഗം* പത്രാധി

പരായിരുന്ന കെ പ്രഭാകരനും ലൈബ്രറിയുടെ ചുമതലക്കാരൻ സുരേന്ദ്രനും അകമഴിഞ്ഞ് സഹായിച്ചു. *ജനയുഗ*ത്തിന്റെയും *നവയുഗ*ത്തിന്റെയും 57 ജനുവരിമുതൽ ആഗസ്ത് വരെയുള്ള എല്ലാ ലക്കങ്ങളും മറിച്ചുനോക്കി. ആവേശോജ്ജ്വലമായ ഒരു കാലഘട്ടത്തിലൂടെ കടന്നുപോകുമ്പോഴുള്ള ഊർജ്ജപ്രസരണം എനിക്കനുഭവപ്പെട്ടു. കേരള ചരിത്രത്തിലെ വർണ്ണാഭമായനാളുകൾ. 57 ലെ തിരഞ്ഞെടുപ്പിന്റെ വിശദവിവരങ്ങൾ പത്രത്താളുകളിലൂടെ വായിച്ചറിഞ്ഞു. എം എൻ ഗോവിന്ദൻ നായർ, എ കെ ജി, ഇ എം എസ്, അച്യുതമേനോൻ തുടങ്ങി കമ്യൂണിസ്റ്റ് പ്രസ്ഥാനത്തിന്റെ സമുന്നതനേതാക്കന്മാരുടെ പ്രസ്താവനകൾ, പ്രസംഗവാർത്തകൾ. കോരുമാസ്റ്ററുടെ തിരഞ്ഞെടുപ്പ് പ്രചാരണത്തിന്റെ വാർത്തകളും ലഭ്യമായി. ആവശ്യമായ പത്രഭാഗങ്ങളുടെയെല്ലാം ഫോട്ടോകോപ്പി സഖാവ് സുരേന്ദ്രൻതന്നെ എടുത്തുതന്നു.

കോഴിക്കോട് *മാതൃഭൂമി* ഓഫീസിൽപോയി. രണ്ടുദിവസത്തെ പത്രമേ നോക്കാൻ കഴിഞ്ഞുള്ളു. മാസ്റ്ററുടെ മരണത്തിന്റെ അടുത്തദിവസത്തെ (29.12.1967) *മാതൃഭൂമി*പത്രത്തിൽ ചരമവാർത്തയുണ്ട്. ഡിസംബർ 30 ന് എഡിറ്റോറിയലും എഴുതിയിരിക്കുന്നു. *മാതൃഭൂമി*യുടെ പഴയ ലക്കങ്ങൾ പരിശോധിക്കണമെന്ന് ഏറെ ആഗ്രഹിച്ചുവെങ്കിലും, പല ശ്രമങ്ങളും നടത്തിയെങ്കിലും അതിനുള്ള അനുവാദം ലഭിച്ചില്ല. എങ്ങനെയൊക്കെയോ രണ്ടുമാസത്തെ, 1956 ഡിസംബർ, 1957 ജനുവരി, പത്രങ്ങൾ നോക്കാൻ പറ്റി. ശാസ്ത്രസാഹിത്യസമിതിയെക്കുറിച്ചുള്ള പൂർണ്ണവിവരം അപ്രതീക്ഷിതമായി ലഭിച്ചു. 1957 ലാണ് സമിതി രൂപീകരിക്കപ്പെട്ടതെന്നും കോരുമാസ്റ്ററായിരുന്നു പ്രസിഡന്റ് എന്നും ആയിരുന്നു അതുവരെ ഉണ്ടായിരുന്ന അറിവ്. സമിതിയെക്കുറിച്ച് എം എൻ സുബ്രഹ്മണ്യൻ എഴുതിയ ചെറിയൊരു കുറിപ്പിൽനിന്നുള്ള വിവരമായിരുന്നു അത്. എന്നാൽ അത് ശരിയായിരുന്നില്ല. 1956 ഡിസംബർ 18 ന്റെ *മാതൃഭൂമി* പത്രത്തിലാണ് ശാസ്ത്രമെഴുത്തുകാരോടുള്ള പി ടി ബിയുടെ അഭ്യർത്ഥന വന്നത്. 56 ഡിസംബർ 23 നായിരുന്നു യോഗം. പി ടി ബി യായിരുന്നു പ്രസിഡന്റ്. വിശദമായ വാർത്ത 26 ന്റെ *മാതൃഭൂമി*യിൽ ഉണ്ടായിരുന്നു.

ഇന്റർനെറ്റിൽ കയറിയപ്പോഴാണ് അത്ഭുതപ്പെട്ടത്. കോരുമാസ്റ്റർ മൂന്നുവർഷം ദക്ഷിണാഫ്രിക്കയിലെ ശാസ്ത്രികോളേജിൽ അദ്ധ്യാപകനായിരുന്നുവല്ലോ. അവിടുത്തെ ആദ്യവർഷത്തെ അദ്ധ്യാപകരുടെ ഗ്രൂപ്പ്ഫോട്ടോ, കോരുമാസ്റ്റർ ഉൾപ്പെടെയുള്ളത്, അതിലുണ്ട്. കോളേജ് സ്ഥാപകനായ ശ്രീനിവാസശാസ്ത്രിയെക്കുറിച്ചുള്ള വിവരങ്ങൾ, പഞ്ചാംഗനിർമ്മാണവുമായി ബന്ധപ്പെട്ട കാര്യങ്ങൾ, ചിറക്കൽ താലൂക്കിലെ അദ്ധ്യാപകയോഗത്തിൽ പ്രസംഗിച്ച കാര്യം... അങ്ങനെ പലതും നെറ്റിലുണ്ട്. സത്യത്തിൽ, യുറേക്കാ എന്ന് വിളിക്കാൻ തോന്നിയ നിമിഷം.

കോരുമാസ്റ്ററുടെ മക്കളിലൊരാളായ ശങ്കരനാരായണൻ മികച്ച അദ്ധ്യാ

പകനും സാമൂഹികപ്രവർത്തകനുമായിരുന്നു. തന്നെ ചരിത്രപഠനത്തിലേക്ക് ആനയിച്ചത് ശങ്കരനാരായണൻമാസ്റ്ററാണെന്ന് ഡോ. കെ എൻ പണിക്കർ ഒരു സംഭാഷണവേളയിൽ പറയുകയുണ്ടായി. ശങ്കരനാരായണൻമാസ്റ്റർക്ക് മൂന്നുമക്കളായിരുന്നു. രവി, രമ, ശശി. (രവി ഇപ്പോൾ ജീവിച്ചിരിപ്പില്ല.) രമ ചിറ്റാട്ടുകരയിൽത്തന്നെയാണ് താമസിക്കുന്നത്. രവിയും അവിടെത്തന്നെയായിരുന്നു. രണ്ടുപേരും അവിവാഹിതർ. ശശി തൃശ്ശൂരിലാണ് താമസം. രമ നല്ല അഭിഭാഷകയാണ്. എന്റെ സുഹൃത്ത് ഡോ. സി എൽ ജോഷിയും (തൃശ്ശൂർ സെന്റ്തോമസ് കോളേജ്) രവിയുമായി നല്ല അടുപ്പത്തിലാണ്. ജോഷിയോടൊപ്പം ഒരു ദിവസം അവരുടെ വീട്ടിൽ പോയി. അഡ്വ. രമയ്ക്ക് ഒന്നും പറയാനില്ല. എല്ലാം ജ്യേഷ്ഠൻ പറയുമെന്ന് പറഞ്ഞ് അവർ ഒഴിഞ്ഞു. രവിയെക്കണ്ടു. കഠിനമായ ആസ്ത്മാ രോഗംകൊണ്ട് അവശനായിരുന്നു അദ്ദേഹം. ഞങ്ങൾ പോയ ദിവസം കുറച്ച് ആശ്വാസമുണ്ടായിരുന്നു. അധികം കാര്യങ്ങളൊന്നും രവിക്ക് പറയാനുണ്ടായിരുന്നില്ല. അടുത്ത പ്രദേശങ്ങളിൽനിന്നെല്ലാം നിരവധി പണ്ഡിതന്മാർ കോരുമാസ്റ്ററെ കാണാൻ വരാറുണ്ടായിരുന്നു. കാണിപ്പയ്യൂർ ശങ്കരൻനമ്പൂതിരിപ്പാടും, കെ പി നാരായണപ്പിഷാരടിയും പി സി വാസുദേവൻ ഇളയതും മറ്റും അക്കൂട്ടത്തിൽപ്പെട്ടിരുന്നു. സജീവമായ സംവാദങ്ങൾ. ജ്യോതിശ്ശാസ്ത്രം, ഗണിതം, ജ്യോതിഷം, സാഹിത്യം.. എല്ലാം സംസാരവിഷയമായിരുന്നു. തികച്ചുമൊരു പണ്ഡിതസദസ്സ്. കോരുമാസ്റ്ററുടെ സമ്പന്നമായ പുസ്തകശേഖരത്തിൽ പലതും പലരും കൊണ്ടുപോയി. ജ്യോതിശ്ശാസ്ത്രവും ഗണിതവുമായി ബന്ധപ്പെട്ടവ ബോംബെയിലെ ഒരു സുഹൃത്ത് കൊണ്ടുപോയി. കുറേയെണ്ണം കെ പി സി അനുജൻഭട്ടതിരിയുടെ അഭ്യർത്ഥനയനുസരിച്ച് ആലുവയിലെ വേദപാഠശാലയിലേക്ക് കൊടുത്തു. അവശേഷിച്ചവ, ആരും വേണ്ടത്ര ശ്രദ്ധിക്കാത്തതുകൊണ്ട് ചിതലെടുത്തു. ഇപ്പോൾ ഒരു തുണ്ട് കടലാസുപോലും വീട്ടിലില്ല. വല്ലാത്ത സങ്കടം തോന്നി. രവി ഒരു കാര്യം പറഞ്ഞു. അച്ഛാച്ഛന്റെ കുറേ കത്തുകൾ എടമുട്ടത്ത് ദിലീപന്റെ കൈവശമുണ്ടെന്ന് ഒരിക്കൽ പറഞ്ഞിരുന്നു (ദിലീപൻ ഇവരുടെ അടുത്ത ബന്ധുവാണ്). അദ്ദേഹവുമായി ബന്ധപ്പെട്ടാൽ കിട്ടിയേക്കാം. അപ്പോൾ തന്നെ, പെരിഞ്ഞനത്തുള്ള ടി കെ മീരാഭായിയെ (ശാസ്ത്രസാഹിത്യ പരിഷത്തിന്റെ മുൻ ജനറൽ സെക്രട്ടറി, *യുറീക്ക* എഡിറ്റർ) വിളിച്ച്, ദിലീപന്റെ വിവരങ്ങൾ അറിയിക്കാൻ പറഞ്ഞു. ടീച്ചർ പെട്ടെന്നുതന്നെ ദിലീപനെക്കുറിച്ചുള്ള വിവരങ്ങളെല്ലാം അന്വേഷിച്ചറിയിച്ചു. ദിലീപൻ ഗവ.കോളേജുകളിൽ എക്കണോമിക്സ് അദ്ധ്യാപകനായിരുന്നു. റിട്ടയർ ചെയ്തതിനുശേഷം എടമുട്ടം സ്റ്റീൽസ് എന്ന സ്ഥാപനം നടത്തുന്നു. ദിലീപനെ ഫോണിൽ വിളിച്ചു. കത്തുകളുണ്ടായിരുന്നു, ഒന്നു തെരയട്ടേ എന്നുപറഞ്ഞ ദിലീപൻ അരമണിക്കൂറിനുള്ളിൽ തിരിച്ചുവിളിച്ചു. ഏതാനും കത്തുകൾ കിട്ടിയിട്ടുണ്ട്. മറ്റൊരു സന്തോഷസന്ദർഭം. അടുത്ത ദിവസംതന്നെ എടമുട്ടത്തുപോയി കത്തുകൾ വാങ്ങി. അഞ്ചുകത്തുകൾ,

ദക്ഷിണാഫ്രിക്കയിൽനിന്ന് തന്റെ മരുമകന് എഴുതിയത്. ആ കത്തുകളിലൂടെ തെളിഞ്ഞുവന്ന കോരുമാസ്റ്ററുടെ വ്യക്തിത്വം കൂടുതൽ പ്രഭാവമുള്ളതായിരുന്നു. മറ്റു കത്തുകളും ഉണ്ടായിരുന്നുവെങ്കിൽ എന്ന നഷ്ടബോധം, സന്തോഷത്തോടൊപ്പം കുറച്ചുനേരത്തേക്ക് അലോസരപ്പെടുത്തി.

ശശിയും വക്കീലാണ്. അന്ന് അദ്ദേഹം ഉപഭോക്തൃതർക്ക പരിഹാരസമിതി പ്രസിഡന്റായിരുന്നു. അയ്യന്തോളിലാണ് താമസം. ഓഫീസിൽ ചെന്നുകണ്ടു. അദ്ദേഹം വലിയ ഉത്സാഹവും താല്പര്യവും പ്രകടിപ്പിച്ചു. അദ്ദേഹത്തിന്റെ ചെറുപ്പത്തിൽ തന്നെ കോരുമാസ്റ്റർ മരിച്ചിരുന്നു. കണ്ടതും കൂടെ നടന്നതും മറ്റും ഓർമ്മയുണ്ട്. നേരിയ ഓർമ്മകൾ മാത്രം. "അച്ഛാച്ഛന്റെ ഒരു ഡയറി തറവാട്ടിൽനിന്ന് താമസം മാറ്റുമ്പോൾ ഒരു നിധിപോലെ ഞാൻ കൊണ്ടുവന്നിരുന്നു. തേടിപ്പിടിക്കണം. കിട്ടിയാൽ അറിയിക്കാം." അഡ്വ. ശശി പറഞ്ഞു. ഇടയ്ക്കിടയ്ക്ക് അദ്ദേഹത്തെ വിളിച്ചോർമ്മിപ്പിച്ചുകൊണ്ടിരുന്നു. ഏതായാലും ഡയറി കിട്ടിയ വിവരം ഒരുദിവസം അദ്ദേഹം വിളിച്ചറിയിച്ചു. അപ്പോൾ തന്നെ പോയി. ഭദ്രമായി തിരിച്ചേല്പിക്കണമെന്ന നിബന്ധനയോടെ ഡയറി നല്കി. ചെറിയൊരു പുസ്തകം. ദിവസവും ഡയറി എഴുതിയിട്ടില്ല. ഔദ്യോഗികകാര്യങ്ങൾ തീയതിസഹിതം അതിലുണ്ട്. ദക്ഷിണാഫ്രിക്കൻ യാത്രയുടെ തീയതിയും സമയവും കൃത്യമായി രേഖപ്പെടുത്തിയിട്ടുണ്ട്. അക്കാലത്ത് കിട്ടിയ ശമ്പളമുണ്ട്. മക്കളുടെയെല്ലാം ജാതകക്കുറിപ്പുകളുണ്ട്. എല്ലാ പേജുകളുടെയും കോപ്പിയെടുത്ത് ഡയറി ശശിയെത്തന്നെ ഏല്പിച്ചു.

മുല്ലശ്ശേരി, പാവറട്ടി ഭാഗങ്ങളിൽപോയി കോരുമാസ്റ്ററുടെ പൂർവ്വവിദ്യാർത്ഥികളെയും പഴയകാല അദ്ധ്യാപകരെയും കണ്ടു. പ്രസാദ് കാക്കശ്ശേരിയും വി കെ ഷറഫുദ്ദീനും (മുൻ ജില്ലാ ഇൻഫർമേഷൻ ഓഫീസർ) സഹായിച്ചു. ഷറഫുദ്ദീന്റെ കൂടെ മുല്ലശ്ശേരിയിലെ ചന്ദ്രേട്ടന്റെ (മുൻ പഞ്ചായത്ത് പ്രസിഡന്റ്) വീട്ടിൽ പോയി. അദ്ദേഹത്തിന് കോരുമാസ്റ്ററെ പരിചയമുണ്ട്. പ്രസാദിനോടൊപ്പം മുല്ലശ്ശേരി ഹൈസ്കൂളിലും പാവറട്ടി കോൺവെന്റ് സ്കൂളിലും പോയി. മുല്ലശ്ശേരി ഹൈസ്കൂളിൽ വീഴാറായൊരു കെട്ടിടത്തിൽ ഒരു ബോർഡുണ്ട്–'റിക്രിയേഷൻ ക്ലബ്ബ്–മുല്ലശ്ശേരി ഗവ. ഹൈസ്കൂളിലെ പ്രഥമ പ്രധാനാദ്ധ്യാപകൻ ശ്രീ. പി കെ കോരുമാസ്റ്ററുടെ ഓർമ്മയ്ക്ക്.' കോരുമാസ്റ്റർക്ക് കേരളത്തിൽ ആകെയുള്ള ഒരേയൊരു സ്മാരകം (ഇപ്പോൾ അതൊക്കെ പൊളിച്ചുകളഞ്ഞിരിക്കുന്നു). ഹൈസ്കൂളിലെ ആദ്യപ്രവേശനരജിസ്റ്റർ മറിച്ചുനോക്കി. ആദ്യവിദ്യാർത്ഥികളിൽ ചിലർ അപ്പോഴും ജീവിച്ചിരിപ്പുണ്ടായിരുന്നു. മാസ്റ്ററുടെ ആദ്യശിഷ്യൻ സി കെ മാധവനായിരുന്നു. അദ്ദേഹം പിന്നീട് ഇതേ സ്കൂളിൽ അദ്ധ്യാപകനായി. മാധവൻമാസ്റ്ററെക്കണ്ട് സംസാരിച്ചു. അദ്ദേഹത്തിന്റെ നിർദ്ദേശപ്രകാരം മറ്റൊരു ശിഷ്യനായ അഡ്വ. വി വി ഉണ്ണികൃഷ്ണനെയും (ഭവാനി ഫ്ളാറ്റ്, പൂത്തോൾ) ചെന്നു

കണ്ടു. കോരുമാസ്റ്റർ എന്ന് പറയുമ്പോഴേക്കും അദ്ദേഹം വികാരവിവശനും ഗദ്ഗദകണ്ഠനുമാകും. മുല്ലശ്ശേരി സ്കൂൾ സ്ഥാപിച്ചവരുടെ പേര് വിവരം അദ്ദേഹം ഓർമ്മയിൽനിന്ന് പറഞ്ഞുതന്നു. ഗുരു-ശിഷ്യ ബന്ധത്തിന്റെ ആഴവും ഹൃദ്യതയും മനസ്സിലാക്കാൻ അദ്ദേഹം സഹായിച്ചു.

കോരുമാസ്റ്ററെക്കുറിച്ച് ചില പുസ്തകങ്ങളിൽ പരാമർശങ്ങൾ ഉള്ളതായി മനസ്സിലായി, സമാഹരിച്ചു. *കൊഴിഞ്ഞ ഇലകൾ* (പ്രൊഫ. ജോസഫ് മുണ്ടശ്ശേരി), *കെ കെ വാരിയർ* (അഡ്വ. ഇ രാജൻ), *1957–59 വാർത്തകൾക്കപ്പുറം* (എം എസ് ശ്രീകല), *കമ്യൂണിസ്റ്റ് ഭരണവും വിമോചനസമരവും* (അഡ്വ. എ ജയശങ്കർ), *മുഹമ്മദ് അബ്ദുറഹ്മാൻ* (വി എസ് കേരളീയൻ), *മൊയ്യാരത്ത് ശങ്കരൻ* (കവിയൂർ രാജഗോപാലൻ) എന്നീ ഗ്രന്ഥങ്ങളിൽനിന്ന് കുറച്ച് വിവരങ്ങൾ കിട്ടി. പിരപ്പൻകോട് മുരളിയാണ് ഗ്രന്ഥശാലാപ്രസ്ഥാനവുമായി മാസ്റ്റർക്കുള്ള ബന്ധത്തെക്കുറിച്ച് വിവരം നല്കിയത്. മുരളിയുടെ ലേഖനത്തിൽ അതുസൂചിപ്പിച്ചിട്ടുണ്ട്. കേരളഗ്രന്ഥശാലാസംഘം രൂപപ്പെടുന്നതിനുമുമ്പുള്ള കേരളഗ്രന്ഥാലയസംഘത്തിന്റെ എക്സിക്യൂട്ടീവ് കമ്മിറ്റിയിൽ അംഗമായിരുന്നു കോരുമാസ്റ്റർ. പാവറട്ടി വിദ്യാപീഠത്തേയും കുരിയാക്കോസ്മാസ്റ്ററേയുംകുറിച്ചുള്ള വിവരങ്ങൾ അന്വേഷിച്ചുതുടങ്ങിയപ്പോഴാണ് അതിനു സഹായിക്കുന്ന ഒരു ഗ്രന്ഥം ഇംഗ്ലീഷിൽ ഉണ്ടെന്നറിഞ്ഞത്. ഡോ. വി കെ വിജയൻ (ശ്രീ. കേരളവർമ്മ കോളേജ്) ആ ഗ്രന്ഥം തേടിപ്പിടിച്ച് എത്തിച്ചുതന്നത് പിന്നീട് വളരെ ഉപകാരപ്രദമായി. 1954 ൽ കോഴിക്കോട് നടന്ന ഐക്യകേരള മഹാസമ്മേളനത്തിന്റെ സംഘാടകസമിതിയിൽ അദ്ദേഹം അംഗമായിരുന്നു. കേരളസാഹിത്യഅക്കാദമിയുടെ ആദ്യജനറൽ കൗൺസിലിൽതന്നെ അദ്ദേഹം അംഗമായിരുന്നു. പത്തുവർഷത്തോളം അതിൽ തുടർന്നു.

പാവറട്ടി വിദ്യാപീഠത്തെയും കുര്യാക്കോസ്മാസ്റ്ററെയുംകുറിച്ചുള്ള വിവരങ്ങൾ അന്വേഷിച്ചുതുടങ്ങിയപ്പോഴാണ്, അതിന് സഹായിക്കത്തക്ക ഒരു ഗ്രന്ഥം, ഇംഗ്ലീഷിൽ ഉണ്ടെന്നറിഞ്ഞത്.

ഒരിക്കൽ തിരുവനന്തപുരത്ത് ചെന്നപ്പോൾ ആർ രാധാകൃഷ്ണനോടൊപ്പം (അണ്ണൻ) ഇ ചന്ദ്രശേഖരൻനായരെക്കണ്ടുസംസാരിച്ചു. ആദ്യനിയമസഭയിൽ അദ്ദേഹത്തിന്റെ സഹപ്രവർത്തകനായിരുന്നുവല്ലോ കോരുമാസ്റ്റർ. അനാരോഗ്യംമൂലം അവശനായിരുന്നതിനാൽ ചന്ദ്രശേഖരൻനായർക്ക് അധികം സംസാരിക്കാൻ സാധിച്ചില്ല.

അഞ്ച് സ്വതന്ത്രന്മാരിൽ വി ആർ കൃഷ്ണയ്യർ, ഡോ. എ ആർ മേനോൻ എന്നിവർ കേരളത്തിനകത്തും പുറത്തും അറിയപ്പെടുകയും ആദരിക്കപ്പെടുകയും ചെയ്യുന്ന മഹദ്വ്യക്തികളായതുകൊണ്ട് അവരെക്കുറിച്ചുള്ള വിവരങ്ങൾ ധാരാളം ലഭ്യമായിരുന്നു. മറ്റൊരാൾ ചെങ്ങളത്ത് വി രാമകൃഷ്ണപിള്ളയായിരുന്നു. അദ്ദേഹത്തെക്കുറിച്ചുള്ള ഒരു ലേഖനം അദ്ദേഹത്തിന്റെ ജാമാതാവും മുൻ സാഹിത്യഅക്കാദമി സെക്രട്ടറിയുമായ ആർ ഗോപാലകൃഷ്ണൻ അയച്ചുതന്നു. എന്നാൽ കുഴൽമന്ദം

എം എൽ എ ആയിരുന്ന കെ വി ജോണിനെക്കുറിച്ച് വിവരങ്ങളൊന്നും ലഭ്യമായില്ല. നിയമസഭാരേഖകളിൽ മൂന്നുനാലു വാചകങ്ങൾ മാത്രം. കുഴൽമന്ദക്കാർക്കെങ്കിലും അറിയുമോ എന്നന്വേഷിക്കാൻ പരിഷത്തിന്റെ കേന്ദ്ര നിർവ്വാഹകസമിതി അംഗം പി അരവിന്ദാക്ഷനുമായി ബന്ധപ്പെട്ടു. രണ്ടുമണിക്കൂറിനുള്ളിൽ അരവിന്ദാക്ഷന്റെ വാട്ട്സാപ് സന്ദേശം വന്നു. മുൻ കണ്ണാടി പഞ്ചായത്ത് പ്രസിഡന്റായ എസ് രാധാകൃഷ്ണൻ, കെ വി ജോണിനെക്കുറിച്ചെഴുതിയ കുറിപ്പായിരുന്നു അത്. വായിച്ചപ്പോഴാണ് കെ.വി.ജോണെന്ന മനുഷ്യസ്നേഹിയുടെ തല്സ്വരൂപം മനസ്സിലായത്. കോരുമാസ്റ്ററെപ്പോലെ, നിത്യസ്മരണയർഹിക്കുന്ന, എന്നാൽ നിത്യവിസ്മൃതിയിലായ ഒരാൾ.

ഗുരുവായൂരിലെ പ്രമുഖ സാമൂഹിക-സാംസ്കാരിക പ്രവർത്തകനായിരുന്ന കെ എസ് ഭരതൻമാസ്റ്റർ, ടി ആർ ചന്ദ്രദത്ത് (കോരുമാസ്റ്ററുടെ തിരഞ്ഞെടുപ്പ് കമ്മിറ്റി സെക്രട്ടറി, ദത്തുമാസ്റ്ററുടെ അച്ഛൻ ടി കെ രാമനായിരുന്നു. അദ്ദേഹം അന്ന് പാർട്ടിയുടെ ചാവക്കാട് താലൂക്ക് സെക്രട്ടറിയായിരുന്നു.) ഡോ.ചാത്തനാത്ത് അച്യുതനുണ്ണി എന്നുവരുമായും സംസാരിച്ചു. കോരുമാസ്റ്ററുടെ വ്യക്തിത്വത്തിന്റെ വ്യത്യസ്തഭാവങ്ങൾ ഇവരിൽനിന്ന് മനസ്സിലാക്കാനായി.

2015 ൽ ശാസ്ത്രസാഹിത്യ പരിഷത്തിന്റെ ജില്ലാസമ്മേളനം ഗുരുവായൂരിലായിരുന്നു. അതിന്റെ ഭാഗമായി പരിഷത്തിന്റെ മുൻനിരപ്രവർത്തകരിലൊരാളായ എം എ മണി മുൻകൈ എടുത്ത് അവിടെ കോരുമാസ്റ്റർ അനുസ്മരണസമ്മേളനം സംഘടിപ്പിച്ചു. 2015 ഏപ്രിൽ 5 നായിരുന്നു സമ്മേളനം. (2015 കോരുമാസ്റ്ററുടെ 125-ാം ജന്മവർഷമാണ്. ഏപ്രിൽ 5 ആദ്യകമ്യൂണിസ്റ്റ് മന്ത്രിസഭയുടെ ആദ്യയോഗം ചേർന്ന ദിവസം.) ആ യോഗത്തിൽ മാസ്റ്ററെക്കുറിച്ച് മനസ്സിലാക്കിയ കാര്യങ്ങളെല്ലാം അവതരിപ്പിച്ചു. പാവറട്ടിയിലും സമീപപ്രദേശങ്ങളിലും ഉള്ളവർക്കുപോലും അതെല്ലാം പുതിയ അറിവായിരുന്നു. പ്രൗഢമായ സദസ്സ്. സമ്മേളനം ഉദ്ഘാടനം ചെയ്തത് ബേബിജോൺ മാഷായിരുന്നു. കേരളത്തിന്റെ ഗണിതശാസ്ത്രപാരമ്പര്യത്തെക്കുറിച്ച് പ്രൊഫ. സി പി നാരായണൻ മുഖ്യപ്രഭാഷണം നടത്തി.

മുല്ലശ്ശേരി ഹൈസ്കൂളിൽ ഒരു സെമിനാറിൽ കോരുമാസ്റ്ററെക്കുറിച്ച് സംസാരിച്ചു. ഏറെ കൗതുകത്തോടെയാണ് അദ്ധ്യാപകർ കേട്ടിരുന്നത്. സെമിനാറിനു ശേഷമുള്ള അവരുടെ പ്രതികരണം ഹൃദ്യവും ആഹ്ലാദകരവുമായിരുന്നു.

മുല്ലശ്ശേരി ഗവണ്മെന്റ് ഹൈസ്കൂളിന് കോരുമാസ്റ്ററുടെ പേരുനല്കാൻ തൃശ്ശൂർ ജില്ലാപഞ്ചായത്ത് തീരുമാനിച്ചുകഴിഞ്ഞു. അങ്ങേയറ്റം ഉചിതമായ, അഭിമാനകരമായ കാര്യം. അതിനൊരു നിമിത്തമാകാൻ കഴിഞ്ഞത് ഏറെ ചാരിതാർത്ഥ്യജനകം.

ഇതുമാത്രം മതിയോ? പോരാ. ആ മഹാപണ്ഡിതന്റെ സ്മരണ വരും

തലമുറയ്ക്ക് പകർന്നുനല്കാനുള്ള ബാദ്ധ്യത, ഉത്തരവാദിത്വം നമുക്കുണ്ട്. അദ്ദേഹത്തിന്റെ പേരിൽ ഗണിത–ജ്യോതിശ്ശാസ്ത്ര പഠനത്തിനുള്ള ഒരു കേന്ദ്രം ആരംഭിക്കണം. അദ്ദേഹം ആഗ്രഹിച്ചതുപോലെ ഗണിതശാസ്ത്രത്തിലും ജ്യോതിശ്ശാസ്ത്രത്തിലും കേരളം നല്കിയ സംഭാവനകളെക്കുറിച്ച് പഠിക്കാനും ആ രംഗത്ത് കൂടുതൽ സംഭാവന ചെയ്യാനും കഴിവും താല്പര്യവുമുള്ള വിദ്യാർത്ഥിസമൂഹത്തെ വളർത്തിയെടുക്കുന്നതിന് അത്തരം പ്രതിഭാകേന്ദ്രം സഹായകമാവും.

സഹായിച്ചവരോട്, സഹകരിച്ചവരോട്, പ്രേരിപ്പിച്ചവരോട്, പ്രചോദിപ്പിച്ചവരോട്, നിർബ്ബന്ധിച്ചവരോട്–എല്ലാവരോടും നന്ദി.

“വെറുതെയായിട്ടില്ലെന്റെ ചലനമൊന്നും
വെറുങ്ങലിപ്പെന്തെന്നു ഞാനറിഞ്ഞിട്ടില്ല.
കുനിഞ്ഞെങ്കിലൊരു പുലാവില പെറുക്കാൻ
കുടിച്ചിട്ടുണ്ടൊരുകിണ്ണം കൊഴുത്തകഞ്ഞി.”
(ഇടശ്ശേരി)

ഡോ. കാവുമ്പായി ബാലകൃഷ്ണൻ

തൃശ്ശൂർ
01.12.2021

പ്രബുദ്ധതയുടെ തട്ടകം

കാക്കശ്ശേരി ഭട്ടതിരി എന്ന പേര് മലയാളികൾക്ക് സുപരിചിതമാണ്. മഹാതാർക്കികൻ, രേവതി പട്ടത്താനത്തിൽ മലയാളത്തിന്റെ അന്തസ്സും അഭിമാനവും ഉയർത്തിപ്പിടിച്ച പണ്ഡിതൻ, *വസുമതീമാനവിക്രമം* എന്ന സംസ്കൃതനാടകത്തിന്റെ രചയിതാവ്–ഇങ്ങനെയെല്ലാമാണ് അദ്ദേഹത്തിന്റെ പേരും പെരുമയും പരന്നിട്ടുള്ളത്.

ക്രിസ്തുവർഷം 1467 മുതൽ 1478 വരെ നാടുവാണിരുന്ന സാമൂതിരി രാജാവായ മാനവിക്രമൻ ആരംഭിച്ച സംവാദസദസ്സായിരുന്നു പട്ടത്താനം. കോഴിക്കോട്ടെ തളിക്ഷേത്രത്തിൽവച്ച് തുലാമാസത്തിലെ രേവതി മുതൽ തിരുവാതിരവരെ ഏഴുദിവസം തുടർച്ചയായി നടത്തിയിരുന്ന ഈ സദസ്സിൽ രാജ്യത്തിന്റെ പല ഭാഗങ്ങളിൽനിന്നുമുള്ള പണ്ഡിതന്മാർ (ബ്രാഹ്മണർ മാത്രം) പങ്കെടുക്കുകയും തർക്കം, വ്യാകരണം, മീമാംസ തുടങ്ങിയ പ്രാചീന ശാസ്ത്രങ്ങളിലെ ശബ്ദാർത്ഥങ്ങളെ സംബന്ധിച്ചുള്ള ചർച്ചകളിൽ ഏർപ്പെടുകയും ചെയ്തിരുന്നു. അവിടെ വിജയികളാകുന്ന വരെ രാജാവ് പണക്കിഴിയും ഭട്ടസ്ഥാനവും നല്കി ആദരിക്കുമായിരുന്നു.

ഒരിക്കൽ തമിഴ്നാട്ടിലെ കാഞ്ചീപുരത്തിനടുത്തുനിന്ന് ഉദ്ദണ്ഡശാസ്ത്രികൾ എന്ന മഹാപണ്ഡിതൻ കോഴിക്കോട്ടെത്തി.

"പലായധ്വം, പലായധ്വം
രേ, രേ, ദുഷ്കവികുഞ്ജരാ:
വേദാന്തവനസഞ്ചാരീ–
ഹ്യായാത്യുദ്ദണ്ഡകേസരീ."

എന്ന് ഉദ്ഘോഷിച്ചുകൊണ്ടായിരുന്നു അദ്ദേഹത്തിന്റെ വരവ്. (ദുഷ് കവികളാകുന്ന ആനകളേ, ഓടിക്കൊള്ളുക. വേദാന്തവനത്തിൽ സഞ്ചരിക്കുന്ന

ഉദ്ദണ്ഡൻ എന്ന സിംഹം ഇതാ വരുന്നു.) രാജാവ് അദ്ദേഹത്തെ സ്വീകരിച്ച് ആസ്ഥാനകവികളിലൊരാളായി അംഗീകരിച്ചു. ഉദ്ദണ്ഡൻ പട്ടത്താനത്തിൽ പങ്കെടുക്കുകയും വാദപ്രതിവാദത്തിൽ മറ്റ് പണ്ഡിതന്മാരെയെല്ലാം പരാജയപ്പെടുത്തുകയും ചെയ്തു. ഇത് ബ്രാഹ്മണർക്ക് ഉൾക്കൊള്ളാനായില്ല. ഒരു പരദേശിക്ക് സമ്മാനം നല്കരുതെന്ന് അവർ രാജാവിനോട് അഭ്യർത്ഥിച്ചു. അവരുടെ അപേക്ഷ രാജാവിന് സ്വീകരിക്കേണ്ടിവന്നു. ഉദ്ദണ്ഡനെ തോല്പിക്കാനുള്ള തയ്യാറെടുപ്പിന് അവർ ആവശ്യപ്പെട്ട 12 വർഷക്കാലം അനുവദിക്കുകയും ചെയ്തു.

പിന്നീട് ഈ നമ്പൂതിരിമാർ മുൻകൈയെടുത്ത് കണ്ടെത്തി പരിശീലിപ്പിച്ചയച്ച ബാലനാണ് കാക്കശ്ശേരി ഭട്ടതിരി. കാക്കശ്ശേരിയും ഉദ്ദണ്ഡനും തമ്മിലുണ്ടായത് പണ്ഡിതോചിതമായ വാദപ്രതിവാദങ്ങളായിരുന്നില്ല; കുതർക്കങ്ങളായിരുന്നു. കാക്കശ്ശേരിയെ കണ്ടപ്പോഴുള്ള ഉദ്ദണ്ഡന്റെ പ്രതികരണം "ആകാരോ ഹ്രസ്വഃ" എന്നായിരുന്നു; ആകൃതി ചെറുതാണല്ലോ എന്ന്. കാക്കശ്ശേരിക്ക് കുറിയ ശരീരമാണെന്ന് സൂചന. കാക്കശ്ശേരിയുടെ മറുപടി: "നഹി, നഹി, ആകാരോ ദീർഘഃ" "അല്ല, അല്ല, 'ആ'കാരം ദീർഘമാണ്." 'ആ' എന്ന സ്വരം ഹ്രസ്വമല്ല, ദീർഘമാണെന്ന്. അരിയെത്ര, പയറഞ്ഞാഴി എന്ന മട്ടിലുള്ള തർക്കം. ഉദ്ദണ്ഡൻ എന്തു പറഞ്ഞാലും കാക്കശ്ശേരി നഹി, നഹി എന്ന് പറയും. അതിന് ന്യായവും കണ്ടെത്തും. വാദത്തിൽ ജയിക്കാൻവേണ്ടിയുള്ള തന്ത്രം മാത്രമായി അതിനെ കണ്ടാൽ മതി. അങ്ങനെ ഉദ്ദണ്ഡൻ തോറ്റു; മലയാളിപണ്ഡിതന്മാരുടെ മാനം സംരക്ഷിക്കപ്പെടുകയും ചെയ്തു. കാക്കശ്ശേരി മഹാപണ്ഡിതനായിരുന്നു; കവിയായിരുന്നു. നാടകകൃത്തായിരുന്നു, സാമൂതിരിയുടെ പതിനെട്ടരക്കവികളിൽ ഒരാളായി ആദരിക്കപ്പെട്ടിരുന്നു.

കാക്കശ്ശേരിയുടെ തർക്കവൈഭവവും കാവ്യരചനാപാടവവും പാണ്ഡിത്യപ്രകർഷവും പ്രസ്പഷ്ടമാക്കുന്ന ഒട്ടേറെ കഥകൾ പ്രചാരത്തിലുണ്ട്. ദാമോദരൻ എന്നായിരുന്നുവത്രേ അദ്ദേഹത്തിന്റെ പേര്. മൂന്നാംവയസ്സിൽ അച്ഛൻ മരിച്ചു, പണ്ഡിതന്മാരായ ഗുരുക്കന്മാരുടെ കീഴിൽ പഠനം നടത്തി. 12 വയസ്സായപ്പോഴേക്കും മഹാ വിദ്വാനായിത്തീർന്നു.

അഞ്ചുവയസ്സുള്ളപ്പോൾ ഒരുദിവസം കുട്ടി മൂക്കുതല ക്ഷേത്രത്തിൽ പോയി തൊഴുതുവരുമ്പോൾ ഒരാൾ നേരംപോക്കായി ചോദിച്ചുവത്രേ. "തൊഴുതപ്പോൾ ഭഗവതി എന്ത് പറഞ്ഞു." അതിനുള്ള മറുപടി ഇതായിരുന്നു:

"യോഗിമാർ സതതം പൊത്തും
തുമ്പത്തെ തള്ളയാരഹോ!
നാഴിയിൽപാതിയാടീല,
പലാകാശേന വാ ന വാ"

യോഗിമാർ എല്ലായ്പോഴും പൊത്തുന്നത് മൂക്ക്. മൂക്ക് പിടിച്ചുകൊണ്ടാണല്ലോ യോഗികളും മറ്റും ജപിക്കാറുള്ളത്. ആ മൂക്കിന്റെ തുമ്പ് എന്നാൽ

മൂക്കുതല. അവിടത്തെ തള്ളയാർ മൂക്കുതല ഭഗവതി. നാഴിയുടെ പാതി ഉരിയാണ്. നാഴിയിൽ പാതിയാടീല എന്നാൽ ഉരിയാടീല, അതായത് മിണ്ടിയില്ല എന്നർത്ഥം. പല ആകാശം എന്നാൽ ബഹുമാനം എന്ന് സൂചന. മൂക്കുതല ഭഗവതി മിണ്ടിയില്ല. അത് ബഹുമാനംകൊണ്ടാണോ അല്ലയോ എന്ന് നിശ്ചയമില്ല.

ക്രമേണ അദ്ദേഹം എല്ലാവിധ സങ്കുചിതത്വങ്ങളിൽനിന്നും വിമുക്തനായി, ജാതി-മതാചാരങ്ങളിലോ, തൊട്ടുകൂടായ്മയിലോ തീണ്ടിക്കൂടായ്മയിലോ ഒന്നും വിശ്വാസമില്ലാതായി. എവിടെനിന്നും ഭക്ഷണം കഴിക്കും, എവിടെയും താമസിക്കും, ആരുമായും സമ്പർക്കം പുലർത്തും. സന്ധ്യാവന്ദനംപോലുള്ള ചിട്ടകളൊന്നും അദ്ദേഹം പാലിച്ചില്ല. ഒരിക്കൽ ഇതിന്റെ പേരിൽ ചില നമ്പൂതിരിമാർ അദ്ദേഹത്തെ അധിക്ഷേപിച്ചപ്പോൾ ഒരു ഉപനിഷത്പദ്യമായിരുന്നു മറുപടി:

"ഹൃദാകാശേ ചിദാദിത്യ-
സ്സദാ ഭാതി നിരന്തരം
ഉദയാസ്തമയൗ നസ്ത:
കഥം സന്ധ്യാമുപാസ്മഹേ?"

(ഹൃദയമാകുന്ന ആകാശത്ത് ചിൽസ്വരൂപനാകുന്ന ആദിത്യൻ എപ്പോഴും പ്രകാശിച്ചുകൊണ്ടിരിക്കുന്നു. ആ ആദിത്യനാകട്ടേ, ഉദയാസ്തമയങ്ങളില്ലതാനും. പിന്നെ ഞാനെങ്ങനെ സന്ധ്യയെ ഉപാസിക്കും?) ഇതോടെ ആക്ഷേപിച്ചവർ നിശ്ശബ്ദരായി. നമ്പൂതിരിമാരുടെ പ്രത്യേക പരിചരണമേറ്റുവാങ്ങി വളർന്ന കാക്കശ്ശേരിയെ ഒടുവിൽ അവർ തന്നെ സമുദായത്തിൽനിന്നും ഭ്രഷ്ടനാക്കിയെന്നാണ് കഥ.

ചരിത്രരചനയിലും ചരിത്രബോധത്തിലും മലയാളികൾക്കുള്ള അലംഭാവത്തിന്റെ പരിണതഫലം, ഒന്നോ രണ്ടോ നൂറ്റാണ്ടിനുമുമ്പുള്ള എഴുത്തുകാരുടെയോ, കലാകാരന്മാരുടെയോ, സാമൂഹികപ്രവർത്തകരുടെയോ പോലും യഥാർത്ഥ പേര്, ജനനസ്ഥലം, കാലം എന്നിവയുൾപ്പെടെയുള്ള കൃത്യമായ വിവരങ്ങൾ ലഭ്യമല്ല എന്നതുതന്നെ. അതുകൊണ്ട് പറയുന്നവരുടെ ഭാവനാവിലാസത്തിനും വാഗ്വൈഭവത്തിനും അനുസരിച്ച് എന്തും പറയാം. വിചിത്രങ്ങളായ ഐതിഹ്യങ്ങളും കെട്ടുകഥകളും പ്രചരിപ്പിക്കാം. ക്രമേണ അതൊക്കെ പലരും വിശ്വസിക്കാൻ തുടങ്ങും. തുഞ്ചത്തെഴുത്തച്ഛനെയും ചെറുശ്ശേരിയെയും കുഞ്ചൻനമ്പ്യാരെയും പറ്റിയെല്ലാം പ്രചരിക്കുന്നത് എന്തൊക്കെ അവാസ്തവങ്ങളും അസംബന്ധങ്ങളുമായിരിക്കും? എന്തൊരു ആലോചനാമയമായ അവസ്ഥ!

കാക്കശ്ശേരിയുടെ കാര്യത്തിലും സ്ഥിതി ഇതുതന്നെ. 15-ാംനൂറ്റാണ്ടാണ് അദ്ദേഹത്തിന്റെ ജീവിതകാലം എന്ന് പൊതുവെ അംഗീകരിക്കപ്പെട്ടിട്ടുണ്ട്. അദ്ദേഹത്തിന്റെ കൃതികളിൽനിന്നും അക്കാലത്തെ മറ്റു സാഹിത്യകൃതികളിൽനിന്നും ലഭിക്കുന്ന തെളിവുകളെ ആധാരമാക്കിയാണ് പണ്ഡി

തന്മാർ ഈ നിഗമനത്തിലെത്തിയിട്ടുള്ളത്. അദ്ദേഹത്തിന്റെ ജന്മദേശത്തെക്കുറിച്ച് കുറച്ചുകൂടി വ്യക്തതയുണ്ടെന്ന് പറയാം. പഴയ പൊന്നാനിത്താലൂക്കിലെ ബ്രഹ്മകുളത്തിനടുത്തുള്ള കാക്കശ്ശേരിയിലാണ് അദ്ദേഹം ജനിച്ചതെന്ന നിഗമനം പൊതുവെ സ്വീകരിക്കപ്പെട്ടിട്ടുണ്ട്. എളവള്ളി പഞ്ചായത്തിലാണ് കാക്കശ്ശേരി ഉൾപ്പെടുന്നത്.

ഐക്യകേരളപ്പിറവിക്കുമുമ്പ് മലബാറിന്റെ ഭാഗമായിരുന്നു പൊന്നാനി താലൂക്ക്. അതിൽ ചാവക്കാട് ഫർക്കയും ഉൾപ്പെട്ടിരുന്നു. 1956 നവംബർ 1 ന് ചാവക്കാട് ഫർക്ക തൃശ്ശൂർ ജില്ലയുടെ ഭാഗമാകുകയും അതും നാട്ടിക ഫർക്കയും ചേർത്ത് ചാവക്കാട് താലൂക്ക് രൂപീകരിക്കുകയും ചെയ്തു. എളവള്ളി, പാവറട്ടി, മുല്ലശ്ശേരി, കടവല്ലൂർ, കണ്ടാണശ്ശേരി, ഒരുമനയൂർ എന്നീ പഞ്ചായത്തുകളും ഗുരുവായൂർ മുനിസിപ്പാലിറ്റിയും ചാവക്കാട് താലൂക്കിന്റെ ഭാഗങ്ങളാണ്.

കാക്കശ്ശേരിപ്പെരുമയുടെ ഗതകാലസുഖസ്മരണകൾ മായാതെ മനസ്സിൽ കരുതിവയ്ക്കുമ്പോൾ തന്നെ, പില്ക്കാലത്തും ഈ പ്രദേശത്തിന്റെ സാമൂഹിക-സാംസ്കാരികാന്തരീക്ഷത്തെ ദീപ്തമാക്കിയ ഏതാനും പ്രതിഭാശാലികളെക്കൂടി അനുസ്മരിക്കേണ്ടതുണ്ട്. അവരിൽ പ്രഥമസ്ഥാനത്ത് നിലകൊള്ളുന്നത് ലോകപ്രശസ്ത നരവംശശാസ്ത്രജ്ഞനായ ഡോ. അയിനാപ്പള്ളി അയ്യപ്പൻ(1905–1988). ചാവക്കാട് താലൂക്കിലെ പാവറട്ടിയിലാണ് അദ്ദേഹം ജനിച്ചത്. ഏഴംഗങ്ങളുള്ള, സാമ്പത്തികഭദ്രതയില്ലാത്ത ഈഴവകുടുംബമായിരുന്നു അദ്ദേഹത്തിന്റേത്. പതിന്നാലാംവയസ്സിൽ അച്ഛൻ മരിച്ചു. മരുതയൂർ പ്രൈമറി സ്കൂളിലും പാവറട്ടി സെന്റ് ജോസഫ് ഹൈസ്കൂളിലുമായി സ്കൂൾവിദ്യാഭ്യാസം പൂർത്തിയാക്കി. പാലക്കാട് വിക്ടോറിയ കോളേജിൽനിന്ന് ഇന്റർമീഡിയറ്റും കഴിഞ്ഞ് 1927 ൽ മദ്രാസ് പ്രസിഡൻസി കോളേജിൽനിന്ന് സുവോളജിയിൽ ബി എ ഓണേഴ്സ് ബിരുദം നേടി. സാമ്പത്തികപ്രയാസം അദ്ദേഹത്തെ അലട്ടിക്കൊണ്ടേയിരുന്നു. പഠനാർത്ഥം ഡൽഹിയിൽ എത്തിയ അയ്യപ്പന്, അന്നത്തെ പഞ്ചാബിലെ അംബാലയിൽ സ്കൂൾ അദ്ധ്യാപകനായി ജോലി ലഭിച്ചെങ്കിലും അധികകാലം അവിടെ തുടരാനായില്ല. 1929 ൽ അദ്ദേഹം കല്ക്കത്തയിലെ സുവോളജി സർവെ ഓഫ് ഇന്ത്യയിൽ റിസർച്ച് അസിസ്റ്റന്റായി ജോലിയിൽ പ്രവേശിച്ചു. അതേവർഷംതന്നെ മദ്രാസ് ഗവണ്മെന്റ് മ്യൂസിയത്തിൽ ആന്ത്രോപ്പോളജിക്കൽ അസിസ്റ്റന്റായി നിയമിതനായി.

ഇവിടെനിന്നാണ് നരവംശശാസ്ത്രത്തിലുള്ള അയ്യപ്പന്റെ ദൃഢബന്ധം ആരംഭിക്കുന്നത്. ജോലിയിൽ തുടർന്നുകൊണ്ട്, മദ്രാസ് മെഡിക്കൽ കോളേജിൽനിന്ന് മനുഷ്യശരീരശാസ്ത്രത്തിലും ഇന്ത്യൻ മ്യൂസിയത്തിൽനിന്ന് ഭൗതികനരവംശശാസ്ത്രത്തിലും പരിശീലനം നേടി. 1932 കാലത്ത് അദ്ദേഹം *മാതൃഭൂമി ആഴ്ചപ്പതിപ്പി*ലും മറ്റും നരവംശശാസ്ത്രപരമായ ലേഖനങ്ങൾ എഴുതിത്തുടങ്ങിയിരുന്നു.

അക്കാലത്തെ നരവംശശാസ്ത്രപഠനരംഗത്തെ അതുല്യപ്രതിഭയായ ബ്രോണിസ്ലോ മലിനോവ്സ്കി, ഈ മേഖലയിൽ അയ്യപ്പനുള്ള താല്പര്യം മനസ്സിലാക്കി അദ്ദേഹത്തെ, താൻ ജോലിചെയ്യുന്ന ലണ്ടൻ സ്കൂൾ ഓഫ് എക്കണോമിക്സിലേക്ക് ക്ഷണിച്ചു. അവിടെ അദ്ദേഹം പി എച്ച് ഡിക്ക് പ്രവേശനം നേടി. ലണ്ടനിലെ പഠനകാലത്ത് അന്താ രാഷ്ട്ര സമ്മേളനങ്ങളിൽ പ്രബന്ധങ്ങൾ അവതരിപ്പിക്കാനും ലോകമെ ങ്ങുമുള്ള നരവംശശാസ്ത്രപണ്ഡിതന്മാരുമായി ബന്ധം സ്ഥാപിക്കാനും അദ്ദേഹത്തിനു സാധിച്ചു. ഗവേഷണാനന്തരം ഇന്ത്യയിൽ തിരിച്ചെത്തിയ അയ്യപ്പൻ മദ്രാസ് മ്യൂസിയത്തിന്റെ ഡയറക്ടറായി നിയമിക്കപ്പെട്ടു. ഇന്ത്യ ക്കാരനായ ആദ്യത്തെ ഡയറക്ടറായിരുന്നു അദ്ദേഹം. മ്യൂസിയത്തിന്റെ നൂറാംവാർഷികത്തോടനുബന്ധിച്ച് നടന്ന സമ്മേളനത്തിൽവച്ച് ഇന്ത്യ യിലെ ഏറ്റവും മികച്ച മ്യൂസിയമെന്ന് ഇതിനെ അന്നത്തെ പ്രധാനമന്ത്രി ജവഹർലാൽ നെഹ്റു വിശേഷിപ്പിക്കുകയുണ്ടായി.

1953–54 കാലത്ത് ന്യൂയോർക്കിലെ കോർണൽ യൂണിവേഴ്സിറ്റിയിൽ വിസിറ്റിങ് പ്രൊഫസറായി. അവിടത്തെ റോചെസ്റ്റർ യൂണിവേഴ്സിറ്റി ഓണററി ഫെലോഷിപ് നല്കി ആദരിച്ചു. 1958 ൽ മ്യൂസിയം ഡയറക്ടർ സ്ഥാനത്തുനിന്ന് വിരമിച്ചശേഷം 66 വരെ ഒറീസയിലെ ഉത്കൽ യൂണി വേഴ്സിറ്റിയിലും 1966 മുതൽ 68 വരെ ആന്ധ്ര യൂണിവേഴ്സിറ്റിയിലും പ്രൊഫസറായി പ്രവർത്തിച്ചു. 1969 ൽ കേരള യൂണിവേഴ്സിറ്റി വൈസ് ചാൻസലറായി കേരളത്തിൽ തിരിച്ചെത്തിയ അദ്ദേഹം അവിടെ അധിക കാലം തുടർന്നില്ല. ഉന്നതവിദ്യാഭ്യാസമേഖലയിൽ വലിയ പരിഷ്കാര ങ്ങൾ കൊണ്ടുവരാനുള്ള പദ്ധതികളുമായാണ് അദ്ദേഹം വന്നത്. എന്നാൽ അധികം വൈകാതെ, വൈസ് ചാൻസലർ 'ഗ്ലോറിഫൈഡ് ക്ലാർക്ക്' മാത്ര മാണെന്ന് തിരിച്ചറിഞ്ഞ അദ്ദേഹം പദവി രാജിവച്ചു.

1971 ൽ കല്ക്കത്തയിലെ ഏഷ്യാറ്റിക് സൊസൈറ്റിയുടെ ശരത്ചന്ദ്ര റാവു സ്വർണ്ണമെഡൽ അദ്ദേഹത്തിന് ലഭിച്ചു. 1988 ജൂൺ 28 ന് മരിക്കു ന്നതുവരെ അദ്ദേഹം കർമ്മനിരതനായിരു ന്നു. മലയാളത്തിൽ ഉള്ള ഭാരതപ്പഴമ, ആയു ധപ്പഴമയും നരോല്പത്തിയും എന്നിവയ്ക്കു പുറമെ ഇംഗ്ലീഷിലും ഏതാനും പ്രൗഢ ഗ്രന്ഥങ്ങൾ അദ്ദേഹത്തിന്റേതായുണ്ട്.

അയിനാപ്പള്ളി അയ്യപ്പൻ

കേരളം കണ്ട ഏറ്റവും പ്രമുഖരും പ്രശ സ്തരുമായ സാമൂഹികശാസ്ത്രപണ്ഡിത രിൽ ഒരാളായിരുന്നു ഡോ. എ അയ്യപ്പൻ. എന്നാൽ കേരളം വേണ്ടത്ര മനസ്സിലാക്കാ തെ, അംഗീകരിക്കാതെപോയ, ഒരു പ്രതി ഭാശാലി.

ഡോ. കാവുമ്പായി ബാലകൃഷ്ണൻ

മിതവാദി സി.കൃഷ്ണൻ

പ്രശസ്ത സാമൂഹികപരിഷ്കർത്താവും പത്രപ്രവർത്തകനും ആയിരുന്ന മിതവാദി സി കൃഷ്ണൻ (1867–1938) മുല്ലശ്ശേരിയിൽ ചങ്ങരംകുമരത്ത് വീട്ടിലാണ് ജനിച്ചത്. മദ്രാസിൽനിന്ന് ബി എൽ ബിരുദം നേടിയ അദ്ദേഹം കോഴിക്കോട് അഭിഭാഷകനായി ജോലിയിൽ പ്രവേശിച്ചു. ആനിബസന്റ് നേതൃത്വം നല്കിയിരുന്ന ബ്രഹ്മസമാജത്തിൽ അംഗമായി, കോഴിക്കോടുനിന്ന് പ്രസിദ്ധീകരിച്ചിരുന്ന *കേരളസഞ്ചാരി*യുടെ പത്രാധിപരായി. അക്കാലത്ത്, 1907 മുതൽ മൂർക്കോത്ത് കുമാരന്റെ പത്രാധിപത്യത്തിൽ തലശ്ശേരിയിൽനിന്ന് *മിതവാദി,* വാരികയായി പ്രസിദ്ധീകരിക്കുന്നുണ്ടായിരുന്നു. 1913 ൽ സി കൃഷ്ണൻ *മിതവാദി*യുടെ ഉടമസ്ഥത സമ്പാദിക്കുകയും കോഴിക്കോടുനിന്ന് മാസികയായി പ്രസിദ്ധീകരണം ആരംഭിക്കുകയും ചെയ്തു. 1921 ൽ മാസിക വീണ്ടും വാരികയായി, 1931 ജനുവരി മുതൽ നാലുമാസക്കാലം ദിനപത്രമായി പ്രസിദ്ധപ്പെടുത്തി. വീണ്ടും വാരികയായി, 1939 ഒക്ടോബറിൽ പ്രസിദ്ധീകരണം നിലച്ചു. കൃഷ്ണൻ പത്രാധിപരായതോടെ, *മിതവാദി* അയിത്തത്തിനെതിരായ പ്രചാരണത്തിന്റെ മാദ്ധ്യമമായി. കുമാരനാശാന്റെ *വീണപൂവ്* ആദ്യമായി പ്രസിദ്ധീകരിച്ചത് *മിതവാദി*യിലായിരുന്നു. ഈഴവർക്കും മറ്റ് അധഃകൃതർക്കും സഞ്ചരിക്കാൻ അവകാശമില്ലാതിരുന്ന കോഴിക്കോട് തളിക്ഷേത്രത്തിന്റെ പരിസരത്തിലൂടെ സഞ്ചരിച്ച് ചരിത്രം സൃഷ്ടിച്ചു. സൗത്ത് ഇന്ത്യൻ ലിബറൽ ഫെഡറേഷൻ എന്ന അബ്രാഹ്മണസംഘത്തിന്റെ കോഴിക്കോട് ശാഖയുടെ പ്രസിഡന്റായി പ്രവർത്തിച്ചു. ഗാന്ധിജിയുടെ നിസ്സഹകരണപ്രസ്ഥാനത്തിനും നിയമലംഘനപ്രസ്ഥാനത്തിനും എതിരായിരുന്നു *മിതവാദി* സി കൃഷ്ണനെന്നത് അവിശ്വസനീയമായ ഒരു വസ്തുതയാണ്. കാണക്കുടിയാന്മാർക്ക് ഭൂസ്വത്തിൽ സ്ഥിരാവകാശം നല്കണമെന്ന് വാദിച്ച അദ്ദേഹം മലബാറിലെ കുടിയാൻ പ്രക്ഷോഭത്തിൽ പങ്കെടുത്തു. ബുദ്ധമതതത്ത്വങ്ങളിൽ ആകൃഷ്ടനായിരുന്ന അദ്ദേഹം ഒരു ബുദ്ധമതസമ്മേളനം സംഘടിപ്പിക്കുകയും സ്വന്തം വീടിനടുത്ത് ഒരു ബുദ്ധക്ഷേത്രം പണിയിക്കുകയും ചെയ്തു. കേരളത്തിന്റെ സാമൂഹികചരിത്രത്തിൽ ആഴത്തിൽ രേഖപ്പെടുത്തിയിട്ടുള്ള ഒരു പേരാണ് *മിതവാദി* സി കൃഷ്ണൻ എന്നത്.

പ്രൊഫ. പി സി വാസുദേവൻ ഇളയത്

പ്രമുഖ സംസ്കൃതപണ്ഡിതനും കവിയും അദ്ധ്യാപകനുമൊക്കെയായിരുന്ന പ്രൊഫ. പി സി വാസുദേവൻ ഇളയത് (1910–1994)

ജനിച്ചത് കാക്കശ്ശേരിയിലാണ്. പാവറട്ടിയിലെ സാഹിത്യദീപിക സംസ്കൃതവിദ്യാലയത്തിലും തൃപ്പൂണിത്തുറയിലെ സംസ്കൃത മഹാവിദ്യാലയത്തിലുമായിരുന്നു വിദ്യാഭ്യാസം. തൃപ്പൂണിത്തുറയിൽ അദ്ദേഹത്തിന്റെ ഗുരുനാഥന്മാരിൽ ചിലരായിരുന്നു പണ്ഡിതശ്രേഷ്ഠന്മാരായിരുന്ന മാന്തിട്ട കുഞ്ചുനമ്പൂതിരി, ടി രാമവാരിയർ, പണ്ഡിതരാജൻ കെ അച്ചുതപ്പൊതുവാൾ എന്നിവർ. ന്യായഭൂഷണം, സാഹിത്യശിരോമണി എന്നീ ബിരുദങ്ങൾ നേടി. ദീർഘകാലം പാവറട്ടി സംസ്കൃത കോളേജിൽ അദ്ധ്യാപകനായിരുന്നു. പിന്നീട് ഗുരുവായൂർ ശ്രീകൃഷ്ണ കോളേജിൽ ജോലി ചെയ്തു. 1965 ൽ തൃപ്പൂണിത്തുറ പണ്ഡിതസദസ്സിൽവച്ച് സാഹിത്യനിപുണ ബഹുമതിയും 1966 ൽ പട്ടാമ്പി വിദ്വൽസദസ്സിൽവച്ച് സാഹിത്യരത്നം ബഹുമതിയും ലഭിച്ചു. ന്യായശാസ്ത്രത്തിലും പൗരസ്ത്യസാഹിത്യമീമാംസയിലും തികഞ്ഞ അവഗാഹമുണ്ടായിരുന്നു. അദ്ദേഹം കുറച്ചുകാലം കോഴിക്കോട് സർവ്വകലാശാലയിൽ വിസിറ്റിങ് പ്രൊഫസറായി സേവനമനുഷ്ഠിച്ചിട്ടുണ്ട്. ഗുരുവായൂർ ദേവസ്വത്തിനുവേണ്ടി കൃഷ്ണനാട്ടത്തിന്റെ സംശോധിതപതിപ്പ് തയ്യാറാക്കിയിട്ടുള്ള പ്രൊഫ. ഇളയത് നാരായണീയത്തിന്റെ വ്യാഖ്യാതാക്കളിൽ ഒരാളാണ്. *ഭക്തപ്രിയ* മാസികയുടെ പത്രാധിപസമിതിയിൽ അംഗമായിരുന്ന അദ്ദേഹത്തിന്റെ സൗന്ദര്യശാസ്ത്രഗ്രന്ഥമാണ് *കാവ്യദർശനം.*

വിഖ്യാത ചിത്രകാരനും പെയ്ന്ററും കലാസംവിധായകനുമായിരുന്ന സി എൻ കരുണാകരന്റെ (1940–2013) ജന്മദേശം ബ്രഹ്മകുളമാണ്. ബാലാരിഷ്ടതകൾ കാരണം ചെറുപ്പത്തിൽ ഔപചാരികവിദ്യാഭ്യാസം നേടാൻ കഴിഞ്ഞില്ല. 12–ാംവയസ്സിൽ അദ്ദേഹം ചെന്നൈയിലേക്ക് പോയി, അവിടത്തെ ഗവൺമെന്റ് ഫൈൻ ആർട്സ് കോളേജിൽനിന്ന് കലാപരിശീലനം നേടി. ലോകപ്രശസ്ത കലാകാരന്മാരായിരുന്ന സി പി റോയ്ചൗധരി, കെ സി എസ് പണിക്കർ തുടങ്ങിയവരുടെ കീഴിലായിരുന്നു ശിക്ഷണം. അവിടെനിന്ന് ഡിസൈനിങ്ങിലും പെയ്ന്റിങ്ങിലും ഡിപ്ലോമ കരസ്ഥമാക്കി.

സി എൻ കരുണാകരൻ

പഠനത്തിനുശേഷം കുറച്ചുകാലം, സിനിമകൾക്ക് പരസ്യങ്ങൾ നിർമ്മിച്ചും കലാസംവിധാനംചെയ്തും, ചെന്നൈയിൽ തന്നെ താമസിച്ചു. 1970 ൽ കേരളത്തിലേക്ക് മടങ്ങിയ കരുണാകരൻ കൊച്ചിയിലെ കേരള കലാപീഠത്തിന്റെ പ്രവർത്തനങ്ങളിൽ പങ്കാളിയായി. അക്കാലത്ത്, എം വി ദേവൻ, കാനായി കുഞ്ഞിരാമൻ, എ സി കെ രാജ, ആർട്ടിസ്റ്റ് നമ്പൂതിരി, എം കെ കെ നായർ, സി എൻ ശ്രീകണ്ഠൻനായർ, എം കെ സാനു, പട്ടത്തുവിള കരുണാകരൻ തുടങ്ങിയവ

രുമായി ഇടപഴകാൻ അവസരം ലഭിച്ചു. 3 വർഷത്തിനുശേഷം *ചിത്രകൂടം* എന്ന പേരിൽ ആദ്യത്തെ സ്വകാര്യ ആർട്ട്ഗ്യാലറി സ്ഥാപിച്ചു. 1977 വരെ അത് നല്ലനിലയിൽ പ്രവർത്തിച്ചു. ക്രമേണ അദ്ദേഹം പെയ്ന്റിങ്ങിലും ചിത്രീകരണത്തിലും ശ്രദ്ധ കേന്ദ്രീകരിച്ചു. *ദേശാഭിമാനി, ചിന്ത, മലയാള മനോരമ, കലാകൗമുദി, കേരളകൗമുദി, കുങ്കുമം, മാതൃഭൂമി, ഭാഷാപോഷിണി, ഇന്ത്യാ ടുഡെ* തുടങ്ങിയ ആനുകാലികപ്രസിദ്ധീകരണങ്ങൾക്കുവേണ്ടി ചിത്രീകരണം നടത്തി. ഓക്സ്ഫോർഡ് യൂണിവേഴ്സിറ്റി പ്രസിദ്ധീകരിച്ച ഐതിഹ്യമാലയുടെ ചിത്രീകരണവും അദ്ദേഹമാണ് നിർവ്വഹിച്ചത്. ഇന്ത്യയിലും പുറത്തുമായി നിരവധി പ്രദർശനങ്ങൾ അദ്ദേഹം നടത്തി. വാഷിങ്ടൺ, വെർജീനിയ, റിയോ ഡി ജനീറോ, വിയന്ന, കുവൈറ്റ് തുടങ്ങിയ സ്ഥലങ്ങളിൽ അദ്ദേഹം നടത്തിയ പ്രദർശനങ്ങൾ വലിയ ശ്രദ്ധ ആകർഷിച്ചവയാണ്.

അശ്വത്ഥാമാവ്, ഒരേതൂവൽ പക്ഷികൾ, അക്കരെ, പുരുഷാർത്ഥം, ആലീസിന്റെ അന്വേഷണം എന്നീ സിനിമകൾക്ക് കലാസംവിധാനം നിർവ്വഹിച്ചു. ഏറ്റവും നല്ല വിദ്യാർത്ഥിക്കുള്ള ചെന്നൈ ഫൈൻ ആർട്ട്സ് കോളേജിന്റെ സ്വർണ്ണമെഡൽ, മദ്രാസ് ലളിതകലാ അക്കാദമി അവാർഡ്, 3 തവണ കേരള ലളിതകലാ അക്കാദമി അവാർഡ്, പി ടി ഭാസ്കരപ്പണിക്കർ അവാർഡ്, മലയാറ്റൂർ രാമകൃഷ്ണൻ അവാർഡ് എന്നിവ അദ്ദേഹത്തിനു ലഭിച്ചിട്ടുണ്ട്. കേരള ലളിതകലാ അക്കാദമിയുടെ ചെയർമാനായി സേവനമനുഷ്ഠിച്ചിട്ടുണ്ട്. അദ്ദേഹത്തെ 2005 ൽ ഫെല്ലോഷിപ്പ് നല്കി അക്കാദമി ആദരിച്ചു. 2009 ൽ കേരള സർക്കാർ ലളിതകലാരംഗത്ത് നല്കുന്ന ഏറ്റവും ഉയർന്ന ബഹുമതിയായ രാജാരവിവർമ്മ പുരസ്കാരവും അദ്ദേഹത്തിന് സമ്മാനിച്ചു, കേരളത്തിന്റെ കലാചരിത്രത്തിൽ സി എൻ കരുണാകരന് നിസ്തുലമായ ഒരു സ്ഥാനമുണ്ട്.

ഇവരെപ്പോലെ, നമ്മുടെ കലാ, സാഹിത്യ, സാംസ്കാരിക, രാഷ്ട്രീയ മണ്ഡലങ്ങളിൽ തനത് സംഭാവനകൊണ്ട് ആത്മമുദ്ര പതിപ്പിച്ച പലരുടെ പേരുകളും (ചിലർ ജന്മംകൊണ്ടാണെങ്കിൽ ചിലർ കർമ്മംകൊണ്ടായിരിക്കും) ഈ ഭൂപ്രദേശവുമായി ബന്ധിപ്പിച്ച് പരാമർശിക്കാനുണ്ട്. അതിന് ഇവിടെ തുനിയുന്നില്ല. ഈ പ്രദേശത്തിന്റെ സർഗ്ഗാത്മകാന്തരീക്ഷത്തിന്റെ ആഴവും വ്യാപ്തിയും മനസ്സിലാക്കാനുതകുന്ന ചില പേരുകൾ, എടുത്തുപറഞ്ഞുവെന്നേയുള്ളൂ. അതുമാത്രമായിരുന്നു ലക്ഷ്യം.

കേരളത്തിന്റെയെന്നല്ല, ഇന്ത്യയുടെ തന്നെ വൈജ്ഞാനികഭൂപടത്തിൽ ഇടംനേടിയിട്ടുള്ള ഒരു സ്ഥാപനത്തെക്കുറിച്ചുകൂടി പറയാതെ ഈ ഭാഗം പൂർണ്ണമാവില്ല. പാവറട്ടിയിലെ സാഹിത്യദീപിക സംസ്കൃതവിദ്യാപീഠമാണ് ആ സ്ഥാപനം. 'സംസ്കൃത പ്രണയഭാജനം' പി ടി കുര്യാക്കോസ്മാസ്റ്ററാണ് ഈ വിദ്യാകേന്ദ്രത്തിന്റെ സ്ഥാപകൻ. കുര്യാക്കുമാസ്റ്റർ എന്ന പേരിലാണ് ഇദ്ദേഹം പൊതുവെ അറിയപ്പെടുന്നത്. വിശ്വപ്രസിദ്ധമായ ഗുരുവായൂർ ക്ഷേത്രത്തിന്റെയും ചരിത്രപ്രാധാന്യമുള്ള

പാലയൂർ പള്ളിയുടെയും സമീപപ്രദേശമായ ഒരുമനയൂരിൽ 1889 ലാണ് കുര്യാക്കു ജനിച്ചത്. ദാരിദ്ര്യം നിറഞ്ഞ ബാല്യം. ആ ദേശത്തെ സംസ്കൃതപണ്ഡിതനായിരുന്ന കളരിക്കൽ കുഞ്ഞുണ്ണിപ്പണിക്കരുടെ ശിക്ഷണത്തിൽ പ്രാഥമികവിദ്യാഭ്യാസം നേടി. സംസ്കൃതഭാഷയോടുള്ള താല്പര്യം അദ്ദേഹത്തിന്റെ മനസ്സിൽ ആ ചെറുപ്രായത്തിലേ സ്ഥാനമുറപ്പിച്ചിരുന്നു. ഒരുമനയൂർ എലിമെന്ററി സ്കൂളിലും പാലയൂർ പ്രൈമറി സ്കൂളിലും ചേർന്ന് പഠിച്ചു. പിന്നീട് ചാവക്കാട് ബോർഡ് സ്കൂളിൽ ചേർന്നുവെങ്കിലും സംസ്കൃതപഠനത്തിലുള്ള താല്പര്യംമൂലം സ്കൂൾ വിദ്യാഭ്യാസം ഇടയ്ക്കുവച്ച് നിർത്തി. ഒരുമനയൂരിൽ തന്നെയുള്ള കൃഷ്ണൻകുട്ടിപ്പണിക്കരെ സമീപിച്ച് സംസ്കൃതപഠനത്തിലുള്ള തന്റെ ആഗ്രഹം കുര്യാക്കു പ്രകടമാക്കി. ആ കുട്ടിയുടെ പഠനോത്സുകത തിരിച്ചറിഞ്ഞ അദ്ദേഹം, അവനെ തന്റെ ശിഷ്യനായി കൂടെ ചേർത്തു. അവിടെനിന്ന് സംസ്കൃതകാവ്യങ്ങളും മറ്റും അഭ്യസിക്കുന്നതോടൊപ്പം തന്റെ കൂടെ പഠിക്കുന്നവരെ പഠിപ്പിക്കാനും അദ്ദേഹത്തിന് അവസരം ലഭിച്ചു. ആ അവസരത്തിലാണ് അച്ഛൻ മരിക്കുന്നതും അദ്ദേഹത്തിന് മൂത്തമകനെന്ന നിലയ്ക്ക് കുടുംബഭാരം ഏറ്റെടുക്കേണ്ടിവരുന്നതും. ആ കുടുംബം 1909 ൽ ഒരുമനയൂരിൽനിന്ന് പാവറട്ടിയിലേക്ക് താമസംമാറ്റി. അവിടെ കുട്ടികളെ സംസ്കൃതം പഠിപ്പിക്കാനാരംഭിച്ചു. ഉപജീവനമാർഗ്ഗം കണ്ടെത്തിയതാണെങ്കിലും അത് അദ്ദേഹത്തിന്റെ ആഗ്രഹസാക്ഷാൽക്കാരം കൂടിയായിരുന്നു.

1911 ൽ കുര്യാക്കുവിന്റെ വിദ്യാലയത്തിന് എലിമെന്ററി സ്കൂൾ പദവി ലഭിച്ചു. കുട്ടികളുടെ എണ്ണം കൂടി. കുറച്ചുകൂടി സൗകര്യപ്രദമായ സ്ഥലത്തേക്ക് സ്കൂൾ മാറ്റി. ചില അദ്ധ്യാപകരെ നിയമിച്ചു. വടക്കേ മലബാറിൽനിന്നുള്ള എടത്തുപടിക്കൽ കോരപ്പൻ ഗുരുക്കളും വട്ടരങ്ങത്ത് പത്മനാഭൻനായരും പ്രൊഫ. പി സി വാസുദേവൻ ഇളയതിന്റെ പിതാവ് പൂവത്തൂർ ചെല്ലിശ്ശേരി വാസുദേവൻ ഇളയതും ആയിരുന്നു ആദ്യ അദ്ധ്യാപകർ. 1913 ൽ സ്കൂളിന് മദ്രാസ് ഗവണ്മെന്റ് അംഗീകാരം നല്കി. അപ്പോഴും സംസ്കൃതഭാഷയിൽ ഉപരിപഠനം നടത്താനുള്ള അഭിവാഞ്ഛ അദ്ദേഹത്തിൽ സജീവമായിരുന്നു. ഒരു നല്ല അദ്ധ്യാപകനെ തേടിക്കൊണ്ടിരുന്ന കുര്യാക്കുവിന് അങ്ങനെയൊരാളെ കണ്ടെത്താൻ കഴിഞ്ഞു. വയലേരി കുഞ്ഞിക്കണ്ണൻ ഗുരുക്കൾ–സാക്ഷാൽ വാഗ്ഭടാനന്ദൻ. കുര്യാക്കു ഒഴിവ് നാളുകളിൽ കോഴിക്കോട് പോയി ഗുരുനാഥന്റെ വീട്ടിൽ താമസിച്ച് പഠിച്ചു; ഒമ്പതു വർഷങ്ങളോളം. എന്തൊരു ജ്ഞാനോപാസന, ആത്മസമർപ്പണം.

സ്കൂളിന്റെ മാനേജരും, പ്രിൻസിപ്പലും ഒക്കെ കുര്യാക്കു തന്നെയായിരുന്നു. തന്റെ മക്കളെയെല്ലാം സംസ്കൃതം പഠിപ്പിച്ചു. മൂത്തമകൻ സംസ്കൃതം വിദ്വാൻക്ലാസിൽ പഠിക്കുമ്പോൾ മരണമടഞ്ഞു. മറ്റ് രണ്ട് ആൺമക്കൾ സംസ്കൃതം ശിരോമണിയും വിദ്വാൻപരീക്ഷയും പാസാ

യി. പെൺമക്കൾ ഒരാൾ സംസ്കൃതം ശിരോമണി പാസായി. മറ്റൊരാൾ പ്രവേശന പരീക്ഷവരെ പഠിച്ചു.

ജാതിമതഭേദമെന്യേ താല്പര്യമുള്ളവർക്കെല്ലാം സംസ്കൃതം പഠിക്കാനുള്ള അവസരമൊരുക്കുന്നതിന് പുന്നശ്ശേരി നീലകണ്ഠശർമ്മ പട്ടാമ്പിയിൽ ഒരു സംസ്കൃതവിദ്യാപീഠം സ്ഥാപിച്ച് പ്രവർത്തിച്ചുവരുന്ന കാലമായിരുന്നു അത്. കുര്യാക്കുമാസ്റ്ററും പുന്നശ്ശേരി നമ്പിയും സൗഹൃദത്തിലായി. പുന്നശ്ശേരി നമ്പിയാണ് "സംസ്കൃതപ്രണയഭാജനം" എന്ന ബഹുമതി കുര്യാക്കുവിന് നല്കിയത്. നമ്പിയുടെ ഉപദേശപ്രകാരം സംസ്കൃതത്തിലും മലയാളത്തിലുമുള്ള വിദ്വാൻ കോഴ്സുകളും ശിരോമണി കോഴ്സും ആരംഭിച്ചു. മാത്രമല്ല, സ്ഥാപനം കോളേജായി ഉയർത്തുന്നതിന് മദ്രാസ് യൂണിവേഴ്സിറ്റിക്ക് അപേക്ഷയും കൊടുത്തു. 1934 ൽ സാഹിത്യദീപിക സംസ്കൃതകോളേജായി മാറി. പ്രഗത്ഭരായ അദ്ധ്യാപകരും സമർത്ഥരായ വിദ്യാർത്ഥികളും വിജ്ഞാനാർജ്ജനത്വരയോടെ ഈ കേന്ദ്രത്തിലെത്തി.

എം പി ശങ്കുണ്ണിനായർ, കെ പി നാരായണപ്പിഷാരടി, പി സി വാസുദേവൻ ഇളയത് തുടങ്ങിയ മഹാമനീഷികൾ അദ്ധ്യാപകരായുണ്ടായിരുന്നു. മലയാളത്തിലെ പ്രമുഖ സാഹിത്യകാരന്മാരിൽ ഒരാളായ ചെറുകാടും (ഗോവിന്ദപ്പിഷാരടി) അവിടെ അദ്ധ്യാപകനായിരുന്നു. അദ്ദേഹത്തിന്റെ *ജീവിതപ്പാത*യിൽ ഏതാനും അദ്ധ്യായങ്ങൾ തന്നെ ഈ വിദ്യാപീഠാനുഭവത്തിന്റെ അത്യന്തം ചേതോഹരമായ ആവിഷ്കാരത്തിനാണ് നീക്കിവച്ചിട്ടുള്ളത്. കുര്യാക്കോസ്മാസ്റ്ററുടെ ഒരു ശിഷ്യൻ സമർപ്പിച്ച മംഗളപത്രത്തിലെ ഒരുപദ്യം ചെറുകാട് ഉദ്ധരിക്കുന്നുമുണ്ട്.

'യദിസ്വഭാഷാ കവിസാർവഭൗമ:
കട്ടക്കയം ക്രൈസ്തവകാളിദാസ:
കുര്യാക്കുവിജ്ഞ: സുരലോകഭാഷാ-
പ്രചാരണേ ക്രൈസ്തവവിക്രമാർക്ക:" (മഹാകവി കട്ടക്കയം മലയാളഭാഷാകവിസാർവ്വഭൗമനായ ക്രൈസ്തവകാളിദാസനാണെങ്കിൽ പി ടി കുര്യാക്കോസ്മാഷ് സംസ്കൃതഭാഷാ പ്രചാരണത്തിൽ ക്രൈസ്തവ വിക്രമാദിത്യനാണ്.) ചാവക്കാട് പ്രദേശത്ത് കമ്യൂണിസ്റ്റ് പാർട്ടി കെട്ടിപ്പടുക്കുക എന്ന ഉദ്ദേശ്യവും ചെറുകാടിന്റെ വിദ്യാപീഠത്തിലേക്കുള്ള വരവിന്റെ പിന്നിലുണ്ടായിരുന്നു.

പി ടി കുര്യാക്കോസ്മാസ്റ്റർ

1973 ൽ ഒരു പ്രാദേശിക കമ്മിറ്റിയുണ്ടാക്കി കോളേജിന്റെ ഭരണം അവരെ ഏല്പിച്ചു. വി എം കുട്ടിക്കൃഷ്ണമേനോൻ പ്രസിഡന്റായ കമ്മിറ്റിക്ക് കോളേജ് ഭരണം മാത്രമല്ല രണ്ടുകോടിയോളം വിലവരുന്ന

സ്ഥാവരജംഗമവസ്തുക്കളും കൈമാറി. 73 ജനുവരി 25 നാണ് ഈ കൈമാറ്റം നടന്നത്. ഒരുമാസം പിന്നിട്ടപ്പോൾ, 73 ഫെബ്രുവരി 23 ന് കുര്യാക്കോസ്മാസ്റ്റർ നിര്യാതനായി. എന്തൊരു ദീർഘവീക്ഷണം!!

1979 ൽ ഈ സ്ഥാപനം കേന്ദ്രസർക്കാരിന്റെ കീഴിലുള്ള രാഷ്ട്രീയ സംസ്കൃതസംസ്ഥാൻ (ഇപ്പോൾ കേന്ദ്ര സംസ്കൃത സർവ്വകലാശാല) ഏറ്റെടുത്തു. ഇന്ന് ഈ വിദ്യാപീഠം, കേന്ദ്രസർവ്വകലാശാല ഗുരുവായൂർ ക്യാമ്പസായാണ് അറിയപ്പെടുന്നത്.

സാംസ്കാരിക പ്രബുദ്ധതയുടെ ഈ തട്ടകത്തിലാണ്, ഇരുപതാംനൂറ്റാണ്ടിന്റെ മദ്ധ്യദശകങ്ങളിൽ, തന്റെ സർഗ്ഗാത്മക സംഭാവനകൾകൊണ്ടും, ക്രിയാത്മക ഇടപെടലുകൾകൊണ്ടും കേരളീയ സാമൂഹികജീവിതത്തെ സമ്പന്നമാക്കിയ, കോരുമാസ്റ്റർ എന്ന് സർവ്വരും സ്നേഹാദരങ്ങളോടെ വിളിക്കുന്ന, പി കെ കോരു ജനിച്ചത്.

തങ്ങളുടെ മനസ്സാക്ഷിക്ക് വിപരീതമായി ഒരു സന്ദർഭത്തിലും സംസാരിക്കാതെ, സന്ദർഭോചിതം സ്വാഭിപ്രായത്തെ തുറന്നു പറയുക—ഇതു ചെറിയ മരുന്നല്ല; ദിവ്യൗഷധമത്രെ. അന്ധതയുടെ സന്താനമായ മൃഗീയതയ്ക്കു വിശേഷിച്ചും ഈ ദിവ്യൗഷധത്തെ വളരെ ഭയമാണ്. മൃഗീയശക്തികൾ പാറ്റകൾ തീയിലെന്നപോലെ ഈ ദിവ്യൗഷധത്തിന്റെ സന്നിധിയിൽ ഭസ്മമായിപ്പോകും; ഉദ്യോഗതിമിരം നശിക്കും; ജാതിഗർവ്വ് അലിഞ്ഞുപോകും; പാണ്ഡിത്യധാടി തിരോധാനംചെയ്യും.

തുറന്നുപറയുന്നത് മറ്റുള്ളവരെ അലട്ടുവാൻ മാത്രം ഉപയോഗിച്ചാൽ, അതു മൃഗീയശീലങ്ങളിൽ ഒന്നിന്റെ കപടവേഷം മാത്രമായിരിക്കയല്ലാതെ സല്ഗുണങ്ങളിൽ ഒന്നായിരിക്കയില്ല. ദുർഗുണഭൂയിഷ്ഠമായ കാലഘട്ടങ്ങളിൽ സല്ഗുണങ്ങൾ എല്ലാം പ്രത്യേകം ശോഭിക്കുമെങ്കിലും, അവ ത്യാഗാത്മകമായിരിക്കണം. പണ്ഡിതന്മാരുടെ അഭിപ്രായത്തിനു വിരോധമായി തുറന്നുപറഞ്ഞുകൊണ്ട് സോക്രട്ടീസിനെ വിഷംകൊടുത്തുകൊല്ലുകയും ബ്രൂണോവിനെ ചുട്ടുകളയുകയും ചെയ്തു. എന്നിട്ടും ജയംപ്രാപിച്ചത് സോക്രട്ടീസിന്റേയും ബ്രൂണോവിന്റേയും അഭിപ്രായങ്ങൾതന്നെയാണെന്നുള്ളത് നമുക്ക് വീണ്ടും വീണ്ടും ആശയെത്തരുന്നു. അതിനാൽ സ്വാഭിപ്രായത്തെ തുറന്നു പറയുവാൻ ശീലിക്കുവിൻ. അശക്തന്മാരുടെ മുമ്പിൽ കുനിഞ്ഞു സേവപറയാതിരിപ്പിൻ. ഈ ശീലംകൊണ്ടു മൃഗീയശക്തി നിശ്ശേഷം നശിക്കും. വിവിധങ്ങളായിക്കാണുന്ന ബാഹ്യലോകത്തിന്റെ ഉൾഭൂട്ടു മനോലോകമാകുന്നു. അവിടെ മൃഗീയശക്തിയുടെ അക്രമത്തെ സമ്മതിക്കാതിരുന്നാൽ ബാഹ്യലോകത്തിന്നു ഒരുകാലത്തും വൈരൂപ്യം വരുന്നതല്ല. കുറെ കഴിയുമ്പോൾ ബാഹ്യലോകത്തിന്റെ വൈരൂപ്യമാകുന്ന തന്റെ ആഹാരം ലഭിക്കാതെ മൃഗീയത വിശന്നു മരണമടയുകയും ചെയ്യും. ലോകം പ്രസന്നമാകും.

(പി കെ കോരു-ഒരു ദിവ്യൗഷധം എന്ന ലേഖനത്തിൽനിന്ന്)

പി കെ കോരുമാസ്റ്റർ
ജീവിതരേഖ

പഴയ മലബാർ ജില്ലയുടെ ഭാഗമായിരുന്ന പൊന്നാനി താലൂക്കിലെ ചിറ്റാട്ടുകരദേശത്തെ പൊന്നൻപറമ്പിൽ കൂളിയാട്ട് അയ്യപ്പക്കുട്ടിയുടെയും തൃപ്രയാറിനടുത്തുള്ള കഴിമ്പ്രംദേശത്ത് വാലിപ്പറമ്പിൽ ചോലയിൽ ആച്ചക്കുട്ടിയുടെയും മകനായി 1890 ജനുവരി 14 നാണ് പി കെ കോരു ജനിച്ചത്. തന്റെ കുടുംബത്തെക്കുറിച്ച് അദ്ദേഹം രേഖപ്പെടുത്തിയിട്ടുള്ളത് ഇപ്രകാരമാണ്. "എന്റെ വീട്ടുകാർ ഒരുകാലത്തും വലിയ പണക്കാരായിരുന്നില്ല. കൃഷിചെയ്യുന്ന ഭൂമി ഉടമസ്ഥന്മാർ എന്ന വർഗ്ഗത്തിൽപ്പെട്ടവരാണ് ഞങ്ങൾ. വളരെ തലമുറകളായി നാട്ടിൽ മാന്യരായിട്ടാണ് ജീവിച്ചിട്ടുള്ളത്. അടുത്തകാലത്തൊന്നും ജ്യോതിഷത്തിന്റെയോ വൈദ്യത്തിന്റെയോ പാരമ്പര്യം ഉള്ളതായി നിശ്ചയമില്ലെങ്കിലും ഇവിടെ രണ്ട് വലിയ ചൂരൽപ്പെട്ടികളിൽ സൂക്ഷിച്ചിരുന്ന ഗ്രന്ഥങ്ങൾ (വൈദ്യം, വിഷവൈദ്യം, ജ്യോതിഷം), ഒരു കവടിപ്പലക, ഓട്ടയായ കവടികൾ അടങ്ങിയ ഒരു സഞ്ചി എന്നീ വസ്തുക്കൾ ഒരുകാലത്ത് വൈദ്യത്തിലും ജ്യോതിഷത്തിലും ഞങ്ങളുടെ വീട്ടുകാർക്ക് ഒരു പാരമ്പര്യമുണ്ടായിരുന്നു എന്ന് കാണിക്കുന്നുണ്ട്." (ഡോ. എസ് പരമേശ്വരന്റെ ലേഖനത്തിൽനിന്ന്)

ബാല്യത്തിൽതന്നെ, വേലായുധപ്പണിക്കർ എന്ന ഗുരുനാഥന്റെ കീഴിൽ സ്വഗൃഹത്തിൽവച്ച് മണലിൽ എഴുതിപ്പഠിച്ചു. പിന്നീട് ചിറ്റാട്ടുകര ബാസൽ മിഷൻ സ്കൂളിൽ പ്രൈമറി വിദ്യാഭ്യാസം പൂർത്തിയാക്കി. തുടർന്ന് ചാവക്കാട് ബോർഡ് മിഡിൽ സ്കൂളിലും കുന്നംകുളം മാർ ഇഗ്നേഷ്യസ് ഹൈസ്കൂളിലും ആയിരുന്നു പഠനം. 1906 ൽ മെട്രിക്കുലേഷൻ പാസായി.

തൃശ്ശിനാപ്പിള്ളി സെന്റ് ജോസഫ്സ് കോളേജിലാണ് കോരു എഫ് എ യ്ക്ക് (F A-Formative Assessment Examination) ചേർന്നത്. ജസ്യൂട്ട്

പാതിരിമാർ 1844 ൽ സ്ഥാപിച്ച ഈ കോളേജ് ഉന്നതവിദ്യാഭ്യാസമേഖലയിൽ ഇന്ത്യയിലെ ഏറ്റവും മികച്ച സ്ഥാപനങ്ങളിൽ ഒന്നായിരുന്നു. മുൻ രാഷ്ട്രപതി എ പി ജെ അബ്ദുൾ കലാം, വിഖ്യാതശാസ്ത്രജ്ഞന്മാരായ ജി എൻ രാമചന്ദ്രൻ, ആർ എസ് കൃഷ്ണൻ, മുഖ്യ തെരഞ്ഞെടുപ്പ് കമ്മീഷണറായിരുന്ന എൻ ഗോപാലസ്വാമി തുടങ്ങി അനേകം പ്രഗത്ഭമതികളെ രൂപപ്പെടുത്തിയത് ഈ സ്ഥാപനമാണ്. അക്കാലത്ത് കേരളത്തിൽനിന്നുള്ള നിരവധി വിദ്യാർത്ഥികൾ ഉന്നതപഠനത്തിന് ഈ കോളേജിനെ ആശ്രയിച്ചിരുന്നു.

റവ. ഡി ബറിയഫിർ ആയിരുന്നു അന്ന് കോളേജിലെ ഗണിതശാസ്ത്രവിഭാഗം അദ്ധ്യക്ഷൻ. (അദ്ദേഹം പിന്നീട് ചൈനാ ഗവണ്മെന്റിന്റെ പ്രധാന ജ്യോതിശ്ശാസ്ത്രജ്ഞനായി സേവനമനുഷ്ഠിച്ചു.) കോരുവിനെ അദ്ദേഹം പഠിപ്പിച്ചില്ലെങ്കിലും ഗണിതശാസ്ത്രതല്പരനായ വിദ്യാർത്ഥിയിൽ അദ്ദേഹത്തിന്റെ ശ്രദ്ധ പതിഞ്ഞു. ജ്യോമട്രിയിലെ വിഷമംപിടിച്ച ഒരു ചോദ്യത്തിന് ഉത്തരം കണ്ടുപിടിക്കാൻ കോരുവിന് കഴിഞ്ഞതായിരുന്നു ഇതിന്റെ കാരണം. അദ്ദേഹം തന്റെ പ്രിയങ്കരനായ വിദ്യാർത്ഥിക്ക് ഒരു നക്ഷത്രച്ചാർട്ട് സമ്മാനിക്കുകയും നക്ഷത്രനിരീക്ഷണം അഭ്യസിപ്പിക്കുകയും ചെയ്തു. ഗണിതത്തിലും ജ്യോതിശ്ശാസ്ത്രത്തിലും ചെറുപ്പംമുതലേ കോരുവിനുണ്ടായിരുന്ന അത്യധികമായ താല്പര്യത്തെയാണല്ലോ ഇത് സൂചിപ്പിക്കുന്നത്. ഇതുകാരണം ഇംഗ്ലീഷ് പഠനത്തിൽ വേണ്ടത്ര ശ്രദ്ധിച്ചില്ല; എഫ് എ പരീക്ഷയിൽ ഇംഗ്ലീഷിൽ തോല്ക്കുകയും ചെയ്തു. പരാജയത്തിൽ പതറാതെ അദ്ദേഹം എറണാകുളം മഹാരാജാസ് കോളേജിൽ ചേർന്ന് പഠിച്ച് 1909 ൽ എഫ് എ പാസായി.

തുടർന്ന് മദ്രാസ് പ്രസിഡൻസി കോളേജിൽ ഗണിതശാസ്ത്രത്തിൽ ബിരുദപഠനത്തിന് ചേർന്നു. പ്രൊഫ. പി വി ശേഷു അയ്യരായിരുന്നു വകുപ്പ് മേധാവി. സാക്ഷാൽ ശ്രീനിവാസരാമാനുജന്റെ അതുല്യപ്രതിഭ ആദ്യമായി കണ്ടെത്തുകയും ജി എച്ച് ഹാർഡിക്ക് രാമാനുജനെ പരിചയപ്പെടുത്തുകയും രാമാനുജന്റെ ഗണിതശാസ്ത്രപ്രബന്ധങ്ങൾ അദ്ദേഹത്തിനയച്ചുകൊടുക്കുകയും ചെയ്തത് ശേഷു അയ്യരായിരുന്നു. "ഈ തലമുറ അവസാനിക്കുന്നതോടെ ഞാൻ വിസ്മൃതനായേക്കാം. എന്നാൽ എപ്പോഴെല്ലാം രാമാനുജൻ സ്മരിക്കപ്പെടുമോ, അപ്പോഴെല്ലാം എന്റെ പേരും പരാമർശിക്കപ്പെടും" എന്ന് ശേഷു അയ്യർ പറഞ്ഞിരുന്നതായി അദ്ദേഹത്തിന്റെ മകൾ അന്നപൂർണ്ണി സുബ്രഹ്മണ്യൻ രേഖപ്പെടുത്തിയിട്ടുണ്ട്. ഈ മഹാപണ്ഡിതന്റെ വത്സലശിഷ്യനാകാൻ കോരുവിന് ഭാഗ്യംസിദ്ധിച്ചു. 1912 ൽ അദ്ദേഹം രണ്ടാംക്ലാസോടെ ബി എ പാസായി. മാതാപിതാക്കളുടെ നിർബ്ബന്ധത്തിനുവഴങ്ങി പിന്നീട് അദ്ദേഹം മദ്രാസ് ലോ കോളേജിൽ ചേർന്നു. പക്ഷേ, നിയമപഠനം തനിക്ക് ചേർന്നതല്ലെന്ന് മനസ്സിലാക്കി, ഒരു കൊല്ലം കഴിഞ്ഞപ്പോൾ അതവസാനിപ്പിച്ച് അദ്ദേഹം നാട്ടിലേക്ക് മടങ്ങി.

1913–14 കാലത്ത് അദ്ദേഹം പാവറട്ടി സെന്റ് ജോസഫ്സ് ഹൈസ്കൂളിൽ അദ്ധ്യാപകനായി സേവനമനുഷ്ഠിച്ചു. ഇക്കാലത്താണ് അദ്ദേഹം വിവാഹിതനായത്. പൊലീസ് ഉദ്യോഗസ്ഥനായിരുന്ന ടി കെ കണ്ണന്റെ ഇളയമകൾ നാരായണിക്കുട്ടിയായിരുന്നു വധു. സ്വന്തം പിതാവിന്റെയും ഭാര്യാപിതാവിന്റെയും നിർബ്ബന്ധവും സമ്മർദ്ദവും കാരണം കോരുവിന് തനിക്ക് പ്രിയപ്പെട്ട അദ്ധ്യാപകവൃത്തി ഉപേക്ഷിച്ച് കോഴിക്കോട് കളക്ടറേറ്റിൽ ഗുമസ്തനാകേണ്ടിവന്നു. എന്നാൽ ഒരുകൊല്ലമേ അവിടെ തുടർന്നുള്ളൂ. അദ്ദേഹത്തിന്റെ മനോഘടനയ്ക്ക് ഇണങ്ങുന്നതായിരുന്നില്ല കളക്ടറേറ്റിലെ അന്തരീക്ഷം. ഗുമസ്തപ്പണി ഉപേക്ഷിച്ച് വീണ്ടും പാവറട്ടി സെന്റ് ജോസഫ്സ് ഹൈസ്കൂളിൽ അദ്ധ്യാപകനായിച്ചേർന്നു.

പ്രൊഫ.പി വി ശേഷുഅയ്യർ

അപ്പോഴാണ് 1920 ൽ അദ്ദേഹം പ്രൈവറ്റായി പഠിച്ച് എം എ ബിരുദം നേടിയത്. അക്കൊല്ലംതന്നെ മദ്രാസിലെ സെയ്ദാപേട്ട് ട്രെയ്നിങ് കോളേജിൽ ചേരുകയും എൽ ടി ബിരുദം (Licenciate in Teaching) നേടുകയും ചെയ്തു. 1921 ൽ വീണ്ടും പാവറട്ടി സ്കൂളിൽ അദ്ധ്യാപകനായി.

ആ വർഷംതന്നെ അദ്ദേഹത്തിന് സർക്കാർ സർവ്വീസിൽ ജോലി ലഭിച്ചു. 1921 ആഗസ്ത് നാലിന് തലശ്ശേരി ഗവ. സെക്കന്ററി ട്രെയ്നിങ് സ്കൂളിൽ ജോലിയിൽ പ്രവേശിച്ചു. സബ് അസിസ്റ്റന്റ് ഇൻസ്പെക്ടർ ഓഫ് സ്കൂൾസ് എന്നതായിരുന്നു തസ്തിക. 1923 ൽ അതേ സ്കൂളിൽ തന്നെ ഫസ്റ്റ് അസിസ്റ്റന്റായി സ്ഥിരപ്പെടുത്തി.

തലശ്ശേരിക്കടുത്തുള്ള നെട്ടൂർ, ബാസൽ ഇവാഞ്ചലിക്കൽ മിഷന്റെ പ്രവർത്തനകേന്ദ്രമായിരുന്നു. 1815 ൽ ജർമ്മനിയിലെ ബാസലിൽ രൂപം കൊണ്ട മിഷന്റെ പ്രവർത്തനം മലബാറിൽ ആരംഭിക്കുന്നതിന് നേതൃത്വം നല്കിയത് *ഫാദർ ഗുണ്ടർട്ടാ*യിരുന്നു. അജ്ഞതയിലും അന്ധവിശ്വാസങ്ങളിലും അനാചാരങ്ങളിലും തളച്ചിടപ്പെട്ട, നിന്ദിതരും പീഡിതരുമായ ജനവിഭാഗത്തിന് സാമൂഹികജീവിതത്തിൽ മുന്നേറുന്നതിന് വിദ്യാഭ്യാസം അനിവാര്യമാണെന്ന് തിരിച്ചറിഞ്ഞുകൊണ്ട് വിദ്യാലയങ്ങൾ സ്ഥാപിക്കുകയാണ് മിഷൻ ആദ്യം ചെയ്തത്. ബി ഇ എം (ബാസൽ ഇവാഞ്ചലിക്കൽ മിഷൻ) സ്കൂളുകളുടെ തുടക്കം അങ്ങനെയായിരുന്നു. അതോടൊപ്പം ഭാഷാഭിവൃദ്ധിക്കും ആശയപ്രചാരണത്തിനും പ്രസിദ്ധീകരണങ്ങളും ആരംഭിച്ചു. മലയാളത്തിലെ ആദ്യത്തെ പത്രം 1847 ൽ ഗുണ്ടർട്ടിന്റെ നേതൃത്വത്തിൽ ആരംഭിച്ച *രാജ്യസമാചാര*മാണല്ലോ. വൈജ്ഞാനിക ലേഖനങ്ങൾ മലയാളത്തിൽ ആദ്യം പ്രത്യക്ഷപ്പെടുന്നത്, അതേവർഷം അദ്ദേഹം ആരംഭിച്ച *പശ്ചിമോദയ*ത്തിലാണ്. *ബാലപ്രിയ, കേരളോപകാരി* തുടങ്ങിയ മാസികകളും നെട്ടൂരിൽനിന്ന് പ്രസിദ്ധീകരിക്കപ്പെട്ടവയാണ്.

ഹെർമൻ ഗുണ്ടർട്ട്

വിജ്ഞാനപ്രസരണത്തിന്റെ ഈ മഹനീയ മാതൃക പിൻപറ്റിക്കൊണ്ട് നെട്ടൂരിലെ മിഷൻ ട്രെയ്നിങ് സ്കൂൾ ഒരു മാസിക പ്രസിദ്ധീകരിച്ചിരുന്നു. അതിലേക്ക് ജ്യോതിശ്ശാസ്ത്രപരമായ ലേഖനങ്ങൾ ഇംഗ്ലീഷിൽനിന്ന് തർജ്ജമ ചെയ്തുകൊടുക്കാൻ സ്കൂൾ ഹെഡ്മാസ്റ്റർ കോരുവിനോട് അഭ്യർത്ഥിച്ചു. ലേഖനങ്ങൾ തർജ്ജമ ചെയ്യുന്നതിനുപകരം സ്വന്തമായി എഴുതുകയാണ് അദ്ദേഹം ചെയ്തത്. ആ ലേഖനങ്ങൾ വായിച്ച് സന്തുഷ്ടനായ സ്കൂൾ ഇൻസ്പെക്ടർ വി കെ രാമൻ മേനോൻ കോരുവിനെ പ്രശംസിക്കുകയും പ്രോത്സാഹിപ്പിക്കുകയും ചെയ്തു. *യുക്തിഭാഷ* എന്ന ഗഹനമായ ശാസ്ത്രഗ്രന്ഥത്തിന്റെ ഒരു കൈയെഴുത്തുകോപ്പി സമ്മാനിക്കുകയും ചെയ്തു.

1925 ജൂണിൽ കണ്ണൂർ വനിത സെക്കന്ററി ആന്റ് ട്രെയ്നിങ് സ്കൂളിലേക്ക് അദ്ദേഹത്തെ സ്ഥലംമാറ്റി. അവിടെ ചിത്രകലാദ്ധ്യാപകനായിരുന്ന കെ അനന്തൻമാസ്റ്റർ സംസ്കൃതത്തിലും ജ്യോതിഃശാസ്ത്രത്തിലും നല്ല പണ്ഡിതനായിരുന്നു. കോരുവിന് ജ്യോതിശ്ശാസ്ത്രത്തിൽ ആദ്യമേ താല്പര്യമുണ്ടായിരുന്നുവല്ലോ. 1915 ലാണ് അദ്ദേഹം *പഞ്ചബോധം* എന്ന കൃതി വായിക്കുന്നത്. ഒരു പ്രാചീന ജ്യോതിശ്ശാസ്ത്രഗ്രന്ഥമാണ് പഞ്ചബോധം. ഭാരതീയ ജ്യോതിശ്ശാസ്ത്രപഠിതാക്കൾ മുൻകാലങ്ങളിൽ ഉപരിപഠനത്തിനായി ധാരാളമായി പ്രയോജനപ്പെടുത്തിയിരുന്ന ഈ കൃതിയിൽ ഗ്രഹങ്ങളുടെ കൃത്യമായ സ്ഥാനം നിർണ്ണയിക്കുന്ന വിധവും സൂര്യ-ചന്ദ്രന്മാരുടെ ഗ്രഹണം കണക്കാക്കുന്ന രീതികളും ഒക്കെയാണ് പ്രതിപാദിക്കുന്നത്. എൽ ടി ക്ക് പഠിക്കുന്ന കാലത്ത് ജയ്പൂരിലെ ജയ്സിങ് മഹാരാജാവിന്റെ (1686–1743) കൃതികളുമായി പരിചയപ്പെടാനും അദ്ദേഹത്തിന് സാധിച്ചു. ജയ്പൂർ സിറ്റിയുടെ സ്ഥാപകനായ അദ്ദേഹം അംബർ എന്ന രാജ്യത്തിന്റെ രാജാവായിരുന്നു. യുദ്ധങ്ങളും വിദേശീയാക്രമണങ്ങളും ആഭ്യന്തരാസ്വസ്ഥതകളും സൃഷ്ടിക്കുന്ന അനിശ്ചിതാവസ്ഥയ്ക്കിടയിലും ഏറ്റവും മികച്ച വാനനിരീക്ഷണകേന്ദ്രങ്ങൾ ദൽഹി, മഥുര, ബനാറസ്, ഉജ്ജയിനി, ജയ്പൂർ എന്നീ സ്ഥലങ്ങളിൽ സ്ഥാപിച്ച പണ്ഡിതനാണ് ജയ്സിങ് മഹാരാജാവ്. ഗണിതം, ജ്യോതിശ്ശാസ്ത്രം, വാസ്തുശില്പം എന്നിവയിൽ പണ്ഡിതനായിരുന്ന മഹാരാജാവ് യൂക്ലിഡിന്റെ ജ്യാമിതിയുടെ പ്രാഥമികതത്ത്വങ്ങൾ, ലോഗരിതവുമായി ബന്ധപ്പെട്ട നാപ്പിയറുടെ രചനകൾ എന്നിവ സംസ്കൃതത്തിലേക്ക് വിവർത്തനം ചെയ്തിട്ടുണ്ട്. ഇന്ത്യൻ ജ്യോതിശ്ശാസ്ത്രത്തിൽ അഗാധജ്ഞാനമുണ്ടായിരുന്ന ജയ്സിങ് അറബിക് ജ്യോതിശ്ശാസ്ത്രത്തിലും പാണ്ഡിത്യം നേടിയിരുന്നു. വിവർത്തനങ്ങൾക്കു പുറമെ ജ്യോതിശ്ശാസ്ത്ര

സംബന്ധമായ ചില കനപ്പെട്ട ഗ്രന്ഥങ്ങളും അദ്ദേഹം രചിക്കുകയുണ്ടായി. 18-ാംനൂറ്റാണ്ടിൽ ഇന്ത്യയിലെ ഏറ്റവും പ്രബുദ്ധനായ രാജാവായിരുന്ന അദ്ദേഹത്തിന്റെ കൃതികളുമായുള്ള പരിചയം പിപഠിഷുവായ കോരുവിനെ ആഴത്തിലുള്ള ജ്യോതിശ്ശാസ്ത്രപഠനത്തിലേക്ക് നയിച്ചു. ചില സംസ്കൃതപണ്ഡിതന്മാരുടെ സഹായത്തോടുകൂടി ഭാസ്കരാചാര്യന്റെ വിഖ്യാതഗ്രന്ഥമായ *സിദ്ധാന്തശിരോമണി* തുടങ്ങിയ ശാസ്ത്രഗ്രന്ഥങ്ങൾ വായിച്ചുപഠിച്ചു. അനന്തൻമാസ്റ്ററുമായുള്ള ഗാഢസൗഹൃദം കോരുവിന്റെ ജ്യോതിശ്ശാസ്ത്ര താല്പര്യത്തെ പ്രോജ്വലിപ്പിച്ചു. ഗണിതാദ്ധ്യായം, യുക്തിഭാഷ, ഭാസ്കരീയ ബീജഗണിതം എന്നീ ഗ്രന്ഥങ്ങൾ അവരിരുവരും ചേർന്ന് സൂക്ഷ്മമായി വായിച്ചു മനസ്സിലാക്കി. ഒരു മികച്ച അദ്ധ്യാപകനായി കോരുമാസ്റ്റർ തലശ്ശേരിയിലും പരിസരങ്ങളിലും അറിയപ്പെട്ടു. വ്യത്യസ്ത ആനുകാലികങ്ങളിൽ അദ്ദേഹം ലേഖനങ്ങൾ പ്രസിദ്ധീകരിച്ചു. അത് അദ്ദേഹത്തിന്റെ പ്രശസ്തി മലബാറിലാകെ പരത്തി.

ഇക്കാലത്താണ് ദക്ഷിണാഫ്രിക്കയിലെ ശാസ്ത്രികോളേജിൽ ഗണിതാദ്ധ്യാപകനായി അദ്ദേഹത്തിന് നിയമനം ലഭിച്ചത്. 3 വർഷത്തേക്കായിരുന്നു നിയമനം. പ്രഗത്ഭനായ പ്രഭാഷകൻ, വിദ്യാഭ്യാസചിന്തകൻ, സ്വാതന്ത്ര്യസമരപ്പോരാളി, ഭരണാധികാരി എന്നീ നിലകളിൽ പ്രശസ്തനായിരുന്ന വി എസ് ശ്രീനിവാസശാസ്ത്രി (1869–1946) മുൻകൈയെടുത്ത് സ്ഥാപിച്ചതാണ് ഡർബനിലെ ശാസ്ത്രികോളേജ്. ഗോപാലകൃഷ്ണ ഗോഖലെയുടെ അടുത്ത അനുയായിയായിരുന്ന ശാസ്ത്രി ഗാന്ധിജിയുടെ ഉറ്റ സുഹൃത്തും സഹപ്രവർത്തകനുമായിരുന്നു. സമപ്രായക്കാരനായിരുന്നുവെങ്കിലും 'എന്റെ ജ്യേഷ്ഠൻ' എന്നാണ് അദ്ദേഹത്തെ ഗാന്ധിജി വിശേഷിപ്പിച്ചിരുന്നത്. ഇംഗ്ലീഷ്ഭാഷയിൽ അസാമാന്യ പാണ്ഡിത്യമുണ്ടായിരുന്ന ശാസ്ത്രിയെ 20-ാംനൂറ്റാണ്ടിലെ ഏറ്റവും മികച്ച അഞ്ച് ആംഗലേയ പ്രഭാഷകരിൽ ഒരാളായിട്ടാണ് വിൻസ്റ്റൺ ചർച്ചിൽ ഉൾപ്പെടെയുള്ളവർ കണക്കാക്കിയിരുന്നത്. 1927 ൽ അന്നത്തെ ഇന്ത്യൻ വൈസ്രോയിയായിരുന്ന ഇർവിൻ പ്രഭു ശാസ്ത്രിയെ സൗത്ത് ആഫ്രിക്കയിലെ ആദ്യത്തെ ഇന്ത്യൻ ഏജന്റായി നിയമിച്ചു. അക്കാലത്ത്, അവിടത്തെ ഇന്ത്യക്കാരുടെ കുട്ടികളുടെ വിദ്യാഭ്യാസപരമായ പരിമിതികൾ മനസ്സിലാക്കിയ ശാസ്ത്രി ഇന്ത്യക്കാരിൽ നിന്നുതന്നെ 32000 രൂപ പിരിച്ചെടുത്ത് ഒരു ഹൈസ്കൂളും അതിനോട് ചേർന്ന് ട്രെയ്നിങ് കോളേജും സ്ഥാപിച്ച് നടാൽ പ്രവിശ്യാഭരണകൂടത്തിന് കൈമാറി. ലാറ്റിൻ മഹാകവിയായ വർജിലിന്റെ Aequam Servare Mentem (Preserve an equal mind) എന്നതായിരുന്നു കോളേ

വി എസ് ശ്രീനിവാസ ശാസ്ത്രി

The first staff of the first Indian high school - the Sastri College - to be established in South Africa. The College was opened in 1930. Back row, From left to right : Messrs. B.T.Trivedi, S.M.Moodley, A.Shakoor, M.B.Naidoo, A.D.Lazarus. Front row, left to right : Messrs. G.Sinha, R.Nair, W.M.Buss, H.S.Miller, P.K.Koru, F.U.Khan, Inset Mr.B.Somers.

ജിന്റെ പ്രമാണവാക്യം. 1929 ഒക്ടോബറിൽ കോളേജിന്റെ ഔപചാരികമായ ഉദ്ഘാടനം നടത്തിയെങ്കിലും 30 ഫെബ്രുവരിയിലേ ക്ലാസുകൾ ആരംഭിച്ചുള്ളൂ. ആദ്യം അദ്ധ്യാപകർ വെള്ളക്കാർ മാത്രമായിരുന്നെങ്കിലും 3-4 മാസങ്ങൾക്കുശേഷം അവരിൽ അധികംപേരെയും സ്ഥലംമാറ്റുകയും ഇന്ത്യയിൽനിന്ന് ആറുപേരെയും തദ്ദേശീയരായ മൂന്ന് ഇന്ത്യക്കാരെയും അദ്ധ്യാപകരായി നിയമിക്കുകയും ചെയ്തു.

ഗാന്ധിജി

ശാസ്ത്രികോളേജിലേക്ക് ഇന്ത്യയിൽനിന്ന് തെരഞ്ഞെടുക്കപ്പെട്ട ആദ്യസംഘത്തിലൊരാളായിരുന്നു പി കെ കോരു. ഗണിതശാസ്ത്രാദ്ധ്യാപകൻ എന്ന നിലയ്ക്കുള്ള അദ്ദേഹത്തിന്റെ മികവിന്റെ ഒരംഗീകാരംകൂടിയായിരുന്നു അത്. 1930 മാർച്ച് 21 ന് അദ്ദേഹം ദക്ഷിണാഫ്രിക്കയിലേക്ക് പുറപ്പെട്ടു. ഏപ്രിൽ 17 ന് കോളേജിൽ ജോലിയിൽ പ്രവേശിച്ചു. 32 ഡിസംബർ 31 വരെ അദ്ദേഹം അവിടെ ജോലിചെയ്തു. 1933 ജനുവരിയിൽ വീട്ടിൽ തിരിച്ചെത്തി.

കണ്ണൂരിൽ ജോലിചെയ്യുമ്പോൾ കുടുംബസമേതം അദ്ദേഹം കണ്ണൂരിലായിരുന്നു താമസിച്ചിരുന്നത്. ഭാര്യയും മൂന്നുമക്കളുമടങ്ങുന്ന കുടുംബത്തെ നാട്ടിലാക്കിയാണ് അദ്ദേഹം ദക്ഷിണാഫ്രിക്കയിലേക്ക് പോയത്. രണ്ട് പെൺമക്കളും ഒരു മകനും ആണ് ആ ദമ്പതികൾക്കുണ്ടായിരുന്നത്. അദ്ദേഹം ആഫ്രിക്കയിലേക്ക് പോകുമ്പോൾ മൂത്തമകളായ മാധവിക്ക് 14 വയസ്സും ഇളയവളായ ചന്ദ്രികയ്ക്ക് 5 വയസ്സും മകൻ ശങ്കരനാരായണന് 12 വയസ്സുമായിരുന്നു പ്രായം. അദ്ദേഹം ആഫ്രിക്കയിലായിരുന്നപ്പോഴാണ് 1931 ഫെബ്രുവരി 26 ന് ഭാര്യ മരിച്ചത്.

33 ൽ മംഗലാപുരത്തെ ഹയർ എലിമെന്ററി ട്രെയ്നിങ് സ്കൂളിൽ അദ്ദേഹം നിയമിതനായി. മൂന്നുമാസം കഴിഞ്ഞപ്പോൾ കാസർഗോഡ് ഡെപ്യൂട്ടി ഇൻസ്പെക്ടർ ഓഫീസിലേക്ക് സ്ഥലംമാറ്റി. നാല്പത് ദിവസമേ അവിടെ ജോലി ചെയ്തുള്ളൂ. അത് കഴിഞ്ഞപ്പോൾ അദ്ദേഹത്തെ തലശ്ശേരി ഗവ. ബ്രണ്ണൻ കോളേജ് ഹൈസ്കൂളിൽ നിയമിച്ചു.

1944 ൽ കണ്ണൂർ ട്രെയ്നിങ് സ്കൂളിലേക്ക് സ്ഥലം മാറുന്നതുവരെ അദ്ദേഹം ദീർഘകാലം ജോലിചെയ്തത് ഈ സ്ഥാപനത്തിലാണ്. കോരുമാസ്റ്ററുടെ ജീവിതത്തിലെ സുപ്രധാന കാലഘട്ടമായിരുന്നു അത്. അദ്ദേഹത്തിന്റെ ജീവിതവീക്ഷണത്തെയും ലോകവീക്ഷണത്തെയും സ്വാധീനിക്കുന്നതിൽ തലശ്ശേരിവാസം വലിയ പങ്ക് വഹിച്ചിട്ടുണ്ട് എന്നത് ഒരു യാഥാർത്ഥ്യമാണ്.

കേരളചരിത്രത്തിൽ പൊതുവെയും മലബാറിന്റെ ചരിത്രത്തിൽ സവിശേഷവുമായ സ്ഥാനം തലശ്ശേരിക്കുണ്ട്. കല, സാഹിത്യം, ചരിത്രം, പത്ര

വാഗ്ഭടാനന്ദൻ

സഞ്ജയൻ

ടി സി നാരായണൻ നമ്പ്യാർ

പ്രവർത്തനം, വിദ്യാഭ്യാസം തുടങ്ങിയ എല്ലാ മേഖലകളിലും തലശ്ശേരി നല്കിയ സംഭാവന കനപ്പെട്ടതാണ്. കേരളത്തിലെ ഏറ്റവും പഴക്കമുള്ള മുനിസിപ്പാലിറ്റികളിലൊന്നാണ് തലശ്ശേരി. മലഞ്ചരക്കുകളുടെ പ്രധാന വാണിജ്യകേന്ദ്രമായിരുന്നതുകൊണ്ട് ഫ്രഞ്ചുകാരും ഇംഗ്ലീഷുകാരും മറ്റും ആദ്യംമുതലേ തലശ്ശേരിയിലേക്ക് വരികയും പാണ്ടികശാലകളും കോട്ടകളും പണിയുകയും ചെയ്തു. ദേശീയപ്രസ്ഥാനത്തിന്റെയും നവോത്ഥാനപ്രസ്ഥാനത്തിന്റെയും കേരളത്തിലെ പ്രധാന കർമ്മഭൂമികളിലൊന്നായിരുന്നു തലശ്ശേരി. ഉജ്ജ്വലമായ തന്റെ വാഗ്വിലാസംകൊണ്ട് സമൂഹത്തെ ആവേശംകൊള്ളിക്കുകയും പ്രചോദിപ്പിക്കുകയും കർമ്മനിരതമാക്കുകയും ചെയ്ത വാഗ്ഭടാനന്ദന്റെ കർമ്മക്ഷേത്രം തലശ്ശേരിയായിരുന്നുവല്ലോ. ഗുണ്ടർട്ടിന്റെ പ്രവർത്തനങ്ങളെക്കുറിച്ച് മുമ്പ് സൂചിപ്പിച്ചു. ഒ ചന്തുമേനോനെയും സഞ്ജയനെയും ഇവിടെ ഓർക്കാം. വർഗ്ഗബഹുജനപ്രസ്ഥാനങ്ങളുടെ പ്രവർത്തനങ്ങൾ എന്നും ഇവിടെ ശക്തമായിരുന്നു. ഈ സാമൂഹികാന്തരീക്ഷം കോരുമാസ്റ്ററെ തീവ്രമായിത്തന്നെ സ്വാധീനിച്ചു. വാഗ്ഭടാനന്ദനുമായി അദ്ദേഹത്തിന് നല്ല അടുപ്പമുണ്ടായിരുന്നു. ടി സി നാരായണൻ നമ്പ്യാരെപ്പോലുള്ള കമ്യൂണിസ്റ്റ് നേതാക്കന്മാരുമായും അദ്ധ്യാപകപ്രസ്ഥാനവുമായും അദ്ദേഹം ചേർന്ന് പ്രവർത്തിച്ചു. കണ്ണൂർ, തലശ്ശേരി ഭാഗങ്ങളിൽ നടക്കുന്ന സാമൂഹിക-സാംസ്കാരിക പ്രവർത്തനങ്ങളിൽ അദ്ദേഹവും പങ്കാളിയായി. സാംസ്കാരികപ്രഭാഷകനെന്ന നിലയിൽ അദ്ദേഹം അവിടെ നിറഞ്ഞുനിന്നു.

സ്വകാര്യസ്കൂൾ അദ്ധ്യാപകന്മാർ തങ്ങളനുഭവിക്കുന്ന അവശതകൾക്കെതിരെ സംഘടിക്കാനാരംഭിച്ച കാലമായിരുന്നു അത്. 'അദ്ധ്യാപനം രാഷ്ട്രസേവനം, രാഷ്ട്രസേവനം ജീവിതലക്ഷ്യം' എന്ന മുദ്രാവാക്യമുയർത്തിക്കൊണ്ട് അവർ

ദേശീയ പ്രസ്ഥാനത്തിലും സജീവമായി പ്രവർ ത്തിച്ചു. അവർ നിശാപാഠശാലകളും വയോജനക്ലാസുകളും നടത്തി. ഗ്രന്ഥശാലകളും വായനശാലകളും കലാസമിതികളും സ്ഥാപിച്ചു. കലാപരിപാടികൾ സംഘടിപ്പിച്ചു. ബഹുജനങ്ങളുടെ അംഗീകാരവും ആദരവും നേടിയെടുത്തു.

സർക്കാർ സ്കൂൾ അദ്ധ്യാപകനായിരുന്നെങ്കിലും സ്വകാര്യ സ്കൂൾ അദ്ധ്യാപകരുടെ പോരാട്ടങ്ങളോടും സംഘടനാപ്രവർത്തനങ്ങളോടും കോരുമാസ്റ്റർ ഐക്യപ്പെട്ടിരുന്നു. ചിറക്കൽ താലൂക്ക് എയ്ഡഡ് അദ്ധ്യാപകയൂണിയന്റെ ആദ്യസമ്മേളനം 1938 ഡിസംബർ 16 ന് കണ്ണൂരിലെ ആനന്ദമന്ദിരം ഹാളിലാണ് നടത്തിയത്. അഞ്ഞൂറിലധികം അദ്ധ്യാപകർ അതിൽ പങ്കെടുത്തു. തലശ്ശേരി ബ്രണ്ണൻ കോളേജിലെ ചരിത്രാദ്ധ്യാപകൻ കെ ചാത്തു അച്ചനാണ് യോഗത്തിൽ അദ്ധ്യക്ഷതവഹിച്ചത്. വർത്തമാനലോകത്ത് സംഘടിക്കേണ്ടതിന്റെ ആവശ്യകത അദ്ദേഹം എടുത്തുപറഞ്ഞു. സ്വാഗതം പറഞ്ഞ വൈസ് പ്രസിഡന്റ് ഒ വി ഗോവിന്ദൻനമ്പ്യാർ അദ്ധ്യാപകരുടെ ദുരിതങ്ങൾ വിശദമായിത്തന്നെ അവതരിപ്പിച്ചു. സംഘടിക്കാനും ഒന്നിച്ച് പ്രവർത്തിക്കാനും തയ്യാറാകാത്തിടത്തോളം അദ്ധ്യാപകരുടെ ദുരിതങ്ങൾ തീരുകയില്ലെന്ന് ഓർമ്മിപ്പിച്ചുകൊണ്ട് മാനേജർമാരെയും ഇൻസ്പെക്ടർമാരെയും പേടിക്കാതെ യൂണിയനിൽ ചേരാൻ അദ്ദേഹം അദ്ധ്യാപകരോട് അഭ്യർത്ഥിച്ചു. ആ യോഗത്തിൽ അദ്ധ്യാപകധർമ്മത്തെക്കുറിച്ച് പ്രഭാഷണം നടത്തിയത് കോരുമാസ്റ്ററായിരുന്നു.

1944 ജൂണിൽ കോരുമാസ്റ്ററെ കണ്ണൂർ ട്രെയ്നിങ് സ്കൂളിലേക്ക് സ്ഥലം മാറ്റി. എന്നാൽ ആദ്യ നാലുമാസം മെഡിക്കൽ ലീവും പിന്നീട് വിരമിക്കുന്നതിനുമുമ്പുള്ള അവധിയും എടുത്തതിനാൽ അവിടെ അദ്ദേഹം സാങ്കേതികമായി മാത്രമേ സേവനമനുഷ്ഠിച്ചിട്ടുള്ളു. 1945 ജനുവരി 14ന് അദ്ദേഹം വിരമിച്ചു.

തിരിച്ച് ജന്മനാട്ടിലെത്തിയ കോരുമാസ്റ്റർ 45 ജൂണിൽ തന്നെ പാവറട്ടി *ക്രൈസ്റ്റ് കിങ്* കോൺവെന്റ് ഗേൾസ് ഹൈസ്കൂളിൽ ചേർന്നു. രണ്ടുകൊല്ലമേ അവിടെ തുടർന്നുള്ളു. 47 മാർച്ച് 31 ന് അവിടത്തെ സേവനം അവസാനിപ്പിക്കുകയും പുതുതായി ആരംഭിച്ച മുല്ലശ്ശേരി ഹൈസ്കൂളിൽ 47 ജൂൺ ഒന്നിന് ഹെഡ്മാസ്റ്ററായി ചുമതല ഏല്ക്കുകയും ചെയ്തു.

കോരുമാസ്റ്ററുംകൂടിച്ചേർന്നാണ് മുല്ലശ്ശേരിയിൽ സ്കൂൾ സ്ഥാപിച്ചത്. വെള്ളാങ്ങമഠത്തിൽ കോമൻനായർ, ഉള്ളനാട്ട് ചാപ്പപ്പണിക്കർ, പൈലപ്പൻ, സി കെ ശങ്കുണ്ണി എന്നിവരടങ്ങിയ കമ്മിറ്റിയാണ് പ്രവർത്തനങ്ങൾക്ക് നേതൃത്വം നല്കിയത്. ആദ്യം അതൊരു മിഡിൽസ്കൂളായിരുന്നു. 1950 ൽ ഇതൊരു ഹൈസ്കൂളായി വളരുകയും പുതിയ ഹെഡ്മാസ്റ്റർ ചുമതലയേല്ക്കുകയും ചെയ്യുന്നതുവരെ അദ്ദേഹം അവിടെ സേവനമനുഷ്ഠിച്ചു. പ്രതിഫലം വാങ്ങാതെയാണ് അദ്ദേഹം ജോലിചെയ്തിരുന്നത്. 37 വർഷ

ഐക്യകേരള സമ്മേളന ഉപഹാരസമിതി
(ഇരിക്കുന്നത് ഇടത്തുനിന്നും വലത്തോട്ട്) എൻ വി കൃഷ്ണവാര്യർ, ഇ പി സുമിത്രൻ, പി നാരായണൻനായർ, എ ബാലഗോപാൽ, പവനൻ. (നില്ക്കുന്നത്) പി കെ കോരു, എം ചെറുട്ടി, കെ പി രാമൻനായർ, എൻ കെ അറുമുഖൻ, പി സി രാഘവൻനായർ, ടി രാമനുണ്ണി, വി എസ് കേരളീയൻ.

ത്തോളം നീണ്ട അദ്ധ്യാപകജീവിതത്തിന് അവിടെവച്ച് വിരാമമിട്ടു.

സാമൂഹികജീവിതത്തിൽ അദ്ദേഹം തുടർന്നും സക്രിയനായിരുന്നു. കേരളത്തിലെ ഏറ്റവും സമുന്നതരായ സാംസ്കാരികപ്രവർത്തകരിൽ ഒരാളായിരുന്നു മാസ്റ്റർ. അദ്ദേഹത്തിന്റെ എഴുത്തുകളും പ്രഭാഷണങ്ങളും കേരളീയരുടെ ആദരവിനും അംഗീകാരത്തിനും പാത്രമാക്കി. ഉയർന്ന സാംസ്കാരികസദസ്സുകളിൽ അദ്ദേഹത്തിന് പ്രധാനസ്ഥാനം ലഭിച്ചിരുന്നു.

1943 ഡിസംബറിൽ മലബാർ വായനശാലാസംഘത്തിന്റെ പ്രവർത്തനപരിധിയിൽ തിരുവിതാംകൂറും കൊച്ചിയും കൂടി ഉൾപ്പെടുത്തിക്കൊണ്ട് കേരള ഗ്രന്ഥാലയസംഘം എന്നപേരിൽ ഒരു സംഘടന രജിസ്റ്റർ ചെയ്യുകയുണ്ടായി. അഖിലകേരളാടിസ്ഥാനത്തിൽ പ്രാതിനിദ്ധ്യമുള്ള പ്രസ്ഥാനമാക്കി വികസിപ്പിക്കുന്നതിന്റെ ഭാഗമായി മലബാർ വായനശാലാസംഘത്തിന്റെ എക്സിക്യൂട്ടീവ് കേരള ഗ്രന്ഥാലയസംഘം എക്സിക്യൂട്ടീവ് ആയി പുനഃസംഘടിപ്പിച്ചു. പി കെ കോരു അതിലൊരു അംഗമായിരുന്നു. നാലാപ്പാട്ട് ബാലാമണിഅമ്മ, ഡോ. കെ ഗോദവർമ്മ, പനമ്പിള്ളി ഗോവിന്ദമേനോൻ, പ്രൊഫ. ജോസഫ് മുണ്ടശ്ശേരി, പ്രൊഫ. എസ് ഗുപ്തൻനായർ, സി ഉണ്ണിരാജ, മധുരവനം കൃഷ്ണക്കുറുപ്പ് (സെക്രട്ടറി), ഇ രാമൻമേനോൻ (പ്രസിഡന്റ്) എന്നിവരായിരുന്നു മറ്റ് അംഗങ്ങൾ.

തിരു–കൊച്ചി സംയോജനത്തെത്തുടർന്ന് മലബാർകൂടി ഉൾപ്പെടുന്ന ഐക്യകേരളത്തിനുവേണ്ടിയുള്ള പ്രവർത്തനം ഊർജ്ജിതപ്പെട്ടു. ഇന്ത്യൻ നാഷണൽ കോൺഗ്രസ് പൊതുവെ ഇതിനനുകൂലമായ നിലപാടാണ് സ്വീകരിച്ചതെങ്കിലും മലബാർ പ്രദേശ് കോൺഗ്രസ് കമ്മിറ്റി ഇതിനോട് വിയോജിക്കുകയും 1953 ഏപ്രിൽമാസം പാലക്കാട് ചേർന്ന രാഷ്ട്രീയസമ്മേളനം തിരു–കൊച്ചി മദിരാശിയിൽ ലയിപ്പിച്ച് ഒരു ദക്ഷിണസംസ്ഥാനം രൂപീകരിക്കണമെന്ന് ആവശ്യപ്പെടുകയും ചെയ്തു.

ഈ പശ്ചാത്തലത്തിലാണ് ഐക്യകേരളകമ്മിറ്റിയുടെ ആഭിമുഖ്യത്തിൽ 1954 ൽ കോഴിക്കോട് വച്ച് ഒരു വമ്പിച്ച സമ്മേളനം ചേർന്നത്. കോൺഗ്രസുകാരിൽ ഒരുവിഭാഗവും മറ്റ് കക്ഷികളും സാംസ്കാരിക സംഘടനകളും ഈ സമ്മേളനത്തിൽ പങ്കാളികളായി. സമ്മേളനത്തിന്റെ സ്വാഗതസംഘാദ്ധ്യക്ഷൻ കെ വി സൂര്യനാരായണയ്യരും സമ്മേളനാദ്ധ്യക്ഷൻ കെ പി കേശവമേനോനുമായിരുന്നു. എൻ വി കൃഷ്ണവാരിയർ, പി നാരായണൻനായർ, എ ബാലഗോപാൽ, പവനൻ, വി എസ് കേരളീയൻ, എം ചെറൂട്ടി തുടങ്ങിയവരോടൊപ്പം പി കെ കോരുവും സമ്മേളന സംഘാടനത്തിൽ പ്രധാന പങ്കുവഹിച്ചു.

സമ്മേളനത്തിന്റെ ഭാഗമായി ഐക്യകേരളോപഹാരം എന്ന പേരിൽ ഒരു സ്മരണിക പ്രസിദ്ധീകരിക്കുകയുണ്ടായി. ഏകീകൃതകേരളത്തിൽ കൃഷി, വ്യവസായം, വിദ്യാഭ്യാസം, ഭാഷ, സംസ്കാരം എന്നിങ്ങനെയുള്ള വിവിധ രംഗങ്ങളിൽ എന്തൊക്കെ കാര്യങ്ങളാണ് ശ്രദ്ധിക്കേണ്ടത് എന്ന്

ഓരോ ലേഖനത്തിലും പരിശോധിക്കുന്നുണ്ട്. വള്ളത്തോളിന്റെ കവിതയും കെ പി കേശവമേനോൻ, ഇ എം എസ്, എൻ വി കൃഷ്ണവാരിയർ, കുട്ടികൃഷ്ണമാരാർ, പവനൻ തുടങ്ങിയവരുടെ ലേഖനങ്ങളും ഉൾക്കൊള്ളുന്ന ഈ ഉപഹാരഗ്രന്ഥത്തിൽ പ്രാചീനകേരളത്തിന്റെ ശാസ്ത്രപാരമ്പര്യത്തെക്കുറിച്ച് വളരെ പഠനാർഹമായ ലേഖനം പി കെ കോരുവും എഴുതിയിട്ടുണ്ട്.

പി ടി ഭാസ്കരപ്പണിക്കർ പ്രസിഡന്റായ മലബാർ ഡിസ്ട്രിക്ട് ബോർഡിന്റെ വിദ്യാഭ്യാസ കൗൺസിൽ അംഗമായും ചാവക്കാട് ബെഞ്ച് മജിസ്ട്രേട്ടായും അദ്ദേഹം പ്രവർത്തിച്ചു. 1956 ൽ സർക്കാർ പഞ്ചാംഗം പരിഷ്കരിക്കുന്നതിനുള്ള ചുമതല സർക്കാർ പി കെ കോരുവിനെയും മറ്റൊരു ജ്യോതിശ്ശാസ്ത്രപണ്ഡിതനായ പ്രൊഫ. പി യു കൃഷ്ണവാരിയരെയും ആണ് ഏല്പിച്ചത്. അക്കാലത്ത് പരഹിതസമ്പ്രദായമനുസരിച്ചാണ് പഞ്ചാംഗം തയ്യാറാക്കിയിരുന്നത്. എന്നാൽ ദൃഗ്ഗണിതമാണ് കൂടുതൽ ശാസ്ത്രീയമെന്നും ആധുനിക ഗണിതസമ്പ്രദായത്തോട് ചേർന്ന് നില്ക്കുന്നത് എന്നുമുള്ള വിദഗ്ദ്ധാഭിപ്രായത്തിന്റെ അടിസ്ഥാനത്തിൽ, വ്യത്യസ്താഭിപ്രായങ്ങൾ പരിശോധിച്ച് ഒരു വിശദമായ റിപ്പോർട്ട് തയ്യാറാക്കാനായിരുന്നു അവരെ നിയോഗിച്ചത്. അവർ ആ കൃത്യം വളരെ പ്രഗത്ഭമായിത്തന്നെ നിർവ്വഹിച്ചു. സർക്കാർ അവരുടെ നിർദ്ദേശങ്ങൾ അംഗീകരിച്ച് നടപ്പാക്കി.

1956 ആഗസ്ത് 15 നാണ് തിരു-കൊച്ചി സർക്കാർ കേരള സാഹിത്യ അക്കാദമി സ്ഥാപിച്ചത്; കേരളപ്പിറവിക്കുമുമ്പുതന്നെ. സർദാർ കെ എം പണിക്കർ പ്രസിഡന്റും കെ പി കേശവമേനോൻ വൈസ് പ്രസിഡന്റുമായി രൂപീകരിച്ച അക്കാദമിയുടെ ജനറൽ കൗൺസിലിൽ കോരുവും അംഗമായിരുന്നു. ജോസഫ് മുണ്ടശ്ശേരി, എൻ വി കൃഷ്ണവാരിയർ, ജി ശങ്കരക്കുറുപ്പ്, ശൂരനാട് കുഞ്ഞൻപിള്ള, ഡോ. കെ ഭാസ്കരൻനായർ, കെ ദാമോദരൻ, എം പി അപ്പൻ, കുട്ടിക്കൃഷ്ണമാരാർ, പുത്തേഴത്ത് രാമൻമേനോൻ, കെ ടി മുഹമ്മദ്, എസ് കെ പൊറ്റെക്കാട്ട്, ലളിതാംബികാ അന്തർജ്ജനം തുടങ്ങിയവരായിരുന്നു മറ്റ് അംഗങ്ങൾ. കേരളത്തിന്റെ സാഹിത്യ-സാംസ്കാരികമേഖലയുടെ ഒരു പരിച്ഛേദമായിരുന്നു കേരള സാഹിത്യത്തിലെ പ്രാമാണികസമിതിയായ അക്കാദമിയുടെ ആദ്യ ജനറൽ കൗൺസിൽ. കൗൺസിലിന്റെ ആദ്യത്തെ സമ്പൂർണ്ണ സമ്മേളനത്തിൽ പ്രവർത്തനസൗകര്യത്തിനുവേണ്ടി ചില ഉപസമിതികൾ രൂപീകരിക്കുകയുണ്ടായി. അതിൽ ശാസ്ത്രവിഭാഗം ഉപസമിതി അംഗമായിരുന്നു കോരു. ഡോ. ഭാസ്കരൻനായർ സംയോജകനായ സമിതിയിൽ ഡോ. എൽഎ രവിവർമ്മ, ജോസഫ് മുണ്ടശ്ശേരി, എം പി അപ്പൻ, എൻ വി കൃഷ്ണവാരിയർ, കെ ദാമോദരൻ എന്നിവരായിരുന്നു മറ്റംഗങ്ങൾ. ഭരണഘടനാഭേദഗതി, ലിപിയും മുദ്രണവും, തർജ്ജമ, പ്രസാധനം, ബാലസാഹിത്യം, കേരളചരിത്രനിർമ്മാണം എന്നിവയ്ക്ക് വേണ്ടിയുള്ളവയായിരുന്നു മറ്റ് ഉപസമിതികൾ. രണ്ടാം ജനറൽ കൗൺസിലിലും അംഗമായി

പി ടി ഭാസ്കരപ്പണിക്കർ

രുന്ന മാസ്റ്റർ 65 വരെ ആ സ്ഥാനത്ത് തുടർന്നു.

മലബാർ ഡിസ്ട്രിക്ട് ബോർഡ് പ്രസിഡന്റായിരുന്ന പി ടി ഭാസ്കരപ്പണിക്കരുടെ അഭ്യർത്ഥനയെത്തുടർന്ന് ഏതാനും ശാസ്ത്രമെഴുത്തുകാർ ഒറ്റപ്പാലത്ത് സമ്മേളിക്കുകയും ശാസ്ത്രസാഹിത്യസമിതി എന്ന സംഘടനയ്ക്ക് രൂപംനല്കുകയും ചെയ്തു. 1956 ഡിസംബർ 23 ന് ആയിരുന്നു ഈ കൂടിച്ചേരലും സമിതി രൂപീകരണവും. ഐക്യകേരളത്തിൽ രൂപംകൊണ്ട ആദ്യത്തെ ജനകീയസംഘടനയാണ് ശാസ്ത്രസാഹിത്യസമിതി. പി ടി ഭാസ്കരപ്പണിക്കരെ അദ്ധ്യക്ഷനായും ഒറ്റപ്പാലം ഹൈസ്കൂളിൽ അദ്ധ്യാപകനായിരുന്ന ഒ പി നമ്പൂതിരിപ്പാടിനെ കാര്യദർശിയായും തെരഞ്ഞെടുത്തു. ഡോ. എസ് പരമേശ്വരൻ, പി കെ കോരുമാസ്റ്റർ, സി കെ മൂസ്സത്, എം സി നമ്പൂതിരിപ്പാട്, ഇ വി ദേവ് (*ദേശാഭിമാനി*യിൽ സ്ഥിരമായി ശാസ്ത്രപംക്തി കൈകാര്യംചെയ്തിരുന്നത് ദേവായിരുന്നു. എടമന വാസുദേവൻ എന്ന പേര് ചുരുക്കിയത് ഇ എം എസിന്റെ നിർദ്ദേശപ്രകാരമാണ്.), എം എൻ സുബ്രഹ്മണ്യൻ എന്നിവരായിരുന്നു കമ്മിറ്റി അംഗങ്ങൾ. ആ യോഗത്തിൽവച്ച് ശാസ്ത്രസാഹിത്യം എന്ന പദം രൂപപ്പെടുത്തുകയും ശാസ്ത്രസാഹിത്യസമിതി എന്ന പേര് നിർദ്ദേശിക്കുകയും ചെയ്തത് പി ടി ബി ആയിരുന്നു. സമിതി ഒട്ടേറെ പ്രവർത്തനപരിപാടികൾക്ക് രൂപം നല്കിയെങ്കിലും അതൊന്നും മുന്നോട്ടുപോയില്ല. എങ്കിലും 1958 ൽ ആധുനികശാസ്ത്രം എന്ന പേരിൽ ഒരു ലേഖനസമാഹാരം സമിതി പ്രസിദ്ധീകരിച്ചു. ഗണിതവും ജ്യോതിശ്ശാസ്ത്രവും (പി കെ കോരു), ആറ്റം പരമാണു (എസ് പരമേശ്വരൻ), പ്രോട്ടോപ്ലാസം (പി ടി ഭാസ്കരപ്പണിക്കർ), നമ്മുടെ ശാസ്ത്രപാരമ്പര്യം (എം സി നമ്പൂതിരിപ്പാട്), നാളത്തെ ഭക്ഷണം (ഒ പി നമ്പൂതിരിപ്പാട്), ശാസ്ത്രപുരോഗതി (സി കെ മൂസ്സത്), ആധുനികശാസ്ത്രത്തിന്റെ കർമ്മപദ്ധതിയും വീക്ഷണഗതിയും (ഇ വി ദേവ്) എന്നിവയാണ് ഈ ഗ്രന്ഥത്തിലെ ലേഖനങ്ങൾ.

ഭാസ്കരപ്പണിക്കരായിരുന്നു സമിതിയുടെ ഊർജ്ജപ്രഭാവം. എന്നാൽ, 57 ൽ ഇ എം എസ് മന്ത്രിസഭ അധികാരത്തിൽ വരികയും പ്രൊഫ. ജോസഫ് മുണ്ടശ്ശേരി വിദ്യാഭ്യാസമന്ത്രിയാവുകയും ചെയ്തപ്പോൾ, അദ്ദേഹത്തിന്റെ പ്രൈവറ്റ് സെക്രട്ടറിയായി പി ടി ബി തിരുവനന്തപുരത്തേക്ക് പോയി. അതോടെ സമിതി പ്രവർത്തനരഹിതമായി. കേരളമെമ്പാടും അറിയപ്പെട്ട ശാസ്ത്രസാഹിത്യകാരൻ എന്ന നിലയ്ക്ക്, സമിതിയുടെ പ്രവർത്തനങ്ങളിൽ നേതൃസ്ഥാനത്ത് കോരുമാസ്റ്ററുണ്ടായിരുന്നു.

കേരള സാഹിത്യ അക്കാദമി ഒന്നാം ജനറൽ കൗൺസിൽ അംഗങ്ങൾ

ഇരിക്കുന്നവർ : ഇടത്തുനിന്ന് – ശൂരനാട് കുഞ്ഞൻപിള്ള, സി കെ കേരളവർമ്മ, എൻ ഗോപാലപിള്ള, മുതുകുളം പാർവ്വതിയമ്മ, അമ്പാടി കാർത്ത്യായനിയമ്മ, വള്ളത്തോൾ നാരായണമേനോൻ, കെ പി കേശവമേനോൻ, വടക്കുംകൂർ രാജരാജവർമ്മ, വി ഉണ്ണി കൃഷ്ണൻനായർ, കെ വാസുദേവൻമൂസ്സത്, ഫാ.സി കെ മറ്റം, പുത്തേഴത്ത് രാമൻമേനോൻ, ജോസഫ് മുണ്ടശ്ശേരി.
നില്ക്കുന്നവർ : ഇടത്തുനിന്ന് – പാലാ നാരായണൻനായർ, പി കുഞ്ഞിരാമൻനായർ, ജി വൈദ്യനാഥയ്യർ, എസ് കെ പൊറ്റെക്കാട്ട്, കെ ടി മുഹമ്മദ്, കെ ദാമോദരൻ, ഡോ. കെ ഭാസ്കരൻനായർ, ജി ശങ്കരക്കുറുപ്പ്, പി കെ കോരു, എം പി അപ്പൻ, എൻ വി കൃഷ്ണവാരിയർ.

1957 മാർച്ചിൽ കേരളനിയമസഭയിലേക്ക് നടന്ന ആദ്യത്തെ തെരഞ്ഞെടുപ്പിൽ ഗുരുവായൂർ മണ്ഡലത്തിൽനിന്ന് കമ്യൂണിസ്റ്റ് സ്വതന്ത്രനായി കോരുമാസ്റ്റർ മത്സരിച്ച് ജയിച്ചു. വിദ്യാഭ്യാസബില്ലിന്റെ ചർച്ചയിൽ അദ്ദേഹം ക്രിയാത്മകമായി ഇടപെട്ടു. വിമോചനസമരത്തെത്തുടർന്ന് നടന്ന തെരഞ്ഞെടുപ്പിൽ ഗുരുവായൂരിൽ കെ ദാമോദരനെയാണ് പാർട്ടി നിർദ്ദേശിച്ചത്. പക്ഷേ, ദാമോദരൻ ജയിച്ചില്ല.

മലയാള ശാസ്ത്രസാഹിത്യത്തിൽ കോരുമാസ്റ്ററുടെ സംഭാവന അമൂല്യമാണ്. *നക്ഷത്രദീപിക* (1936), *ഗണിതകുസുമാവലി* (1942), *ജ്യോതിഷബാലബോധിനി* (1954), *വരഗണിതപ്രവേശിക* (1959) എന്നീ നാല് സ്വതന്ത്രകൃതികളും *കരണപദ്ധതി* (1953), *ലീലാവതി* (1954), *ഭാസ്കരീയബീജഗണിതം* (1960) എന്നീ കൃതികൾക്കുള്ള വ്യാഖ്യാനങ്ങളുമാണ് അദ്ദേഹത്തിന്റെ ശ്രേഷ്ഠ സംഭാവനകൾ.

നക്ഷത്രനിരീക്ഷണത്തിൽ താല്പര്യമുള്ളവരെ ഉദ്ദേശിച്ച് എഴുതിയിട്ടുള്ളതാണ് *നക്ഷത്രദീപിക*. *ഗണിതകുസുമാവലി* പദ്യരൂപത്തിൽ എഴുതിയിട്ടുള്ള ഗണിതഗ്രന്ഥമാണ്. 300 ഓളം പേജുകളുള്ള *ജ്യോതിഷബാലബോധിനി* ജ്യോതിശ്ശാസ്ത്രത്തിലേക്കുള്ള ഒരു പ്രവേശികയാണ്. കാൽക്കുലസ് എന്ന ഗണിതശാസ്ത്രശാഖയുടെ പ്രാരംഭപഠനത്തിന് സഹായകമായ ഗ്രന്ഥമാണ് *വരഗണിതപ്രവേശിക*.

ഭാസ്കരാചാര്യന്റെ *സിദ്ധാന്തശിരോമണി* എന്ന പ്രശസ്ത ഗ്രന്ഥത്തിന്റെ രണ്ടദ്ധ്യായങ്ങളുടെ വ്യാഖ്യാനമാണ് *ലീലാവതി*യും *ഭാസ്കരീയ ബീജഗണിത*വും. പുതുമന സോമയാജിയുടെ *കരണപദ്ധതി* എന്ന ഗണിതഗ്രന്ഥത്തിന്റെ വ്യാഖ്യാനമാണ് മറ്റൊരു കൃതി.

കോരുമാസ്റ്ററും എം നാരായണനും ചേർന്ന് പ്രസിദ്ധീകരിച്ച ഉപന്യാസ സമാഹാരമാണ് *ഉപന്യാസമഞ്ജരി*. ഇതിലെ 14 ലേഖനങ്ങളിൽ ഏഴെണ്ണം കോരുമാസ്റ്ററുടേതാണ്. ഇവർ രണ്ടുപേരും ചേർന്ന് തയ്യാറാക്കിയ *ഇംഗ്ലീഷ്-മലയാളം സാങ്കേതിക നിഘണ്ടു*വാണ് മറ്റൊരു ശ്രദ്ധേയമായ സംഭാവന. കെ കേളപ്പനാണ് പുസ്തകത്തിൽ അവതാരിക എഴുതിയിട്ടുള്ളത്.

ഏകദേശം മൂന്നര ദശകക്കാലം മലയാള വൈജ്ഞാനികസാഹിത്യരംഗത്ത് നിറഞ്ഞുനിന്നിരുന്നു കോരുമാസ്റ്റർ. പ്രശസ്തങ്ങളും അപ്രശസ്തങ്ങളുമായ ആനുകാലികങ്ങളിൽ അദ്ദേഹം നിരവധി ലേഖനങ്ങൾ എഴുതി പ്രസിദ്ധീകരിച്ചിട്ടുണ്ട്. അവയൊന്നും സമാഹരിക്കപ്പെട്ടിട്ടില്ല എന്നതാണ് ദുഃഖകരമായ യാഥാർത്ഥ്യം. അക്കാലത്ത് വൈജ്ഞാനികരചനകളോട് മലയാളികൾ കാണിച്ച അവഗണനയുടെ തീവ്രതയാണ് ഈ സംഗതി വെളിപ്പെടുത്തുന്നത്.

1960 നുശേഷം അദ്ദേഹം പൊതുപ്രവർത്തനങ്ങളിൽനിന്ന് പതുക്കെ പിന്മാറി. ഒരു വർഷത്തോളം വാതരോഗബാധിതനായി കിടപ്പിലായിരുന്നു. 1967 ഡിസംബർ 28ന് 77-ാമത്തെ വയസ്സിൽ ചിറ്റാട്ടുകരയിലെ കുളി

യാട്ട് ഭവനത്തിൽവച്ച് അദ്ദേഹം നിര്യാതനായി.

20–ാംനൂറ്റാണ്ടിൽ കേരളത്തിൽ ജീവിച്ച ഏറ്റവും പ്രമുഖരായ ഗണിത–ജ്യോതിശ്ശാസ്ത്രപണ്ഡിതന്മാരിൽ ഒരാളായിരുന്നു കോരുമാസ്റ്റർ. കേരളത്തിലെ ഏറ്റവും സമുന്നതരായ സാംസ്കാരിക പ്രവർത്തകരായിരുന്നു അദ്ദേഹത്തിന്റെ സഹപ്രവർത്തകർ. താൻ ആർജ്ജിച്ച അറിവുകൾ വാമൊഴിയായും വരമൊഴിയായും മറ്റുള്ളവർക്ക് പകർന്നുകൊടുക്കാൻ അദ്ദേഹം സദാ ശ്രമിച്ചുകൊണ്ടിരുന്നു. അത്യന്തം ഗഹനവും സങ്കീർണ്ണവുമായ ശാസ്ത്രകാര്യങ്ങൾ എത്രയും ലളിതമായി എങ്ങനെ അവതരിപ്പിക്കാമെന്നതിന്റെ മകുടോദാഹരണങ്ങളാണ് അദ്ദേഹത്തിന്റെ കൃതികൾ. വ്യക്തവും കൃത്യവുമായ കാഴ്ചപ്പാടോടെ സാമൂഹികപ്രശ്നങ്ങളിൽ സക്രിയമായിത്തന്നെ അദ്ദേഹം ഇടപെട്ടു. ഗണിതശാസ്ത്രത്തിലും ജ്യോതിശ്ശാസ്ത്രത്തിലും ഉയർന്ന പഠനമേഖലയിലേക്കോ ഗവേഷണത്തിലേക്കോ കയറിച്ചെല്ലാൻ പല പരിമിതികളാലും അദ്ദേഹത്തിന് സാധിച്ചില്ല. അതു സാധിച്ചിരുന്നെങ്കിൽ, ആ അസാമാന്യ പ്രതിഭാശാലിയിൽനിന്ന് സമൂഹത്തിന് ലഭിക്കുമായിരുന്ന അനർഘ സംഭാവനകളെക്കുറിച്ച് ഓർത്ത് ദുഃഖിക്കാനേ നിവൃത്തിയുള്ളൂ.

നിയമസഭാംഗം

1956 നവംബർ 1 ന് ഐക്യകേരളം നിലവിൽവന്നു. മലയാളികളുടെ ഒരു ചിരാഭിലാഷത്തിന്റെ പൂർത്തീകരണമായിരുന്നു അത്. പി എസ് റാവു കേരളത്തിന്റെ ആക്ടിങ് ഗവർണറായി ചുമതലയേറ്റു. ആ മാസം 22 ന് ബി രാമകൃഷ്ണറാവു കേരള ഗവർണറായി സത്യപ്രതിജ്ഞ ചെയ്തു. ആന്ധ്രക്കാരനായ രാമകൃഷ്ണറാവു 1937 ൽ ഹൈദരാബാദ് സ്റ്റേറ്റ് കോൺഗ്രസ് രൂപംകൊണ്ടപ്പോൾ അതിന്റെ നിർവ്വാഹകസമിതി അംഗവും പിന്നീട് പ്രസിഡന്റും ആയിരുന്നു. 1952 ലെ തിരഞ്ഞെടുപ്പിനെ തുടർന്ന് ഹൈദരാബാദ് മുഖ്യമന്ത്രിയായി. അക്കാലത്ത് കമ്യൂണിസ്റ്റുകാരെ അടിച്ചമർത്താൻ കൈക്കൊണ്ട മർദ്ദനനടപടികൾ ഏറെ കുപ്രസിദ്ധമാണ്. (മാതൃഭാഷയായ തെലുങ്കിനു പുറമെ ഉറുദു, മറാഠി, കന്നഡ, ഹിന്ദി, സംസ്കൃതം, പേർഷ്യൻ എന്നീ ഭാഷകളിലും അദ്ദേഹം പണ്ഡിതനായിരുന്നു. ഓമർ ഖയ്യാമിന്റെ കവിതകൾ തെലുങ്കിലേക്ക് തർജ്ജമ ചെയ്തിട്ടുണ്ട്. ആന്ധ്ര, ഉസ്മാനിയ സർവ്വകലാശാലകൾ ഓണററി ഡിലിറ്റ് നല്കിയിട്ടുണ്ട്.)

ഡിസംബർ 13 ന് ആദ്യ കേരളനിയമസഭയിലേക്കു തിരഞ്ഞെടുപ്പ് നടത്താൻ തീരുമാനിച്ച വിവരം അന്നത്തെ ഇലക്ഷൻ കമ്മീഷണർ സുകുമാർ സെൻ അറിയിച്ചു. ജനുവരി 19 ന് തിരഞ്ഞെടുപ്പ് തീയതി ഉൾപ്പെടെയുള്ള കാര്യങ്ങൾ പ്രഖ്യാപിച്ചു. ജനസംഖ്യാനുപാതികമായി 126 മണ്ഡലങ്ങളാണ് ആദ്യ നിയമസഭയിൽ ഉണ്ടായിരുന്നത്. ഫെബ്രുവരി 25 നും മാർച്ച് 12 നും ഇടയിൽ, ആറുദിവസങ്ങളിലായി തിരഞ്ഞെടുപ്പ് നടത്താനായിരുന്നു തീരുമാനം. ഇന്നത്തെപ്പോലെ എല്ലാ മണ്ഡലങ്ങളിലെയും തിരഞ്ഞെടുപ്പ് കഴിഞ്ഞതിനുശേഷം മാത്രം വോട്ടെണ്ണുന്ന രീതിയായിരു

ഒന്നാം കേരള നിയമസഭ

ന്നില്ല അന്ന്. വോട്ടെടുപ്പ് കഴിഞ്ഞാൽ അപ്പോൾ തന്നെ വോട്ടെണ്ണി ഫലം പ്രഖ്യാപിക്കും.

അനേകം ജനകീയസമരങ്ങളിലൂടെ ജനഹൃദയങ്ങളിൽ ഇടംനേടിയ കമ്യൂണിസ്റ്റ് പാർട്ടി കേരളമെമ്പാടും അതിവേഗം ശക്തിപ്രാപിച്ചുവരികയായിരുന്നു. തിരഞ്ഞെടുപ്പിനെ നേരിടാൻ എല്ലാവിധ തയ്യാറെടുപ്പുകളും ആദ്യമേ പാർട്ടി നടത്തിയിരുന്നു. തനിയെ മത്സരിക്കാനുള്ള ശേഷിയും ഒറ്റയ്ക്ക് ഭരിക്കാനുള്ള ഭൂരിപക്ഷം കിട്ടുമെന്ന വിശ്വാസവും ഉണ്ടായിരുന്നെങ്കിലും, കോൺഗ്രസിന് എതിരായി മറ്റു പാർട്ടികളെക്കൂടി ചേർത്ത് മുന്നണിയായി മത്സരിക്കുന്നതാണ് നല്ലതെന്നായിരുന്നു പാർട്ടി തീരുമാനിച്ചത്. പി എസ് പി യുമായും ആർ എസ് പി യുമായും സഖ്യമുണ്ടാക്കാൻ കമ്യൂണിസ്റ്റ് പാർട്ടി പരമാവധി ശ്രമിക്കുകയും ചെയ്തു. എന്നാൽ യാഥാർത്ഥ്യബോധം ലവലേശമില്ലാത്ത അവകാശവാദങ്ങളാണ് രണ്ടു പാർട്ടികളും ഉന്നയിച്ചത്. അതുകൊണ്ടുതന്നെ സഖ്യസാദ്ധ്യത ഇല്ലാതാവുകയും കമ്യൂണിസ്റ്റ് പാർട്ടി ഒറ്റയ്ക്ക് മത്സരിക്കാൻ തീരുമാനിക്കുകയും ചെയ്തു. അതോടൊപ്പം പൊതുസമ്മതരായ ഏതാനും വ്യക്തികളെ സ്വതന്ത്രരായി നിർത്താനും തീരുമാനിച്ചു.

മുല്ലശ്ശേരി ഹൈസ്കൂളിൽനിന്നും വിരമിച്ചതിനുശേഷം എഴുത്തും വായനയും സാംസ്കാരികപ്രവർത്തനങ്ങളുമായി കഴിഞ്ഞുകൂടിയിരുന്ന പി കെ കോരുവിനെയാണ് ഗുരുവായൂർ മണ്ഡലത്തിലെ സ്വതന്ത്രസ്ഥാനാർത്ഥിയായി കമ്യൂണിസ്റ്റ് പാർട്ടി തീരുമാനിച്ചത്. അദ്ദേഹത്തിന്റെ ഇടതുപക്ഷാഭിമുഖ്യവും ബഹുജനസ്വീകാര്യതയും സാംസ്കാരികൗന്നത്യവും എല്ലാം അങ്ങനെയൊരു തീരുമാനമെടുക്കുന്നതിൽ കമ്യൂണിസ്റ്റ് പാർട്ടി നേതാക്കന്മാർക്ക് ഊർജ്ജം പകർന്നിരിക്കാം. അതോടൊപ്പം മുണ്ടശ്ശേരിയെപ്പോലുള്ളവരുടെ പ്രേരണയും ഉണ്ടായിരിക്കാം. "റിട്ടയർ ചെയ്തതിനുശേഷം കേവലം വിജ്ഞാനബുഭുക്ഷുവായി സ്വൈരജീവിതം നയിച്ചിരുന്ന പി കെ കോരുമാസ്റ്ററെ സജീവരാഷ്ട്രീയത്തിലേക്ക് പിടിച്ചിറക്കുന്ന കാര്യത്തിലും എനിക്കേറെക്കുറെ പങ്കാളിയാകേണ്ടിവന്നു" എന്ന് മുണ്ടശ്ശേരി ആത്മകഥയിൽ രേഖപ്പെടുത്തിയിട്ടുണ്ട്.

കോരുമാസ്റ്ററുടെ സ്ഥാനാർത്ഥിത്വം പാർട്ടി പ്രവർത്തകരിലും പൊതുജനങ്ങളിലും വലിയ ആവേശമുണർത്തി. സ്വതന്ത്ര സ്ഥാനാർത്ഥിയെന്ന നിലയ്ക്ക് ആനയായിരുന്നു അദ്ദേഹത്തിന്റെ ചിഹ്നം. പൊതുവേ കോൺഗ്രസ്സാഭിമുഖ്യമുള്ള മണ്ഡലമായിരുന്നുവെങ്കിലും അത്തവണ ജയിക്കാൻ സാധിക്കുമെന്ന പ്രതീക്ഷ പാർട്ടി പ്രവർത്തകർക്കുണ്ടായിരുന്നു. അതവരുടെ ആത്മവിശ്വാസം വളർത്തി. പ്രവർത്തനങ്ങളുടെ ഊക്കും, ആക്കവും വർദ്ധിപ്പിച്ചു. ടി കെ രാമനായിരുന്നു അന്ന് പാർട്ടിയുടെ ചാവക്കാട് താലൂക്ക് സെക്രട്ടറി. പാർട്ടിയുടെ സമുന്നത നേതാവും പ്രമുഖ മാർക്സിസ്റ്റ് സൈദ്ധാന്തികനും എഴുത്തുകാരനും ഒക്കെയായ കെ ദാമോദരന്റെ

പ്രധാന കർമ്മഭൂമി ഗുരുവായൂരും പരിസരവുമായിരുന്നു. ഇവരുടെ നേതൃത്വത്തിലാണ് തിരഞ്ഞെടുപ്പ് പ്രചാരണം മുന്നേറിയത്. ബി ആർ കേശവൻ, കെ പി ആർ മേനോൻ, സി എസ് ഗോപാലൻ തുടങ്ങിയവരാണ് പ്രചാരണരംഗത്ത് സജീവമായി ഉണ്ടായിരുന്നവർ. അഡ്വ. വി ശിവരാമനും (പില്ക്കാലത്ത് ഹൈക്കോടതി ജഡ്ജിയായ ജസ്റ്റിസ് വി ശിവരാമൻ) കൊളാടി ഗോവിന്ദൻകുട്ടിയും പ്രൊഫ. ജോസഫ് മുണ്ടശ്ശേരിയും എല്ലാം ഗുരുവായൂരിൽ വന്നു പ്രസംഗിച്ചു.

പള്ളികൾ കമ്യൂണിസ്റ്റ് വിരുദ്ധപ്രചാരണത്തിന്റെ കേന്ദ്രങ്ങളായി പ്രവർത്തിച്ചു. വിശ്വാസികളെ പാർട്ടിക്കെതിരായി മാറ്റാനുള്ള ശ്രമങ്ങൾ വ്യാപകമായി നടന്നു. പ്രസംഗങ്ങളിൽ കോരുവിനെയും പാർട്ടിയെയും കുറിച്ച് അവാസ്തവങ്ങളും അസത്യങ്ങളും അസംബന്ധങ്ങളും വിളിച്ചു പറയാൻ എതിരാളികൾക്ക് ഒരു മനസ്സാക്ഷിക്കുത്തുമുണ്ടായില്ല. ഒരു പുരോഹിതന്റെ പ്രസംഗം ഇങ്ങനെയായിരുന്നു: “ലോകാവസാനമായി, അന്തിക്രിസ്തുവിന്റെ വരവായിരിക്കുന്നു. ലോകം രണ്ടുചേരിയായി തിരിഞ്ഞിരിക്കുകയാണ്. ഒന്ന് ദൈവത്തിലും ആത്മാവിലും വിശ്വസിക്കുന്നവരും മറ്റേത് ദൈവവിശ്വാസികളെ കൊന്നൊടുക്കുന്നവരുമാണ്. രണ്ടാമത്തെ കൂട്ടരാണ് നിരീശ്വരവാദികളായ കമ്യൂണിസ്റ്റുകാർ. ഇവർ ആദ്യം റഷ്യയിലും പിന്നീട് ചൈനയിലും കത്തോലിക്കരെ കൊന്നൊടുക്കി. ഇപ്പോൾ ആ അന്തിക്രിസ്തു പിശാചുക്കൾ ഹങ്കറിയിലും പോളണ്ടിലും മറ്റും ചാരന്മാരെ അയച്ച് കമ്യൂണിസം സ്ഥാപിച്ച് അവിടത്തെ നിധികളെല്ലാം മോസ്കോവിലേക്ക് കടത്തി. അന്നാട്ടിലെ ജനങ്ങൾ, ദാരിദ്ര്യം സഹിക്കാതെ ഗവണ്മെന്റിനോട് ഭക്ഷണം ചോദിച്ചപ്പോൾ പട്ടാളത്തെക്കൊണ്ട് വെടിവയ്പ് നടത്തി നമ്മുടെ സത്യവിശ്വാസികളെ മുഴുവൻ കൊന്നൊടുക്കിവരികയാണ്. അതുകൊണ്ട് മിശിഹാതമ്പുരാന്റെ മക്കളായ കത്തോലിക്കർ റഷ്യൻ ചാരന്മാരായ കമ്യൂണിസ്റ്റുകൾ വോട്ടുചോദിച്ചുവന്നാൽ കൊടുത്തുപോകരുത്.” ജ്യോതിശ്ശാസ്ത്ര പണ്ഡിതനായ കോരുമാസ്റ്ററെ ‘നക്ഷത്രമന്ത്രി’യെന്ന് വിളിച്ച് എതിർകക്ഷികൾ പരിഹസിച്ചു. തിരഞ്ഞെടുപ്പ് യോഗങ്ങളിലൊക്കെ, താൻ കമ്യൂണിസ്റ്റ് പിന്തുണയോടുകൂടി സ്വതന്ത്രനായി മത്സരിക്കാൻ ഇടയാക്കിയ സാഹചര്യങ്ങൾ കോരുമാസ്റ്റർ സുദീർഘമായിത്തന്നെ വിശദീകരിക്കുകയുണ്ടായി.

ഗുരുവായൂർ മണ്ഡലത്തിൽ കോൺഗ്രസിന്റെ സ്ഥാനാർത്ഥി എം വി അബൂബക്കറും മുസ്ലീംലീഗ് പിന്തുണയുള്ള പി എസ്പി. സ്ഥാനാർത്ഥി കെ ജെ സെബാസ്റ്റ്യനുമായിരുന്നു.

ഇ എം എസ്.

മാർച്ച് 11 നായിരുന്നു ഗുരുവായൂരിലെ തിരഞ്ഞെടുപ്പ്. മത്സരത്തിൽ 2635 വോട്ടിന്റെ ഭൂരിപക്ഷത്തോടെ കോരുമാസ്റ്റർ വിജയിച്ചു. സ്വതന്ത്ര സ്ഥാനാർത്ഥികളിൽ വി ആർ കൃഷ്ണയ്യർ (തലശ്ശേരി), കെ വി ജോൺ (കുഴൽമന്ദം), ഡോ. എ ആർ മേനോൻ (തൃശ്ശൂർ), ചെങ്ങളം വി.രാമകൃഷ്ണപിള്ള (ഹരിപ്പാട്) എന്നിവരും വിജയിച്ചു.

126 അംഗ നിയമസഭയിൽ 5 സ്വതന്ത്രന്മാരുൾപ്പെടെ 65 പേരുടെ പിന്തുണയോടുകൂടി കമ്യൂണിസ്റ്റ് പാർട്ടി ഭൂരിപക്ഷം നേടി. ഫലപ്രഖ്യാപനത്തിനുശേഷം കമ്യൂണിസ്റ്റ് പാർട്ടി വിളിച്ചുചേർത്ത നിയമസഭാംഗങ്ങളുടെ യോഗത്തിൽ അഞ്ച് സ്വതന്ത്രന്മാരും പങ്കെടുത്തു. ആ യോഗത്തിൽ കോരുമാസ്റ്റർ പ്രഖ്യാപിച്ചു: "സ്വാഭിമാനത്തോടും സ്വാതന്ത്ര്യത്തോടുംകൂടി ജീവിക്കുന്നവനാണ് മനുഷ്യൻ. ആ നിലയിലാണ് ഞാൻ രാഷ്ട്രീയപ്പാർട്ടികളുമായി അടുത്തത്. ആദ്യം കോൺഗ്രസിലും പിന്നീട് കമ്യൂണിസ്റ്റ് പാർട്ടിയിലും ഞാൻ സഹകരിച്ചത് ഈ ചിന്താഗതിയോടുകൂടിത്തന്നെയാണ്. എനിക്ക് ഈ തിരഞ്ഞെടുപ്പിൽ വെറും ഒന്നേകാൽരൂപ മാത്രമാണ് എന്റെ പോക്കറ്റിൽനിന്ന് ചെലവായത്. അത്രയ്ക്ക് ആത്മാർത്ഥമായിട്ടാണ് കമ്യൂണിസ്റ്റ് പാർട്ടി പ്രവർത്തിച്ചിട്ടുള്ളത്. കമ്യൂണിസ്റ്റ് പാർട്ടിയുടെ പരിപാടി നടപ്പാക്കാൻ, കമ്യൂണിസ്റ്റ് പാർട്ടിയുടെ ഗവണ്മെന്റിന് ഞാൻ സർവ്വ പിന്തുണയും വാഗ്ദാനംചെയ്യുന്നു." കമ്യൂണിസ്റ്റ് പാർട്ടി അധികാരത്തിലേറുന്നത് തടയാൻ കോൺഗ്രസുകാരനായ ഗവണർണ്ണർ രാമകൃഷ്ണറാവു അങ്ങേയറ്റം ശ്രമിച്ചു. സ്വതന്ത്രാംഗങ്ങൾ ഓരോരുത്തരും കമ്യൂണിസ്റ്റ് പാർട്ടിക്ക് പിന്തുണ പ്രഖ്യാപിച്ചുകൊണ്ട് പ്രത്യേകം പ്രത്യേകം കത്തുകൾ നല്കിയിരുന്നു. എന്നാൽ അതുപോര, ഓരോരുത്തരെയും തനിക്ക് നേരിട്ട് കാണണമെന്ന് ഗവർണർ വാശിപിടിച്ചു. സ്വതന്ത്രന്മാരെ പിന്തിരിപ്പിക്കാനായിരുന്നു അദ്ദേഹത്തിന്റെ ശ്രമം. എന്നാൽ അത് വിജയിച്ചില്ല. അഞ്ചുപേരും തങ്ങളുടെ നിലപാടിൽ അചഞ്ചലരായിരുന്നു.

ജനപ്രതിനിധിയെന്ന നിലയിൽ തന്റെ മണ്ഡലത്തിലെ ജനകീയപ്രശ്നങ്ങൾ സഭയിൽ ഉയർത്താൻ അദ്ദേഹം ശ്രദ്ധിച്ചു. അതോടൊപ്പം, അതുമാത്രമല്ല നിയമനിർമ്മാണസഭയിലെ അംഗത്തിന്റെ ധർമ്മം എന്ന തികഞ്ഞ ബോദ്ധ്യത്തോടെ സഭാചർച്ചകളിൽ ഇടപെടാനും അദ്ദേഹം ജാഗ്രത പുലർത്തിയിരുന്നു.

തന്റെ ആഫീസിൽവന്ന ഒരു കക്ഷിയോട്, ചെരുപ്പഴിച്ചുവച്ച് കയറാൻ സബ്‌രജിസ്ട്രാർ നിർബ്ബന്ധിച്ചതിനെക്കുറിച്ചായിരുന്നു അദ്ദേഹം സഭയിൽ ഉന്നയിച്ച ഒരു ചോദ്യം.

"*ശ്രീ. പി കെ കോരു:* താഴെ കാണുന്ന ചോദ്യങ്ങൾക്ക് റവന്യു വകുപ്പുമന്ത്രി സദയം മറുപടി നല്കുമോ?

(1) സബ് രജിസ്ട്രാർ ഓഫീസുകളിൽ രജിസ്റ്റർ ചെയ്യുവാൻ ചെല്ലുന്ന കക്ഷികൾ ചെരുപ്പ് അഴിച്ചുവേണം സബ് രജിസ്ട്രാറുടെ മുമ്പിൽ ഹാജരാകേണ്ടതെന്ന് നിയമം വല്ലതുമുണ്ടോ;

(2) ഇല്ലെങ്കിൽ തൃശ്ശൂർ ജില്ലയിൽ അന്നകര അംശം പെരുവല്ലൂർ ദേശക്കാരനായ ശ്രീ. കെ എസ് നായർ 18.5.57 ൽ ഒരാധാരം രജിസ്റ്ററാക്കുവാൻ മുല്ലശ്ശേരി സബ് രജിസ്ട്രാറാഫീസിൽ ചെന്നപ്പോൾ സബ് രജിസ്ട്രാർ കക്ഷിയോട് കാലിൽനിന്നും ചെരുപ്പഴിക്കുവാൻ നിർബ്ബന്ധിച്ചതിന്റെ കാരണമെന്ത്;

(3) ഈ വക അപമര്യാദയായ പെരുമാറ്റങ്ങൾ നാട്ടുകാർക്ക് നേരിടാതിരിക്കാൻ ഗവണ്മെന്റ് ഓഫീസുകളിൽ ആചരിക്കേണ്ട ആചാരോപചാരങ്ങളെപ്പറ്റി ഒരു പ്രസിദ്ധീകരണം ഈ ഗവണ്മെന്റ് പുറപ്പെടുവിക്കുമോ?

റവന്യൂ വകുപ്പുമന്ത്രി (ശ്രീമതി കെ ആർ ഗൗരി):

(1) അപ്രകാരം ഒരു നിയമമില്ല.

(2) 18.5.1957 ശനിയാഴ്ചയായിരുന്നതിനാൽ 1.30 വരെ മാത്രമെ ഓഫീസുണ്ടായിരുന്നുള്ളു. അന്നേദിവസം മുല്ലശ്ശേരി സബ്രജിസ്ട്രാറാഫീസിൽ യാതൊരു ആധാരവും രജിസ്റ്റർ ചെയ്തിട്ടില്ലെന്നും, ആരുടെയും കാലിൽനിന്നും ചെരുപ്പഴിക്കുവാൻ സബ്രജിസ്ട്രാർ ആവശ്യപ്പെട്ടിട്ടില്ലെന്നുമാണ് അന്വേഷണത്തിൽ ഗവണ്മെന്റിനു മനസ്സിലാക്കുവാൻ സാധിച്ചിട്ടുള്ളത്.

(3) അങ്ങനെയൊരു പ്രസിദ്ധീകരണത്തിന്റെ ആവശ്യം ഉണ്ടെന്നു തോന്നുന്നില്ല.

ശ്രീ. കെ ചന്ദ്രശേഖരൻ: ഗവണ്മെന്റ് ഓഫീസുകളിൽ പോകുമ്പോൾ ചെരുപ്പ് ഊരിവയ്ക്കണമെന്നു വല്ല നിയമവുമുണ്ടോ?

ശ്രീ. കെ ആർ ഗൗരി: അങ്ങനെ നിയമമൊന്നുമില്ല.

ശ്രീ. കെ കൊച്ചുകുട്ടൻ: ചെരുപ്പ് അഴിച്ചുവയ്ക്കണമെന്നു ആവശ്യപ്പെട്ട ഉദ്യോഗസ്ഥൻതന്നെയാണോ, അങ്ങനെ ആവശ്യപ്പെട്ടിട്ടില്ലെന്നു റിപ്പോർട്ട് ചെയ്തിട്ടുള്ളത്.

ശ്രീ. കെ ആർ ഗൗരി: അങ്ങനെയല്ല. പരാതിക്കു കാരണക്കാരനായ ഉദ്യോഗസ്ഥനോടുതന്നെ അതിനെപ്പറ്റി റിപ്പോർട്ടു തരുവാൻ ആവശ്യപ്പെടുന്ന പതിവ് ഈ ഗവണ്മെന്റിനില്ല.

ശ്രീ. കെ കൊച്ചുകുട്ടൻ: ഇതിന് ഇൻഫർമേഷൻ നല്കിയത് ആരാണ്?

ശ്രീ. കെ ആർ ഗൗരി: ഐ ജി ഓഫ് രജിസ്ട്രേഷനിൽനിന്നും ലഭിച്ച വിവരമാണ്.

ശ്രീ. എം നാരായണക്കുറുപ്പ്: ഈ ചോദ്യത്തിൽ ഒരു പ്രത്യേക വ്യക്തിയുടെ പേരു പറഞ്ഞുകാണുന്നു. അദ്ദേഹത്തോട് ഈ സംഭവത്തെപ്പറ്റി വല്ല അന്വേഷണവും നടത്തിയിട്ടുണ്ടോ?

ശ്രീ. കെ ആർ ഗൗരി: ഈ ചോദ്യം കിട്ടിക്കഴിഞ്ഞതിനുശേഷം ഒരു എൻക്വയറി എന്നനിലയിൽ നടത്തിയിട്ടില്ല. ഉദ്യോഗസ്ഥനെ സംബന്ധിച്ച കാര്യം മാത്രം അന്വേഷിച്ചതേയുള്ളു."

ഗുരുവായൂർ പഞ്ചായത്ത് അതിർത്തിയിലുള്ള ഇലക്ട്രിസിറ്റി വിളക്കുകളെക്കുറിച്ചുള്ളതായിരുന്നു മറ്റൊരു ചോദ്യം.

"*ശ്രീ. പി കെ കോരു :* താഴെ കാണുന്ന ചോദ്യങ്ങൾക്ക് നിയമവകുപ്പു മന്ത്രി സദയം മറുപടി നല്കുമോ?

(1) ഗുരുവായൂർ പഞ്ചായത്തതിർത്തിക്കുള്ളിൽ കഴിഞ്ഞ ഫെബ്രുവരി അവസാനം വൈദ്യുത വിളക്കുകൾ സ്ഥാപിച്ചിട്ടുണ്ടോ;

(2) ഇലക്ട്രിസിറ്റി ചീഫ് എഞ്ചിനീയറുടെ കല്പന പ്രകാരമാണോ ഇത് നടന്നത്;

(3) ഗുരുവായൂർ അമ്പലത്തിലും ചുരുക്കം ചില പ്രമാണികളുടെ സ്ഥലങ്ങളിലും മാത്രമാണോ വിളക്കുകൾ സ്ഥാപിച്ചിട്ടുള്ളത്;

(4) ഗുരുവായൂർ പഞ്ചായത്തു പ്രസിഡന്റിന്റെ അഭിപ്രായം ഇക്കാര്യത്തിൽ ആരാഞ്ഞിട്ടുണ്ടോ?

ഉത്തരം

(എ) കഴിഞ്ഞ ഫെബ്രുവരിമാസം അവസാനം ഗുരുവായൂർ പഞ്ചായത്ത് അതിർത്തിക്കുള്ളിൽ വൈദ്യുത വിളക്കുകൾ സ്ഥാപിച്ചിട്ടില്ല. എന്നാൽ മാർച്ചുമാസത്തിൽ ഗുരുവായൂർ ദേവസ്വംവക സ്ഥലത്ത് 48 വിളക്കുകൾ സ്ഥാപിച്ചിട്ടുണ്ട്.

(ബി) അല്ല. നോർത്ത് സർക്കിൾ സൂപ്രണ്ടിങ് എഞ്ചിനീയറുടെ നിർദ്ദേശാനുസരണമാണ് പ്രസ്തുത വിളക്കുകൾ സ്ഥാപിച്ചത്.

(സി) ദേവസ്വംവക സ്ഥലത്ത് വിളക്കുകൾ സ്ഥാപിച്ചിട്ടുണ്ട്, അത് മറ്റ് യാതൊരു പ്രത്യേക വ്യക്തികളെയും ഉദ്ദേശിച്ചു ചെയ്തിട്ടുള്ളതല്ല.

(ഡി) ഇല്ല. ദേവസ്വം അധികാരാതിർത്തിയിലുള്ള സ്ഥലത്തു സ്ഥാപിതമായതുകൊണ്ട് തല്സംബന്ധമായ അറ്റകുറ്റപ്പണികൾക്കും മറ്റും വേണ്ടിവരുന്ന ചെലവു വഹിക്കേണ്ടത് ദേവസ്വത്തിൽനിന്നായതുകൊണ്ടും പഞ്ചായത്തതിർത്തിക്കകത്തുള്ള റോഡുകളിലും ഇടവഴികളിലും മറ്റും വിളക്കുകൾ സ്ഥാപിക്കുമ്പോൾ മാത്രം പഞ്ചായത്തു പ്രസിഡന്റിന്റെ അഭിപ്രായം ആരാഞ്ഞാൽ മതിയെന്നുള്ളതുകൊണ്ടും

ഈ വിഷയത്തിൽ പഞ്ചായത്തു പ്രസിഡന്റിന്റെ അഭിപ്രായം അന്വേഷിക്കേണ്ട ആവശ്യം ഉണ്ടായിരുന്നില്ല. ജൂലൈ കഴിയുന്നതിനുമുമ്പ് ഗുരുവായൂർ പഞ്ചായത്തിലെ ഇതര പ്രദേശങ്ങളിലും പ്രവൃത്തി തുടങ്ങുന്നതാണ്.

കോരുമാസ്റ്റർ നിയമസഭയിൽ നടത്തിയ ഓരോ പ്രസംഗവും അദ്ദേഹത്തിന്റെ അറിവിന്റെ ആഴവും വിപുലമായ ലോകാനുഭവപരിചയവും വ്യക്തമാക്കുന്നതായിരുന്നു. 1957 ഏപ്രിൽ 30 ന് ഗവർണറുടെ നയപ്രഖ്യാപനപ്രസംഗത്തിന് നന്ദി രേഖപ്പെടുത്തിക്കൊണ്ട് സംസാരിച്ചവരിൽ ഒരാൾ അദ്ദേഹമായിരുന്നു. കേരള വികസനത്തെക്കുറിച്ച് സമഗ്രവീക്ഷണം ഉൾക്കൊള്ളുന്നതായിരുന്നു ആ ലഘുപ്രസംഗം.

"സർ, ബഹുമാനപ്പെട്ട ഗവർണർ അവർകൾ ചെയ്ത പ്രസംഗത്തിനു നന്ദി പ്രകടിപ്പിച്ചുകൊണ്ട് ഒന്നുരണ്ടു കാര്യങ്ങൾ എനിക്കും പറയാനുണ്ട്. പുതിയൊരു കേരള സംസ്ഥാനം രൂപവല്കരിച്ചത് ഭാഷാപരമായും, വിദ്യാഭ്യാസസംബന്ധമായും സാംസ്കാരികമായും മറ്റും ഏറ്റവും ആശാസ്യമായ ഒരു സംഗതിയാണ്. ക്ഷേമസമ്പൂർണ്ണമായ ഒരു ഭാവികേരളം മനസ്സിൽ വിഭാവനം ചെയ്തു; അതു കഴിയുന്ന വേഗം വരുത്തുവാൻ അടുത്ത ചില മാസങ്ങളിൽ ചെയ്യേണ്ട പ്രവൃത്തികളെ സംബന്ധിച്ചാണ് ഗവർണറുടെ പ്രസംഗമെന്നു ഞാൻ കരുതുന്നു. ഇതിന് ഉപോൽബലകമായി അദ്ദേഹത്തിന്റെ പ്രസംഗത്തിൽനിന്ന് അനവധി കാര്യങ്ങൾ ചൂണ്ടിക്കാണിക്കാവുന്നതാണ്. തിരുവിതാംകൂർ, കൊച്ചി, മലബാർ എന്നീ മൂന്നു രാജ്യവിഭാഗങ്ങൾ ഏകീകരിച്ചുണ്ടായ ഒരു പുതിയ സംസ്ഥാനമാണല്ലോ കേരളസംസ്ഥാനം. വിഭാഗീയമനോഭാവം ഓരോ പ്രദേശത്തും ഉള്ളവർക്ക് ഉണ്ടാകരുതെന്നും, തിരുവിതാംകൂറുകാരായാലും, കൊച്ചിക്കാരായാലും മലബാറുകാരായാലും നാമെല്ലാം കേരളീയരാണെന്നും, ഒന്നാണെന്നുമുള്ള ചിന്താഗതിയോടുകൂടി വേണം ഈ പുതിയ സംസ്ഥാനത്തിന്റെ രൂപവല്ക്കരണത്തോടുകൂടി നമ്മെ അഭിമുഖീകരിക്കുന്ന പുതിയ പ്രശ്നങ്ങളെയെല്ലാം വീക്ഷിക്കുവാനെന്നും അദ്ദേഹം ഉദ്ബോധിപ്പിക്കുന്നത് ഏറ്റവും ശ്രദ്ധാർഹമായ ഒരു കാര്യമാണ്. ഈ ഏകീകരണമനോഭാവത്തിനുവേണ്ടി അദ്ദേഹം പ്രദർശിപ്പിച്ച തീക്ഷ്ണതയിൽ എനിക്ക് അതിയായ സന്തോഷമുണ്ട്."

"ഈ പ്രസംഗത്തിൽ ഉന്നയിക്കപ്പെട്ട മറ്റൊരുസംഗതി മുനിസിപ്പാലിറ്റികളെയും പഞ്ചായത്തു ബോർഡുകളെയും അതുപോലെയുള്ള മറ്റു സ്വയംഭരണസ്ഥാപനങ്ങളെയും സംബന്ധിച്ചുള്ളതാണ്. ഇതു സംബന്ധിച്ച് എനിക്ക് പറയാനുള്ളത്, ഇവയുടെ പ്രവർത്തനങ്ങൾ കേരളം ഒട്ടാകെ, ഒരേ രീതിയിൽ ആക്കേണ്ടത് അത്യാവശ്യമാണ് എന്നാണ്. മുനിസിപ്പാലിറ്റികളുടെയും പഞ്ചായത്തുകളുടെയും ഭരണക്രമവും പ്രവർത്തനങ്ങളും അവ ഏതാണ്ടു സ്വയം സമ്പൂർണ്ണസ്ഥാപനങ്ങളാക്കിത്തീർ

ക്കുന്നതിന് ഉപകരിക്കത്തക്കവിധം മുനിസിപ്പാലിറ്റികൾക്കും വില്ലേജ് പഞ്ചായത്തുകൾക്കും നിർദ്ദിഷ്ട ആവശ്യവും സൗകര്യവും നോക്കി പോളിസികൾ നിശ്ചയിക്കാനും പരിപാടികൾ നടപ്പിൽ വരുത്താനും അവ സ്വയം സമ്പൂർണ്ണസ്ഥാപനങ്ങളായിരുന്നാലേ ഒക്കുകയുള്ളു. നമ്മുടെ ഭരണം ലഘൂകരിപ്പാനും, അവയിൽ വന്നുകൂടിയ അഴിമതികൾക്ക് പരിഹാരം കാണുവാനും അത്യാവശ്യമാണ് ഈ പരിഷ്കരണം. മറ്റു ചില രാജ്യങ്ങളിലെ മുനിസിപ്പാലിറ്റികളിൽ അവരുടെ സ്വന്തമായ പൊലീസുകളുണ്ട്. ഇതു നമ്മുടെ മുനിസിപ്പാലിറ്റികളിലും പഞ്ചായത്തുകളിലും ആവാം. ഇന്ന് ജനങ്ങൾക്ക് പൊലീസുകാർ ഉപകാരമായിത്തീരുന്നതിൽ അനുഭവിക്കുന്ന ബുദ്ധിമുട്ടുകൾ ഇതുകൊണ്ടുതീരും. നമ്മുടെ മന്ത്രിമാരുടെ ശ്രദ്ധ ആ വിഷയത്തിൽ പ്രത്യേകം പതിയുമെന്ന് ഞാൻ മനസ്സിലാക്കുന്നു. നിയമത്തിന്റെ കെട്ടുപാടുകൾ അധികമില്ലാത്ത കാര്യങ്ങൾ എന്തുകൊണ്ട് പഞ്ചായത്തുകൾക്കുതന്നെ വിട്ടുകൊടുത്തുകൂടാ, ഇന്നും തീരാതെ കിടക്കുന്ന അനവധി കുഴപ്പങ്ങൾ ഈ പഞ്ചായത്തുകൾ മുഖേന എളുപ്പത്തിൽ തീർക്കുവാൻ കഴിയും. മാത്രമല്ല, നമ്മുടെ പഞ്ചായത്തുകളെ പരിഷ്കരിച്ചാൽ ഈ സെക്രട്ടറിയേറ്റിലെ ജോലിതന്നെ വളരെയധികം കുറയ്ക്കാൻ സാധിക്കും.

മറ്റൊന്ന്, എല്ലാ കർഷകർക്കും, ഭൂവുടമസ്ഥന്മാർക്കും, കർഷകത്തൊഴിലാളികൾക്കും ആശ്വാസം കൊടുക്കാനുള്ള ഒരാഗ്രഹവും ഈ പ്രസംഗത്തിൽ പ്രദർശിപ്പിച്ചുകാണുന്നുണ്ട്. അതും ഒരു നല്ല കാര്യമാണ്.

മറ്റൊരു സംഗതി, ജനസംഖ്യാവർദ്ധനവിനെപ്പറ്റിയാണ്. പൂർവ്വിക കാലങ്ങളിൽ നമ്മുടെ രാജ്യം ഇത്ര ജനപ്പെരുപ്പമുള്ള ഒന്നല്ലായിരുന്നു. ജനനിബിഡത നിമിത്തം കേരളസംസ്ഥാനം നാൾക്കുനാൾ പുതിയ പുതിയ പ്രശ്നങ്ങളെ അഭിമുഖീകരിച്ചുകൊണ്ടിരിക്കുകയാണ്. ഇങ്ങനെ ജനപ്പെരുപ്പമുണ്ടാകുന്ന ഒരു സ്ഥലത്ത് വ്യവസായംകൊണ്ടല്ലാതെ യാതൊരഭിവൃദ്ധിയും ഉണ്ടാകുന്നതല്ല. ഇക്കാര്യത്തിലും പ്രസംഗത്തിൽ പ്രത്യേകം ശ്രദ്ധ പതിഞ്ഞു കാണുന്നുണ്ട്. ഭക്ഷണകാര്യത്തെപ്പറ്റിയും കൃഷിവികസന കാര്യത്തെപ്പറ്റിയും പ്രസംഗത്തിൽ സൂചിപ്പിച്ചിട്ടുണ്ട്. മെഡിക്കൽ ഡിപ്പാർട്ടുമെന്റിനെപ്പറ്റി പ്രസംഗത്തിൽ പ്രസ്താവിക്കുന്നുണ്ടെങ്കിലും ആയുർവ്വേദത്തെ അഭിവൃദ്ധിപ്പെടുത്തുന്നതിനെപ്പറ്റി ഒന്നുംതന്നെ പ്രസ്താവിച്ചു കാണുന്നില്ല. അക്കാര്യത്തിലും ഗവണ്മെന്റ് ശ്രദ്ധിക്കുമെന്നു വിശ്വസിക്കുന്നു. മറ്റു ഡിപ്പാർട്ടുമെന്റുകളെപ്പറ്റിയും മറ്റും പ്രസ്താവിക്കുവാൻ വേറെയും അംഗങ്ങൾ ഉണ്ടാകുമെന്നതുകൊണ്ട്, ഞാൻ അവയെപ്പറ്റി ഒന്നും പറയുന്നില്ല. ഈ പ്രസ്താവനയോടുകൂടി ഞാൻ ഈ പ്രമേയത്തെ പിൻതാങ്ങുന്നു.”

വിദ്യാഭ്യാസ വിചക്ഷണനും വാഗ്മിയുമായിരുന്നു കോരുമാസ്റ്റർ. ഒരു ശാസ്ത്രസാഹിത്യകാരനായ അദ്ദേഹം കാര്യങ്ങൾ വളരെ സൂക്ഷ്മത

യോടെ, മിതമായും സാരമായും അവതരിപ്പിക്കുന്നതിൽ എപ്പോഴും നിഷ്ഠ പുലർത്തിയിരുന്നു. വിദ്യാഭ്യാസമേഖലയ്ക്കുള്ള ധനാഭ്യർത്ഥനയെ പിന്തുണച്ചുകൊണ്ട് നടത്തിയ പ്രസംഗം നിലനില്ക്കുന്ന വിദ്യാഭ്യാസസമ്പ്രദായത്തോടുള്ള വിമർശനവും ഈ രംഗം മെച്ചപ്പെടുത്തുന്നതിനുള്ള നിർദ്ദേശങ്ങളും ഉൾക്കൊള്ളുന്നതായിരുന്നു.

"സർ, ഈ സംസ്ഥാനത്ത് വിദ്യാഭ്യാസത്തിനായി കുറെയധികം രൂപ കൊള്ളയടിച്ചിട്ടുള്ളതിനെപ്പറ്റി പരാതികൾ ഉന്നയിക്കുകയുണ്ടായി. പലപ്പോഴും വരവിന്റെ പകുതിയിലധികവും, ചിലപ്പോൾ കടം വാങ്ങിച്ചുമാണ് കുട്ടികളുടെ വിദ്യാഭ്യാസത്തിനുവേണ്ടി നാമൊക്കെ ചെലവാക്കുന്നതെങ്കിൽ, പരിഷ്കാരം വർദ്ധിച്ചുവരുന്ന ഈ കാലഘട്ടത്തിൽ വിദ്യാഭ്യാസവകുപ്പിലേക്ക് മുമ്പത്തേക്കാൾ കൂടുതൽ തുക ഗവണ്മെന്റിനു ചെലവാകുന്നുണ്ടെങ്കിൽത്തന്നെ അതിൽ അത്ഭുതപ്പെടേണ്ട കാര്യമൊന്നുമില്ലെന്നാണ് എന്റെ അഭിപ്രായം. വിദ്യാഭ്യാസകാര്യത്തിൽ ഒരു കുടുംബത്തിന് ഉണ്ടായിക്കൊണ്ടിരിക്കുന്ന വൈഷമ്യങ്ങൾ എത്രത്തോളമുണ്ടെന്നു ബോദ്ധ്യപ്പെട്ടുകൊണ്ടിരിക്കെ, ഒരു ഗവണ്മെന്റിന് ഈ കാര്യത്തിൽ ഉണ്ടാകാവുന്ന ചെലവുകൾ എത്രത്തോളമുണ്ടെന്ന് ഒന്നു ചിന്തിക്കേണ്ടതാണ്. നമ്മുടെ ജീവിതരീതിതന്നെ പലവിധത്തിലും സങ്കീർണ്ണമായിത്തീരുമ്പോൾ വിശേഷിച്ചും വിദ്യാഭ്യാസകാര്യത്തിനുവേണ്ടി ഗവണ്മെന്റ് ധാരാളം തുക ചെലവാക്കേണ്ടിവരുമെന്നുള്ളത് അനിഷേദ്ധ്യമായ ഒരു വസ്തുതയാണ്. ആ വിഷയത്തിൽ എത്രമാത്രം സംഖ്യ ഗവണ്മെന്റ് ചെലവാക്കിയാലും ആക്ഷേപത്തിനു വകയില്ലെന്നാണ് എനിക്കു തോന്നുന്നത്. പല ബഹുമാനപ്പെട്ട മെമ്പർമാർക്കും ആക്ഷേപം ഉണ്ടായിട്ടുള്ളത് ഈ കാര്യത്തിൽ വന്നിട്ടുള്ള അധികച്ചെലവിനെപ്പറ്റിയാണ്.

വിദ്യാഭ്യാസപരമായി നിലനിന്നുവരുന്ന ചില പ്രാചീന നടപടിക്രമങ്ങളിൽനിന്ന് ഒരു വ്യതിയാനം വരുത്തി പരിഷ്കൃതരീതിയിൽ വിദ്യാർത്ഥികളുടെ ജീവിതത്തിനു ഉപകരിക്കത്തക്കനിലയിലുള്ള വിദ്യാഭ്യാസസമ്പ്രദായം ഏർപ്പെടുത്തണമെന്നുള്ള ഒരു ഉദ്ദേശമാണ് ഗവണ്മെന്റിനുള്ളതെങ്കിൽ അത് നാം ചെയ്യേണ്ടതാണ്. ഈ സംസ്ഥാനത്തെ വരവിന്റെ മൂന്നിൽ ഒരു ഭാഗം വിദ്യാഭ്യാസത്തിനുവേണ്ടി ചെലവഴിക്കുന്നത് കുറ്റകരമായി എനിക്കു തോന്നുന്നില്ല. വിദ്യാഭ്യാസ ഡിപ്പാർട്ടുമെന്റിൽ ഒരു ഡയറക്ടർ ഉണ്ടായിരിക്കെ, ആ സ്ഥാനത്ത് അഞ്ചാറ് ഡയറക്ടർമാരെ നിയമിക്കുകയും, അവർക്കുവേണ്ടി ആവശ്യമില്ലാത്ത പാഴ്ചെലവ് ചെയ്യേണ്ടിവരികയും ചെയ്യുന്നു എന്നും മറ്റുമാണ് ഇവിടെയുണ്ടായ ആക്ഷേപങ്ങൾ. കുട്ടികളുടെ വിദ്യാഭ്യാസത്തെ സംബന്ധിച്ചിടത്തോളം അവരുടെ ജീവിതവുമായി ബന്ധപ്പെട്ടതരത്തിലും, മേലാൽ അവർക്ക് ഉപകാരപ്രദമായ രീതിയിൽ എത്തിക്കാൻ ഉതകത്തക്കതുമായ വിദ്യാഭ്യാസസമ്പ്രദായം അത്യാവശ്യമാണെന്നു കണ്ടതുകൊണ്ടാണ് വിദ്യാഭ്യാസവകുപ്പിന്റെ

ഓരോ സെക്ഷനും ഓരോ ഡയറക്ടറുടെ മേൽനോട്ടത്തിൽ ചുമതലപ്പെടുത്തിയിട്ടുള്ളത്. അതായത്, സാംസ്കാരികവിദ്യാഭ്യാസം, സാങ്കേതികവിദ്യാഭ്യാസം, അക്കാദമിക്കൽ വിദ്യാഭ്യാസം തുടങ്ങി പല വകുപ്പുകളും ഒരു ഡയറക്ടറുടെ മേൽനോട്ടത്തിൽ ഏല്പിക്കുന്നതായാൽ മുൻപറഞ്ഞ വിദ്യാഭ്യാസരീതിയെ സംബന്ധിച്ചിടത്തോളം നാം വിചാരിക്കുന്ന ഫലസിദ്ധി ഉണ്ടാകുകയില്ല എന്നു വിചാരിച്ചതിന്റെ ഫലമായിട്ടാണ് ഓരോ വകുപ്പിലും വൈദഗ്ദ്ധ്യം സമ്പാദിച്ചിട്ടുള്ള വ്യക്തികളെ ഡയറക്ടർമാരാക്കിയിരിക്കുന്നത്. തന്നിമിത്തം വിദ്യാഭ്യാസത്തിന്റെ വിവിധ നിലകളിലും അദ്ധ്യയനം ചെയ്യുന്ന വിദ്യാർത്ഥികൾക്ക് അതാത് വിഷയത്തെ സംബന്ധിച്ച് ഏതാണ്ട് പരിപൂർണ്ണജ്ഞാനമാണ് ലഭ്യമാകുന്നത്.

ഈ ഇടക്കാലത്തുതന്നെ നമ്മുടെ കോളേജുകളിൽ യൂണിവേഴ്സിറ്റി കമ്മീഷൻ സന്ദർശിക്കുകയുണ്ടായി. ആ അവസരത്തിൽ അവിടെയുള്ള ലാബറട്ടറികളിലും, ലൈബ്രറികളിലും കുറേ ആൾത്തിരക്ക് ഉണ്ടാകുകയും, അവരുടെ പുറകെ കുറെ കോളേജ് അധികൃതർ ചുറ്റിനടക്കുകയും മറ്റും ചെയ്യുകയല്ലാതെ വിദ്യാഭ്യാസവിഷയവുമായി നമുക്ക് പഠിക്കത്തക്കവണ്ണം ഒരു സന്ദർഭവും ഉണ്ടാകാറില്ല. മാത്രമല്ല നമ്മുടെ കോളേജിലുള്ള സമർത്ഥന്മാരായ പ്രൊഫസർമാരിൽനിന്നും ആധുനികവിദ്യാഭ്യാസസമ്പ്രദായത്തെപ്പറ്റി അവരുടെ മുമ്പാകെ യാതൊരു ചർച്ചയും ഉണ്ടാകാറില്ല. വിദ്യാഭ്യാസത്തിനുശേഷം കോളേജുകളിൽനിന്നും പുറത്തുവരുന്ന വിദ്യാർത്ഥികൾക്ക് ഗവണ്മെന്റ് ജോലി കിട്ടിയില്ലെങ്കിൽത്തന്നെയും ജീവിക്കാനുള്ള പരിസരവും സന്ദർഭവും പ്രദാനം ചെയ്യുക എന്നുള്ളതാണ് ഇപ്പോഴത്തെ വിദ്യാഭ്യാസത്തിന്റെ നിലവാരമായി ഗവണ്മെന്റ് കണക്കാക്കിയിരിക്കുന്നത്. അങ്ങനെ നോക്കുകയാണെങ്കിൽ വിദ്യാർത്ഥികളുടെ മാനസികവും ബുദ്ധിപരവുമായ പ്രവർത്തനങ്ങളെയും, ലക്ഷ്യങ്ങളെയും കണക്കാക്കിവേണം അവർക്കു നല്കുന്ന വിദ്യാഭ്യാസം. അതായത്, ഓരോ വിദ്യാർത്ഥിയുടെയും അഭിരുചി അനുസരിച്ചുള്ള വിദ്യാഭ്യാസമായിരിക്കണം വിദ്യാലയങ്ങളിൽനിന്നും ലഭിക്കേണ്ടിയിരിക്കുന്നത്.

ശ്രീ. പി ടി ചാക്കോ: ബഹുമാനപ്പെട്ട മെമ്പർ സംസാരിക്കുന്നതൊക്കെ ബഹുമാനപ്പെട്ട മന്ത്രി കേൾക്കണമെന്നുണ്ടെങ്കിൽ അദ്ദേഹത്തെ വിളിച്ച് ഉണർത്തണമെന്നുകൂടി ഓർക്കേണ്ടതുണ്ട്.

ശ്രീ.ജോസഫ് മുണ്ടശ്ശേരി: ഇതു വെറും അടിസ്ഥാനരഹിതമായ ഒരു ആരോപണമാണ്. ഞാൻ ഇങ്ങനെയുള്ള ആരോപണങ്ങളെ അങ്ങേയറ്റം നിഷേധിക്കുകയാണ് ചെയ്യുന്നത്.

ശ്രീ. പി കെ കോരു: അങ്ങനെയാണെങ്കിൽ വിദ്യാർത്ഥികളുടെ ജീവിതായോധനത്തിന് ഉപകരിക്കുന്ന വിദ്യാഭ്യാസം നല്കുന്നതിനുവേണ്ടി വിവിധ വിദ്യാഭ്യാസശാലകളിൽ വിദഗ്ദ്ധന്മാരുടെ മേൽനോട്ടത്തിൽ അദ്ധ്യ

യനം നടത്തുന്നതു നന്നായിരിക്കുമെന്നാണ് എന്റെ അഭിപ്രായം. അങ്ങനെ സാംസ്കാരികവിദ്യാഭ്യാസം, സാങ്കേതികവിദ്യാഭ്യാസം മുതലായവ ലഭിക്കുന്ന വിദ്യാർത്ഥികൾക്ക് അതുകൊണ്ട് ഉപയോഗപ്പെടുത്താനുള്ള സൗകര്യം ഉണ്ടാകുന്നതാണ്. സാങ്കേതികവിദ്യാഭ്യാസമാണെങ്കിൽ നമ്മുടെ സംസ്ഥാനത്തു വ്യാവസായികമായ മാർഗ്ഗങ്ങൾ എന്തെല്ലാമാണെന്നും എങ്ങനെ ഫലപ്രദമാക്കാമെന്നും, പുരോഗമിപ്പിക്കാമെന്നും മറ്റുമുള്ള ചിന്താഗതികളാണ് അത്തരം വിദ്യാർത്ഥികൾക്കു വേണ്ടത്. അവർ ആ ലൈനിൽത്തന്നെ ദൃഢമായി നിന്നുകൊണ്ട് പ്രവർത്തിക്കുന്നവരായിരിക്കണം. അതുപോലെ സാംസ്കാരികവിദ്യാഭ്യാസം മാനസികമായ വളർച്ച ഉണ്ടാക്കുന്നതാണ്. അവയിൽ വ്യാപൃതരായ വിദ്യാർത്ഥികൾ ആ കാര്യങ്ങൾ ശ്രദ്ധിച്ചാൽ മതിയാകും. ഇങ്ങനെ ഓരോ ഇനത്തിൽപെട്ട വിദ്യാഭ്യാസംകൊണ്ടും നമുക്ക് പ്രതീക്ഷിക്കുന്ന ഫലം ഉണ്ടാകുകയാണ് ചെയ്യുന്നത്. അങ്ങനെയിരിക്കെ, ഈ വകുപ്പിലേക്ക് ഏതാനും മേലദ്ധ്യക്ഷന്മാരെ നിയമിച്ചിട്ടുണ്ടെങ്കിൽത്തന്നെ നമുക്ക് കുറ്റപ്പെടുത്താൻ ഒരു ന്യായവും ഞാൻ കാണുന്നില്ല. മാത്രമല്ല, ഈ കാരണംകൊണ്ട് അല്പസ്വല്പം ചെലവ് ഈ വകയിൽ കൂടിയിട്ടുണ്ട് എന്നല്ലാതെ ബഹുമാനപ്പെട്ട മെമ്പർമാർ പറയുന്നതുപോലെയുള്ള അധികച്ചെലവുകൾ ഉണ്ടായിട്ടില്ലെന്ന് പരിശോധിച്ചാൽ മനസ്സിലാകുന്നതാണ്.

ഇനി മറ്റൊരു കാര്യം പറയുവാനുള്ളത് മലബാറിനെ അപേക്ഷിച്ച് തിരുവിതാംകൂർ-കൊച്ചിയിൽ വിദ്യാഭ്യാസത്തിനുവേണ്ടിയുള്ള സന്ദർഭങ്ങളും സൗകര്യങ്ങളും വളരെക്കൂടുതലായിട്ടുണ്ട്. അതേ അവസരത്തിൽ മലബാറിനെക്കൂടി തിരുവിതാംകൂർ-കൊച്ചിയുടെ വിദ്യാഭ്യാസ നിലവാരത്തിലേക്ക് ഉയർത്തേണ്ടതായ ഒരു കടമകൂടി ഈ ഗവണ്മെന്റിന് ഉണ്ടെന്നുള്ളത് ഈ അവസരത്തിൽ ഞാൻ പ്രസ്താവിച്ചുകൊള്ളട്ടെ. തിരുവിതാംകൂർ-കൊച്ചിയെപ്പോലെ വിദ്യാഭ്യാസത്തിൽ മാത്രമല്ല, മറ്റെല്ലാ കാര്യത്തിലും, മലബാറിനെക്കൂടി സംയോജിപ്പിച്ചുകൊണ്ട് ഒരു ഏകീകരണം വരുത്തേണ്ടതിന്റെ ആവശ്യംകൂടിയുണ്ട്. ഭാഷാപരമായും കേരളസംസ്ഥാനമൊട്ടാകെ പുരോഗതിയും, ഐകരൂപ്യവും വരുത്തേണ്ടതാണ്. അതുകൊണ്ട് കഴിയുന്നിടത്തോളം വിദ്യാഭ്യാസസ്ഥാപനങ്ങളുടെ കാര്യത്തിൽ ഈ മൂന്നു പ്രദേശങ്ങളിലും ഒരു ഐകരൂപ്യം ഉണ്ടാക്കേണ്ടതത്യാവശ്യമാണ്. ഐകരൂപ്യം വരുത്തണമെന്നു ഉദ്ദേശിച്ചുതന്നെയായിരിക്കും ബഹുമാനപ്പെട്ട മന്ത്രി അധികം സ്കൂളുകൾ പ്രത്യേകിച്ച് മലബാറിൽ തുടങ്ങുവാൻ നിശ്ചയിച്ചതെന്നു ഞാൻ വിശ്വസിക്കുന്നു.

അടിസ്ഥാന വിദ്യാഭ്യാസത്തെപ്പറ്റി കൂടി എനിക്കൊരുവാക്ക് പറയാനുണ്ട്. അടിസ്ഥാന വിദ്യാഭ്യാസം എത്രയും ഗൗരവമുള്ള ഒരു വിഷയമായിരിക്കെ ലാഘവബുദ്ധിയോടുകൂടി അതിനെ വിമർശിക്കുവാൻ ആർക്കും സാദ്ധ്യമല്ല. പ്രവൃത്തികൊണ്ടുള്ള ജ്ഞാനം, പുസ്തകത്തിൽ നിന്നുകി

ട്ടുന്ന ജ്ഞാനത്തേക്കാൾ ദൃഢതരവും ഉപയോഗപ്രദവും ആയിരിക്കും. പ്രവൃത്തിയിൽക്കൂടി ജ്ഞാനം സമ്പാദിക്കുന്ന ഒരുത്തനെ പ്രോത്സാഹിപ്പിക്കാനുള്ള ധൈര്യം ഗവണ്മെന്റിന് ഉണ്ടാകണം. ഒരുദാഹരണം ഞാൻ പറയാം. ഒരുത്തനെ ഓവർസിയറായിട്ട് നിയമിച്ചാൽ അവൻ ആ ജോലി സമർത്ഥമായി ചെയ്യുന്നുണ്ടെങ്കിൽ, ആ പ്രവൃത്തിമൂലം അവൻ കൂടുതൽ ജ്ഞാനം സമ്പാദിച്ചിട്ടുണ്ടെങ്കിൽ അവനെ എഞ്ചിനീയറാക്കണമെന്നാണ് ഞാൻ പറയുന്നത്. എന്നെ ഇവിടത്തെ ചീഫ് എഞ്ചിനീയറോ, എക്സിക്യൂട്ടീവ് എഞ്ചിനീയറോ, ആക്കുകയാണെങ്കിൽ, ഞാൻ ചെറുപ്പമായിരുന്നെങ്കിൽ 5 കൊല്ലംകൊണ്ട് ഒരു നല്ല എഞ്ചിനീയറായി പ്രവർത്തിച്ചുകൊള്ളാമെന്ന് സധൈര്യം പറയാം. പ്രവൃത്തിയോടുകൂടി ജ്ഞാനം സമ്പാദിച്ച് സമർത്ഥരായിരിക്കുന്ന ആളുകൾക്ക് അവർ അർഹിക്കുന്ന സ്ഥാനങ്ങളിൽ പ്രൊമോഷൻ കൊടുക്കുന്നതിന് നമ്മുടെ ഗവണ്മെന്റുകൾ ഉത്സാഹം പ്രദർശിപ്പിക്കുന്നില്ല. യൂണിവേഴ്സിറ്റി ഡിഗ്രി കണക്കാക്കിയിട്ടാണ് ഇന്ന് ഉദ്യോഗങ്ങൾ കൊടുക്കുന്നത്.

പ്രവർത്തിച്ചുകൊണ്ടേ ഒരാൾ ഒരു വിഷയത്തിൽ സൂക്ഷ്മജ്ഞാനം സമ്പാദിക്കുകയുള്ളു എന്ന് ഉറപ്പായി വിശ്വസിക്കുന്ന ഒരാളാണു ഞാൻ. എന്നിരുന്നിട്ടും നമ്മുടെ നാട്ടിൽ ഇന്നു നടക്കുന്ന അടിസ്ഥാന വിദ്യാഭ്യാസത്തിൽ വിശ്വാസമർപ്പിക്കുവാൻ എനിക്കു സാധിക്കുന്നില്ല. എന്റെ വീട്ടിലെ കുട്ടികൾ അടിസ്ഥാന വിദ്യാലയത്തിൽ പോകുന്നുണ്ട്. രണ്ടു മൂന്നു കൊല്ലം അവരവിടെ പഠിച്ചിട്ടും അവർക്കു നല്ലവണ്ണം കാര്യം ഗ്രഹിക്കുവാനോ വായിക്കുവാനോ സാധിക്കുന്നില്ല. അവിടെ കാര്യമായിട്ടു യാതൊരു വിദ്യാഭ്യാസവും നടക്കുന്നില്ലെന്നാണ് അറിയുന്നത്. മഹാത്മാഗാന്ധിയുടെ പേരും പറഞ്ഞ് അടിസ്ഥാന വിദ്യാഭ്യാസം നടത്തുക മാത്രമാണ് ചെയ്യുന്നത്. ഇന്നത്തെ അടിസ്ഥാന വിദ്യാഭ്യാസസമ്പ്രദായത്തെ പൂർണ്ണമായി അനുകൂലിക്കുവാൻ എനിക്കു നിവൃത്തിയില്ല. അടിസ്ഥാന വിദ്യാഭ്യാസത്തിന്റെ നല്ല ഭാഗവും ഇന്നു നടപ്പുള്ള വിദ്യാഭ്യാസത്തിലെ നല്ല ഭാഗവും കൂട്ടി പുതിയ ഒരു സമ്പ്രദായം നടപ്പിലാക്കണമെന്ന് എനിക്കപേക്ഷയുണ്ട്. രണ്ട് മൂന്നു കൊല്ലത്തിനകം ബഹുമാനപ്പെട്ട മന്ത്രി അത്തരത്തിൽ ഒരു പദ്ധതി ആസൂത്രണം ചെയ്യുമെന്നു ഞാൻ പരിപൂർണ്ണമായും വിശ്വസിക്കുന്നു.

എനിക്ക് ഒരു സംഗതികൂടി പറയാനുണ്ട്. വിദ്യാഭ്യാസ മേലദ്ധ്യക്ഷന്റെ ആഫീസിൽനിന്നോ, ഗവണ്മെന്റിൽനിന്നോ, പുറപ്പെടുന്ന കല്പനകൾ ഒന്നുംതന്നെ വേണ്ടസമയത്ത് സ്കൂളിൽ ഇന്നു കിട്ടാറില്ല. ഇവിടെ ഏതുതരത്തിലുള്ള കല്പനകൾ ഉണ്ടായാലും അതു വളരെ താമസിക്കാതെകണ്ട് എല്ലാ കോളേജുകളിലും, സ്കൂളുകളിലും എത്തിക്കുവാനുള്ള ഒരേർപ്പാട് ചെയ്യണമെന്ന അപേക്ഷയോടുകൂടി ഞാൻ ഈ ധനാഭ്യർത്ഥനയെ പരിപൂർണ്ണമായി ആത്മാർത്ഥതയോടുകൂടി പിൻതാങ്ങുന്നു."

തിരുവിതാംകൂർ സർവ്വകലാശാലയെ കേരള സർവ്വകലാശാലയായി മാറ്റുന്നതിനുള്ള ബില്ല് അന്നത്തെ വിദ്യാഭ്യാസമന്ത്രി പ്രൊഫ. ജോസഫ് മുണ്ടശ്ശേരി സഭയിൽ അവതരിപ്പിക്കുകയും കൂടുതൽ വിപുലമായ ചർച്ചക്കായി സെലക്ട് കമ്മിറ്റിക്ക് വിടണമെന്ന് നിർദ്ദേശിക്കുകയും ചെയ്തു. ആ നിർദ്ദേശത്തെ അനുകൂലിച്ചുകൊണ്ട് കോരുമാസ്റ്റർ നടത്തിയ പ്രസംഗത്തിൽ ഉന്നതവിദ്യാഭ്യാസത്തെക്കുറിച്ച് അദ്ദേഹത്തിനുള്ള തെളിമയാർന്ന പരിപ്രേക്ഷ്യത്തിന്റെ പരിസ്ഫുരണം പ്രകടമാണ്. അടുത്തകാലത്ത് കേരളത്തിലെ ഒരു പ്രമുഖ ദിനപ്പത്രത്തിൽ പ്രഗത്ഭനായ ഒരു വിദ്യാഭ്യാസചിന്തകൻ നമ്മുടെ ഉന്നതവിദ്യാഭ്യാസരംഗത്തെക്കുറിച്ചെഴുതിയ ലേഖനം ആരംഭിക്കുന്നത് കോരുമാസ്റ്ററുടെ ഈ പ്രസംഗത്തിലെ ചില വരികൾ ഉദ്ധരിച്ചുകൊണ്ടായിരുന്നു. അറുപതുവർഷങ്ങൾക്കുശേഷവും കോരുമാസ്റ്ററുടെ വാക്കുകളുടെ പ്രസക്തി നഷ്ടപ്പെട്ടിട്ടില്ല എന്നർത്ഥം.

1957 ജൂൺ 11 ന് നടത്തിയ ആ പ്രസംഗം ഇപ്രകാരമായിരുന്നു:

“സർ, നമുക്ക് കേരളസംസ്ഥാനം യാദൃച്ഛികമായി ഉണ്ടായതല്ല. കേരളീയരായ നമുക്കു കേരളീയരായി ഉയർന്ന വിദ്യാഭ്യാസപരമായ കാര്യങ്ങളെപ്പറ്റി ചിന്തിക്കാനും, കേരളകലകളെ പോഷിപ്പിക്കാനും ഒരു കേരളയൂണിവേഴ്സിറ്റി ഇന്ന് അത്യാവശ്യമായിരിക്കുകയാണ്. ഇന്നു നിലവിലിരിക്കുന്ന യൂണിവേഴ്സിറ്റിയെ കേരള യൂണിവേഴ്സിറ്റിയായി മാറ്റുന്നതായിരിക്കും സാമ്പത്തികമായും പ്രായോഗികമായും സ്വീകരിക്കാവുന്ന നടപടി. അങ്ങനെ കേരള യൂണിവേഴ്സിറ്റിയായി മാറ്റുമ്പോൾ ഇന്നു സംസ്ഥാനത്തുള്ള സകല കോളേജുകളും അഫിലിയേറ്റു ചെയ്യണം. അങ്ങനെ വരുമ്പോൾ പാഠപുസ്തകങ്ങൾ, സിലബസ്, പരീക്ഷ മുതലായവയെ നിയന്ത്രിക്കാൻ ഒരു ബോഡിവേണം. അതു കേരള യൂണിവേഴ്സിറ്റി ആയിരിക്കുകയും വേണം. അതോടുകൂടി റിസർച്ചും അത്യാവശ്യമാണ്. സാധാരണ ഡിഗ്രികളായ ബി എ, എം എ എന്നീ വിജ്ഞാന സമ്പാദനത്തിനുള്ളവ മാത്രം പഠിപ്പിച്ചാൽ പോരാ. രാഷ്ട്രീയവും വ്യാവസായികവുമായ പുരോഗതി ഉണ്ടാകാൻ ശാസ്ത്രങ്ങളെക്കൂടി ആശ്രയിക്കാതെ നിവൃത്തിയില്ല. അമേരിക്ക, ജപ്പാൻ മുതലായ വിദേശരാജ്യങ്ങൾക്ക് ഇന്നുണ്ടായിക്കാണുന്ന അഭിവൃദ്ധി അവിടത്തെ ശാസ്ത്രജ്ഞന്മാരുടെ നേട്ടങ്ങൾ തന്നെയാണ്. ഒരു രാജ്യത്തിന്റെ ശക്തി ശാസ്ത്രജ്ഞന്മാരുടെ സേവനത്തെ ആശ്രയിച്ചിരിക്കും. പക്ഷേ, ഏതു രാജ്യത്തും ശാസ്ത്രജ്ഞന്മാർക്കു വേണ്ടത്ര സ്വാതന്ത്ര്യമുണ്ടോ എന്നുള്ള കാര്യത്തെപ്പറ്റി എനിക്ക് ഉറച്ച ഒരു അഭിപ്രായം പറയാൻ സാദ്ധ്യമല്ല. കേരളത്തിലെ വിദഗ്ദ്ധന്മാരായ ചെറുപ്പക്കാരെ തെരഞ്ഞെടുത്തു റിസർച്ചിന് യൂണിവേഴ്സിറ്റിയിൽ അയക്കണമെന്നാണ് എന്റെ അഭിപ്രായം. യൂണിവേഴ്സിറ്റി കഴിയുന്നതും സ്വതന്ത്രമായിരിക്കണമെന്നാണ് എനിക്കു പറയാനുള്ളത്. നമ്മുടെ രാഷ്ട്രീയ പ്രവർത്തനങ്ങളിലെന്നല്ല ഏതു രംഗത്തായാലും

കുറേക്കാലം കഴിയുമ്പോൾ മനുഷ്യസഹജമായ മാലിന്യങ്ങളെല്ലാം കടന്നുകൂടുക പതിവാണ്. ഇതുവരെയുള്ള ചരിത്രം അതാണ് നമ്മെ പഠിപ്പിക്കുന്നത്. യൂണിവേഴ്സിറ്റി കഴിയുന്നതും സ്വതന്ത്രമായിരിക്കണമെന്ന് അതുകൊണ്ടാണ് ഞാൻ അഭിപ്രായപ്പെടുന്നത്. ഈ ബിൽ വിപുലമായ ഒരു സെലക്ട് കമ്മിറ്റിക്കയച്ച്, കൂലങ്കഷമായ ചർച്ചകൾ നടത്തി, ചിന്താവിഷയമായ കാര്യങ്ങളെ സംബന്ധിച്ചിടത്തോളം യൂണിവേഴ്സിറ്റിക്ക് പരിപൂർണ്ണമായ സ്വാതന്ത്ര്യം നല്കത്തക്കവണ്ണം ഈ ബില്ലിന് രൂപം നല്കണമെന്നാണ് എന്റെ അഭിപ്രായം. യൂണിവേഴ്സിറ്റിക്ക് സ്വാതന്ത്ര്യം ഉണ്ടായിരിക്കണമെന്നു ഞാൻ പറയുന്നത് ശിഥിലങ്ങളായ കാര്യങ്ങളെ സംബന്ധിച്ചല്ല, ചിന്താപരമായ, അതായത് മനുഷ്യർ ഏതു നിലയിൽ ജീവിക്കണം, അവരുടെ ഭാവി ഏതുവിധത്തിൽ നിയന്ത്രിക്കണം എന്നിങ്ങനെയുള്ള ഏറ്റവും ചിന്താപരമായ കാര്യങ്ങളെ സംബന്ധിച്ചിടത്തോളം ഒരു തീരുമാനം എടുക്കാനും അവയെപ്പറ്റി ചിന്തിക്കാനുമുള്ള അധികാരം പൂർണ്ണമായും സ്വതന്ത്രമായും യൂണിവേഴ്സിറ്റിക്കുണ്ടായിരിക്കണം. അങ്ങനെയല്ലാതെ ഗവണ്മെന്റിന്റെ നിയന്ത്രണത്തിനു വിധേയമാക്കിയാൽ പലപ്പോഴും മത്സരങ്ങൾ മൂലവും മറ്റും പല കുഴപ്പങ്ങൾ ഉണ്ടാകാനിടയുണ്ട്. യൂണിവേഴ്സിറ്റിയുടെ പ്രവർത്തനംതന്നെ തകരാറിലായെന്നുവരും. അതിനാൽ ഈ വക കാര്യങ്ങളെപ്പറ്റി സെലക്ടു കമ്മിറ്റി കൂലങ്കഷമായി ചിന്തിക്കണമെന്നും കേരളത്തിന് അനുയോജ്യമായ ഒരു യൂണിവേഴ്സിറ്റി ഉടലെടുക്കുന്ന കാര്യത്തിൽ അവരുടെ റിപ്പോർട്ട് കിട്ടിയതിനുശേഷം ഈ ബിൽ അവതരിപ്പിക്കണമെന്നുമാണ് എനിക്കു പറയാനുള്ളത്. ഏതെല്ലാം തരത്തിലുള്ള വിജ്ഞാനമാണ് കേരളീയർക്ക് ആവശ്യം, അവരുടെ സംസ്കാരം എങ്ങനെ വളർത്തണം എന്നിങ്ങനെയുള്ള കാര്യങ്ങൾ ഈ ബില്ലിന്റെ ചർച്ചയ്ക്കു വിധേയമാക്കേണ്ടതാണ്. സ്വതന്ത്രമായ വിജ്ഞാനത്തിന്റെ വളർച്ചയിൽ ആർക്കും കൈകടത്താനുള്ള അവസരം ലഭിക്കാൻ പാടില്ല. കേരള യൂണിവേഴ്സിറ്റി ശ്രീശങ്കരനെയോ, ബുദ്ധദേവനെയോ, ഐൻസ്റ്റൈനെയോ, കാൾമാർക്സിനെയോ സൃഷ്ടിക്കട്ടെ. ഈ ബിൽ സെലക്ട് കമ്മിറ്റിക്ക് അയക്കണമെന്നുള്ള അഭിപ്രായത്തോടു ഞാൻ യോജിക്കുന്നു."

കേരളത്തിന്റെ വിദ്യാഭ്യാസചരിത്രത്തിലെ ഒരു നാഴികക്കല്ലായിരുന്നു വിദ്യാഭ്യാസബില്ല്. നമ്മുടെ വിദ്യാഭ്യാസമേഖലയുടെ സമഗ്രമായ പരിവർത്തനം ലക്ഷ്യമാക്കിയുള്ള ആ ബില്ല് ചർച്ചചെയ്യുന്ന സെലക്ട് കമ്മിറ്റിയിൽ കോരുമാസ്റ്ററും അംഗമായിരുന്നു. ജനപ്രതിനിധിയെന്ന നിലയ്ക്കുള്ള കാലം കുറഞ്ഞദിനമെങ്കിലും അതിനെ അർത്ഥപൂർണമാക്കാൻ അദ്ദേഹത്തിന് സാധിച്ചു.

28 മാസക്കാലമേ ആദ്യ കേരളനിയമസഭയുടെ ആയുസ്സ് ഉണ്ടായുള്ളൂ. എല്ലാവിധ ജനാധിപത്യ ധാർമ്മികതകളെയും കാറ്റിൽ പറത്തിക്കൊണ്ട്,

1959 ജൂലൈ 31 ന് കേന്ദ്രസർക്കാർ കേരള സർക്കാരിനെ പിരിച്ചുവിടുകയും കേരളത്തിൽ ഗവർണർഭരണം ഏർപ്പെടുത്തുകയും ചെയ്തു. പിന്നീട് 1960 ൽ നടന്ന തിരഞ്ഞെടുപ്പിൽ ഗുരുവായൂരിൽ കെ ദാമോദരനെയാണ് പാർട്ടി സ്ഥാനാർത്ഥിയായി നിശ്ചയിച്ചത്. തന്റെ സുഹൃത്തായ ദാമോദരനുവേണ്ടി മാസ്റ്ററും വിശ്രമമില്ലാതെ പ്രവർത്തിച്ചു. എന്നാൽ ദാമോദരൻ പരാജയപ്പെടുകയാണുണ്ടായത്. എന്തായാലും, ഇതോടെ പാർലിമെന്ററി രംഗത്തുനിന്ന് കോരുമാസ്റ്റർ പൂർണ്ണമായും പിൻവാങ്ങി.

മറ്റു നാല് സ്വതന്ത്രാംഗങ്ങൾ

വി ആർ കൃഷ്ണയ്യർ (1915–2014)

ആദ്യ കേരളനിയമസഭയിലേക്ക് തലശ്ശേരിയിൽനിന്ന് സ്വതന്ത്രാംഗമായി തിരഞ്ഞെടുക്കപ്പെട്ടു; മന്ത്രിയായി. സാമൂഹ്യക്ഷേമം, ജലസേചനം, ഉൾനാടൻ ജലഗതാഗതം, വിദ്യുച്ഛക്തി, നിയമം, പൊലീസ്, ജയിൽ എന്നീ വകുപ്പുകൾ അതിസമർത്ഥമായി കൈകാര്യംചെയ്തു. വളരെ തിരക്കുപിടിച്ച, നല്ല വരുമാനമുള്ള അഭിഭാഷകവൃത്തിയിൽനിന്നാണ് താരതമ്യേന വരുമാനംകുറഞ്ഞ (500 രൂപയായിരുന്നു ഒരു മന്ത്രിയുടെ പ്രതിമാസശമ്പളം) മന്ത്രിസ്ഥാനത്തേക്ക് അദ്ദേഹം വരുന്നത്. അദ്ദേഹത്തിന്റെ ഭരണപാടവത്തെക്കുറിച്ചും ഭരണനേട്ടങ്ങളെക്കുറിച്ചും നേരിട്ടറിയാവുന്ന പവനൻ ഇപ്രകാരം രേഖപ്പെടുത്തിയിട്ടുണ്ട്: "മന്ത്രിയെന്ന നിലയിലുള്ള അദ്ദേഹത്തിന്റെ പ്രവർത്തനത്തെ അദ്ദേഹത്തിന്റെ ശത്രുക്കൾപോലും പ്രശംസിച്ചിരുന്നു. മലബാർഭാഗത്ത്, പ്രത്യേകിച്ചും വടക്കേ മലബാറിലെയും കോഴിക്കോട് ജില്ലയിലെയും ഓണംകേറാമൂലകളിൽ ജലസേചനം നടത്താനും വെളിച്ചംപരത്താനുമുള്ള ശ്രമത്തിന് അടിത്തറയിട്ടത് കൃഷ്ണയ്യരാണ്. അതുപോലെതന്നെ, കേരളത്തിലെ പല പ്രധാനപ്പെട്ട നിയമങ്ങളും ഏകീകരിച്ചതും കർഷകബന്ധനിയമംപോലുള്ള സുപ്രധാന സാമൂഹ്യപരിഷ്കരണ നടപടികളുടെ നക്കൽ തയ്യാറാക്കിയതും കൃഷ്ണയ്യരുടെ കൈകൊണ്ടാണ്. കേരളത്തിലെ പൊലീസിനെ അവരുടെ പഴയ പാരമ്പര്യത്തിൽനിന്ന് അടർത്തിയെടുത്ത് അവരിൽ സാമൂഹ്യസേവനത്തിനുള്ള വാഞ്ഛ കുത്തിവയ്ക്കുന്നതിലും അദ്ദേഹത്തിന് നല്ല പങ്കുണ്ട്. നമ്മുടെ ജയിലുകളിലെ കാടൻനിയമങ്ങളും ചട്ടങ്ങളും പുതുക്കിയെഴുതി ജയൽവാസമനുഭവിക്കുന്നവർക്ക് മനുഷ്യോചിതമായ പെരുമാറ്റം ലഭിക്കു

വി ആർ കൃഷ്ണയ്യർ

മെന്ന് ഉറപ്പുവരുത്തുന്നതിനും കൃഷ്ണയ്യർക്ക് സാധിച്ചിട്ടുണ്ട്. പാവപ്പെട്ട വരുടെ കേസ് വാദിക്കുവാൻ സർക്കാരിൽനിന്ന് സഹായംനല്കുന്ന സമ്പ്ര ദായം ആദ്യമുണ്ടാക്കിയതും കോടതിയുടെ ഘടനയിലും പെരുമാറ്റത്തിലും ചില്ലറ വ്യത്യാസങ്ങളെങ്കിലും ഉണ്ടാക്കിയതും കൃഷ്ണയ്യരാണ്. താൻ മേൽനോട്ടംവഹിച്ച വകുപ്പുകളിലെല്ലാം അദ്ദേഹം സ്വന്തം വ്യക്തിമുദ്ര പതിപ്പിച്ചിട്ടുണ്ട്." തെല്ലും അതിശയോക്തിസ്പർശമില്ലാത്ത വിലയിരുത്ത ലാണ് പവനന്റേത്.

തലശ്ശേരിയിൽ കർഷകരുടെയും തൊഴിലാളികളുടെയും കേസുകൾ അദ്ദേഹം ഏറ്റെടുത്തിരുന്നു. അതുകൊണ്ടുതന്നെ ഒരു സോഷ്യലിസ്റ്റായി അദ്ദേഹം അറിയപ്പെട്ടിരുന്നു. അഖിലേന്ത്യാ പോസ്റ്റൽപണിമുടക്കിന് പിന്തുണ പ്രഖ്യാപിച്ച് പ്രസംഗിച്ചതിന്റെ പേരിൽ ശിക്ഷിക്കപ്പെട്ട എ കെ ജിക്കുവേണ്ടി അദ്ദേഹം കോടതിയിൽ ഹാജരായി. തൊഴിലാളികളുടെയും കർഷകരുടെയും കേസുകൾ വാദിച്ചതിന്റെ പേരിൽ, ഒരു കേസ് കെട്ടിച്ച മച്ച്, അദ്ദേഹത്തെ ഒരുമാസം ജയിലിലടച്ചു. പിന്നീട് ജയിലിനുള്ളിൽ മനു ഷ്യത്വപരമായ പരിഷ്കരണങ്ങൾക്ക് കളമൊരുക്കിയ വിധിപ്രഖ്യാപനം നടത്തിയപ്പോൾ, അദ്ദേഹത്തിന്റെ മനസ്സിൽ താൻ ജയിലിലനുഭവിച്ച ക്ലേശങ്ങൾകൂടി ഉണ്ടായിരുന്നു.

അദ്ദേഹത്തിന്റെ ധിഷണാവൈഭവം അനന്യസാധാരണമാണ്. അദ്ദേ ഹത്തിന് താല്പര്യമില്ലാത്ത മേഖലകളില്ല. ഓരോ വിഷയത്തെക്കുറിച്ചും ആഴത്തിലുള്ള അറിവും സമഗ്രമായ വീക്ഷണവും അദ്ദേഹത്തിനുണ്ടാ യിരുന്നു.

മന്ത്രിസഭയെ കേന്ദ്രസർക്കാർ പിരിച്ചുവിട്ടതിനെത്തുടർന്ന് കൃഷ്ണ യ്യർ വീണ്ടും അഭിഭാഷകനായി. ഹൈക്കോടതിയിൽ പ്രാക്ടീസ് ചെയ്യാ നാണ് തീരുമാനിച്ചത്. കമ്യൂണിസ്റ്റ് മന്ത്രിസഭയിലെ ഒരംഗമായിരുന്നതി നാൽ ബാർ അസോസിയേഷനിൽ അംഗത്വവും വാടകയ്ക്ക് വീടും ലഭി ക്കാനുണ്ടായ പ്രയാസത്തെക്കുറിച്ച് അദ്ദേഹം ആത്മകഥയിൽ എഴുതി യിട്ടുണ്ട്.

1965 ലെ തിരഞ്ഞെടുപ്പിൽ തലശ്ശേരിയിൽനിന്നുതന്നെ, കമ്യൂണിസ്റ്റ് പാർട്ടിയെക്കൂടി എതിർത്തുകൊണ്ട് സ്വതന്ത്രനായി മത്സരിച്ച് പരാജയ പ്പെട്ടു. അതോടെ അദ്ദേഹം സജീവരാഷ്ട്രീയം ഉപേക്ഷിച്ചു.

1968 ൽ കേരള ഹൈക്കോടതിയിൽ ജഡ്ജിയായി. പിന്നീട് കേന്ദ്രനി യമകമ്മീഷനിൽ ലീഗൽ എയ്ഡ് കമ്മിറ്റിയുടെ അദ്ധ്യക്ഷനായി. 1973 ൽ സുപ്രീംകോടതി ജഡ്ജിയായി. 7 വർഷം അവിടെ സേവനമനുഷ്ഠിച്ചു. ഇന്ത്യൻഭരണഘടനയുടെ അന്തഃസത്ത ഉയർത്തിപ്പിടിച്ചുകൊണ്ടുള്ള അനേകം വിധികൾ പുറപ്പെടുവിച്ചു. ഇന്ദിരാഗാന്ധിയുടെ തിരഞ്ഞെടുപ്പ് അസാധുവാക്കിയ അലഹാബാദ് ഹൈക്കോടതി വിധി സ്റ്റേ ചെയ്യണ

മെന്ന ആവശ്യം ഉപാധികളോടെയാണ് അംഗീകരിച്ചത്. ഇന്ത്യയിൽ അടിയന്തരാവസ്ഥ പ്രഖ്യാപിച്ചത് അതിനെത്തുടർന്നാണല്ലോ.

വിരമിച്ചതിനുശേഷം സാമൂഹിക–സാംസ്കാരികരംഗത്ത് നിറഞ്ഞുനിന്നു. 1999 ൽ പദ്മവിഭൂഷൻ നല്കി രാഷ്ട്രം ആദരിച്ചു. മരിക്കുന്നതുവരെ അദ്ദേഹം പാവപ്പെട്ടവർക്കുവേണ്ടി നിലകൊണ്ടു, അവർക്കുവേണ്ടി ശബ്ദമുയർത്തി.

കെ വി ജോൺ (1904–1968)

കെ വി ജോൺ

പാലക്കാട് ജില്ലയിലെ കുഴൽമന്ദം നിയോജകമണ്ഡലത്തിൽനിന്ന് 1957 ൽ സ്വതന്ത്രനായും 1960 ൽ പാർട്ടി സ്ഥാനാർത്ഥിയായും മത്സരിച്ച് ജയിച്ച കെ വി ജോണിന്റെ യഥാർത്ഥനാമം കൃഷ്ണൻ എന്നായിരുന്നു. കല്പാത്തിക്കടുത്തുള്ള കണ്ണാടിയിലെ കുടുവക്കോട് വേലായുധന്റെ മകനായ കൃഷ്ണൻ ചെറുപ്പത്തിലേ ശ്രീനാരായണ ഗുരുവിന്റെ ആശയങ്ങളിൽ ആകൃഷ്ടനായിരുന്നു. 1923 ലെ കാക്കിനഡ കോൺഗ്രസ് സമ്മേളനം പാസാക്കിയ അയിത്തത്തിനെതിരായ പ്രമേയം കൃഷ്ണനെ ആവേശംകൊള്ളിച്ചു.

പാലക്കാട് പട്ടണത്തിൽ സ്ഥിതിചെയ്യുന്ന കല്പാത്തിയിലെ വിശ്വനാഥക്ഷേത്രവും അവിടത്തെ തേരും വളരെ പ്രസിദ്ധമാണ്. അവിടെ തമിഴ്ബ്രാഹ്മണർ ആണ് താമസിച്ചിരുന്നത്. അവിടെ പൊതുവഴിയിലൂടെ അവർണർക്ക് നടക്കാൻ അനുവാദമുണ്ടായിരുന്നില്ല. 1924 ൽ ഒരുസംഘം ഈഴവയുവാക്കൾ കല്പാത്തി തേര് കാണാൻപോയി. അവരെ ബ്രാഹ്മണർ കല്ലെറിഞ്ഞ് ഓടിച്ചു. അടുത്തവർഷം പൊതുവഴിയിലൂടെ നടക്കുമെന്ന് യുവാക്കൾ പ്രഖ്യാപിച്ചു. സംഘർഷസാദ്ധ്യത കണ്ടറിഞ്ഞ ആർ ഡി ഒ ആ പ്രദേശത്ത് നിരോധനാജ്ഞ പ്രഖ്യാപിച്ചു. നിയമംലംഘിച്ച് ജയിലിൽ പോകാൻ യുവാക്കൾ ഒരുങ്ങി. സഹോദരൻ അയ്യപ്പനും ടി കെ മാധവനും യുവാക്കളെ സന്ദർശിച്ച് സമരത്തിൽനിന്ന് പിന്തിരിപ്പിക്കാൻ ശ്രമിച്ചെങ്കിലും അവർ വഴങ്ങിയില്ല. അപ്പോഴാണ് മലബാർ കലക്ടർ ഒരു പ്രഖ്യാപനം നടത്തിയത്. ഇവർ നിയമം ലംഘിക്കുകയാണെങ്കിൽ, പാലക്കാട് താലൂക്കിലെ ഒന്നരലക്ഷംവരുന്ന ഈഴവരിലെ ഏകബിരുദധാരിയായ അഡ്വ. രാഘവൻ, വടക്കേ മലബാറിൽനിന്ന് വന്ന് പാലക്കാട് ജോലിചെയ്യുന്ന ഈഴവനായ ഡോ. കൃഷ്ണൻ, സർക്കിൾ

ഇൻസ്പെക്ടർ വാസു, സബ്ഇൻസ്പെക്ടർ മാധവൻ എന്നിവരെ പിരിച്ചുവിടുമെന്നായിരുന്നു ഭീഷണി. തങ്ങൾ കാരണം സമുദായത്തിലെ നാലുപേരുടെ ജോലി നഷ്ടപ്പെടുന്നത് സങ്കല്പിക്കാൻപോലും അവർക്ക് പ്രയാസമായിരുന്നു. അവർ സമരത്തിൽനിന്ന് പിന്മാറി. എന്നാൽ സഞ്ചാരസ്വാതന്ത്ര്യം എന്ന മൗലികാവകാശത്തിനുവേണ്ടി മതംമാറാൻ അവർ തീരുമാനിച്ചു. കാരണം ക്രിസ്തുമതക്കാർക്കും ഇസ്ലാംമതക്കാർക്കും എവിടെയും സഞ്ചരിക്കാൻ സ്വാതന്ത്ര്യമുണ്ടായിരുന്നു എന്നതുതന്നെ. അങ്ങനെ കുറേപേർ ക്രിസ്തുമതത്തിലും കുറേപേർ ഇസ്ലാംമതത്തിലും ചേർന്നു. ഈ മതംമാറ്റം വലിയ കോളിളക്കമുണ്ടാക്കി. ബ്രഹ്മസമാജം, ആര്യസമാജം തുടങ്ങിയ ഹൈന്ദവസംഘടനകളിൽപ്പെട്ടവർ പാലക്കാട്ടെത്തി മതംമാറ്റത്തിനെതിരെ പ്രചാരണംനടത്തി. അടുത്തവർഷം (1925) മതംമാറിയവർ (ജോൺ ആയിത്തീർന്ന കൃഷ്ണനും ഒ വി വിജയന്റെ മുത്തച്ഛൻ ഇ കെ ചാമിയും ഉൾപ്പെടെയുള്ളവർ) പൊതുവഴിയിലൂടെ സ്വതന്ത്രമായി സഞ്ചരിച്ചു. മതംമാറ്റത്തിലെ അപകടം മനസ്സിലാക്കിയ സവർണ്ണർ അവർണ്ണർക്ക് പൊതുവഴിയിലൂടെ നടക്കാൻ അനുവാദം നല്കി (കൃഷ്ണൻ എന്ന പേര് മലബാറിൽ കിട്ടൻ എന്ന് വിളിക്കുന്ന പതിവുണ്ട്. പരിയാരം കിട്ടേട്ടൻ ഉദാഹരണം. വിമോചനസമരക്കാലത്ത് കൃഷ്ണയ്യർക്കെതിരെ മുഴങ്ങിക്കേട്ട ഒരു മുദ്രാവാക്യം 'പട്ടരുകിട്ടാ, നോക്കിക്കോ' എന്നായിരുന്നുവത്രേ).

ഔദ്യോഗികരേഖകളിലെല്ലാം കെ വി ജോൺ എന്നാണുള്ളത് എങ്കിലും നാട്ടിൽ അറിയപ്പെടുന്നത് ജോൺകിട്ട എന്നാണ്.

1932 ൽ കോൺഗ്രസിൽ ചേർന്ന ജോൺ കെ പി സി സി അംഗമായിരുന്നു. കുഴൽമന്ദം സഹകരണബാങ്കിന്റെ പ്രസിഡന്റായും സേവനമനുഷ്ഠിച്ചിട്ടുണ്ട്. മിശ്രവിവാഹം, മിശ്രഭോജനം തുടങ്ങിയ സാമൂഹിക പരിഷ്കരണ ശ്രമങ്ങൾക്ക് നേതൃത്വംനല്കി. പിന്നീട് കോൺഗ്രസ് നയങ്ങളിൽ പ്രതിഷേധിച്ച് കെ കേളപ്പന്റെ കിസാൻ മസ്ദൂർ പാർട്ടിയിലും അവിടെനിന്ന് കമ്യൂണിസ്റ്റ് പാർട്ടിയിലും ചേർന്നു. 1964 ൽ കമ്യൂണിസ്റ്റ് പാർട്ടി പിളർന്നപ്പോൾ സി പി ഐ (എം)നൊപ്പം നിലകൊണ്ടു. കേരളത്തിന്റെ നവോത്ഥാനപോരാട്ടത്തിൽ കല്പാത്തി സമരത്തിനും കെ വി ജോണിനും സുപ്രധാനമായ സ്ഥാനമുണ്ട്.

ഡോ. എ ആർ മേനോൻ (1886–1960)

പ്രശസ്ത സാഹിത്യകാരനായ ചമ്പത്തിൽ ചാത്തുക്കുട്ടി മന്നാടിയാരുടെ മകനായ അമ്പാട്ട് രാവുണ്ണിമേനോൻ പാലക്കാട് ജില്ലയിലെ ചിറ്റൂരിലാണ് ജനിച്ചത്. മദ്രാസ് മെഡിക്കൽകോളേജിൽനിന്ന് ബിരുദവും തുടർന്ന് ലണ്ടനിൽനിന്ന് എഫ് ആർ സി പിയും നേടിയ അദ്ദേഹം 14 കൊല്ലത്തോളം

ഡോ.എ.ആർ.മേനോൻ

ഇംഗ്ലണ്ടിൽതന്നെ സർജനായി സേവനമനുഷ്ഠിച്ചു. ഒന്നാംലോകയുദ്ധത്തിനുശേഷം കേരളത്തിൽ മടങ്ങിയെത്തിയ അദ്ദേഹം തൃശ്ശൂരിൽ പ്രാക്ടീസ് ആരംഭിച്ചു. അതോടൊപ്പം പൊതുപ്രവർത്തനത്തിലും മുഴുകി. ഇന്ത്യൻ നാഷണൽ കോൺഗ്രസിൽ എ ഐ സി സി അംഗമായിരുന്നു. 1925 മുതൽ 45 വരെ കൊച്ചി നിയമസഭയിൽ അംഗമായിരുന്ന മേനോൻ 38 മുതൽ 42 വരെ അവിടെ ഗ്രാമോദ്ധാരണമന്ത്രിയായിരുന്നു; തൃശ്ശൂർ, പാലക്കാട് മുനിസിപ്പാലിറ്റികളുടെ ചെയർമാനായിരുന്നു. 1954 ൽ തിരു–കൊച്ചി സംസ്ഥാനത്ത് നിയമസഭാംഗമായി തെരഞ്ഞെടുക്കപ്പെട്ടു. പൊതുപ്രവർത്തനത്തിൽ അങ്ങേയറ്റം സത്യസന്ധനുമായിരുന്ന ഡോക്ടർ പിന്നീട് കോൺഗ്രസിൽനിന്ന് രാജിവെക്കുകയും 1957 ൽ ഇടതുപക്ഷസ്വതന്ത്രനായി തൃശ്ശൂരിൽനിന്ന് മത്സരിക്കുകയും ചെയ്തു. എതിർ സ്ഥാനാർത്ഥി കെ കരുണാകരനായിരുന്നു. തിരഞ്ഞെടുപ്പിൽ കരുണാകരൻ തോറ്റു; എ ആർ മേനോൻ വിജയിച്ചു. ഇ എം എസ് മന്ത്രിസഭയിൽ ആരോഗ്യമന്ത്രിയായി. കോഴിക്കോട് മെഡിക്കൽ കോളേജ് സ്ഥാപിക്കുന്നതിൽ മേനോൻ നിർണ്ണായക പങ്ക് വഹിച്ചു.

1960 ലെ തിരഞ്ഞെടുപ്പിൽ പറളി നിയോജകമണ്ഡലത്തിൽനിന്ന് തെരഞ്ഞെടുക്കപ്പെട്ടെങ്കിലും, ആ വർഷംതന്നെ അദ്ദേഹം നിര്യാതനായി.

പൊതുജീവിതത്തിൽ, മാനവികതയുടെ, സത്യസന്ധതയുടെ, ആത്മാർത്ഥതയുടെ, ധാർമ്മികതയുടെ തിളങ്ങുന്ന പ്രതികമായിരുന്നു ഡോ. എ ആർ മേനോൻ.

കമ്യൂണിസ്റ്റ് പാർട്ടി അധികാരത്തിൽ വരാതിരിക്കാൻ, മുൻ കോൺഗ്രസുകാരനായ അദ്ദേഹത്തെ കാലുമാറ്റാൻ ചിലർ ശ്രമിക്കുകയുണ്ടായി. അതിനൊക്കെയുള്ള മറുപടിയായി, ജയിച്ചതിനുശേഷം തൃശ്ശൂരിൽ നല്കിയ പൊതുസ്വീകരണ പരിപാടിയിൽ, അദ്ദേഹം പറഞ്ഞു: “കമ്യൂണിസ്റ്റ്പാർട്ടി നാടിന് നന്മചെയ്യാനുള്ള അതിന്റെ നയപരിപാടികളിൽ ഉറച്ചുനില്ക്കുന്ന കാലത്തോളം ഞാനും പാർട്ടിയുടെ പിന്നിലുണ്ടായിരിക്കുമെന്ന് ഞാനുറപ്പുതരുന്നു. കമ്യൂണിസ്റ്റ് പാർട്ടിയിലെ നിസ്സ്വാർത്ഥരായ കുട്ടികൾ അവരുമായി യാതൊരുവിധ കരാറിലും ഏർപ്പെടാത്ത എന്നെ വിജയിപ്പിക്കാൻവേണ്ടി അക്ഷീണപരിശ്രമം ചെയ്തിട്ടുണ്ട്; സി അച്യുതമേനോനോ, ജോസഫ് മുണ്ടശ്ശേരിയോ സ്ഥാനാർത്ഥിയായി നിന്നാൽ ചെയ്യുന്നതുപോലെ. അതുകൊണ്ട് ഈ എ ആർ മേനോനെ പിടിക്കാനാരും ചാക്കുമായി വന്നിട്ട് കാര്യമില്ല.”

ചെങ്ങളം വി രാമകൃഷ്ണപിള്ള (1919–1971)

ആദ്യ കേരളനിയമസഭയിൽ ഹരിപ്പാട് മണ്ഡലത്തിന്റെ പ്രതിനിധിയായിരുന്നു ചെങ്ങളം വി രാമകൃഷ്ണപിള്ള. രണ്ടുപേരുടെ മാത്രം ഭൂരിപക്ഷമാണല്ലോ കമ്യൂണിസ്റ്റ് പാർട്ടിക്ക് ഉണ്ടായിരുന്നത്. സ്വതന്ത്രരിൽനിന്ന് ആരെയെങ്കിലും കൂറുമാറ്റാനാവുമോ എന്നാണ് ആദ്യംമുതലേ പ്രതിപക്ഷം ശ്രമിച്ചുകൊണ്ടിരുന്നത്. അതിനുള്ള ഗവർണ്ണറുടെ ശ്രമം പരാജയപ്പെട്ടു. വിമോചനസമരകാലത്ത് മന്ത്രിസ്ഥാനം ഉൾപ്പെടെ വാഗ്ദാനം ചെയ്തുകൊണ്ട് മന്നത്ത് പത്മനാഭൻ, തന്നെ വന്നു കാണാൻ രാമകൃഷ്ണപിള്ളയെ ക്ഷണിച്ചു. അവർ കണ്ടു, സംസാരിച്ചു, കൂറുമാറാനുള്ള മന്നത്തിന്റെ നിർദ്ദേശം രാമകൃഷ്ണപിള്ള നിരസിച്ചു. രാഷ്ട്രീയസദാചാരത്തിൽ വിട്ടുവീഴ്ച ചെയ്യാത്ത, പൊതുപ്രവർത്തകനായിരുന്നു അദ്ദേഹം.

*ചെങ്ങളം
വി.രാമകൃഷ്ണപിള്ള*

ധാരാളം ഭൂസ്വത്തും പുഞ്ചപ്പാടശേഖരങ്ങളും ഏഴു ബസുകളുള്ള 'ഗോകുലം ട്രാൻസ്പോർട്ട് കമ്പനി'യും സ്വന്തമായുണ്ടായിരുന്നു അദ്ദേഹത്തിന്. കരപ്രമാണിയായിരുന്നെങ്കിലും പൊതുപ്രവർത്തനത്തിലും സജീവമായിരുന്നു. എല്ലാവിഭാഗം ജനങ്ങളുമായും അദ്ദേഹത്തിനുണ്ടായിരുന്ന ഗാഢസൗഹൃദവും അതിലൂടെ അദ്ദേഹം ആർജ്ജിച്ചിരുന്ന ബഹുജനസമ്മതിയും ആണ് സ്വതന്ത്രസ്ഥാനാർത്ഥിയായി അദ്ദേഹത്തെ പരിഗണിക്കുന്നതിന് കമ്യൂണിസ്റ്റ് പാർട്ടിയെ പ്രേരിപ്പിച്ചത്.

കുട്ടനാട്ടിലെയും പരിസരങ്ങളിലെയും പാവപ്പെട്ട കർഷകരെയും കർഷകത്തൊഴിലാളികളെയും സഹായിക്കുന്നതിനും ആവശ്യമായ സംരക്ഷണം നല്കുന്നതിനും സന്നദ്ധനായി അദ്ദേഹം സദാ കർമ്മരംഗത്തുണ്ടായിരുന്നു. സഹായമഭ്യർത്ഥിച്ചുവരുന്നവരെ നിരാശരാക്കിയില്ല; അഭയമഭ്യർത്ഥിച്ചുവരുന്നവരെ കൈവിട്ടില്ല. തന്റെ ഭൂസ്വത്ത് വിറ്റാണ് തിരഞ്ഞെടുപ്പ് ചെലവ് കണ്ടെത്തിയതും പാവപ്പെട്ടവരെ സഹായിച്ചതും.

കമ്യൂണിസ്റ്റ് പാർട്ടി പിളർന്നപ്പോൾ ഇരുപക്ഷത്തും ചേരാതെ നില്ക്കുകയാണ് അദ്ദേഹം ആദ്യം ചെയ്തത്. 65 ലെ തിരഞ്ഞെടുപ്പിൽ ഇരുവിഭാഗവും അദ്ദേഹത്തിന് സ്ഥാനാർത്ഥിത്വം വാഗ്ദാനം ചെയ്തിരുന്നു. എന്നാൽ സി പി ഐ യുടെ പിന്തുണയോടെ അദ്ദേഹം മത്സരിച്ചപ്പോൾ, സി പി ഐ(എം) സി ബി സി വാര്യരെ സ്ഥാനാർത്ഥിയാക്കി. എന്നാൽ രണ്ടുപേരും പരാജയപ്പെട്ടു. 1967 ലെ തിരഞ്ഞെടുപ്പിൽ രാമകൃഷ്ണപിള്ള

സി ബി സിവാര്യരുടെ വിജയത്തിനുവേണ്ടി പ്രവർത്തിച്ചു; സി ബി സി വിജയിക്കുകയും ചെയ്തു.

1971 ൽ രാമകൃഷ്ണപിള്ള, ഹിന്ദുമന്ത്രിമാരുടെ പ്രതിനിധിയെന്ന നിലയിൽ തിരുവിതാംകൂർ ദേവസ്വംബോർഡിലേക്ക് നാമനിർദ്ദേശം ചെയ്യപ്പെട്ടു. ആ സ്ഥാനത്ത് മൂന്നുമാസമേ അദ്ദേഹത്തിന് പ്രവർത്തിക്കാൻ സാധിച്ചുള്ളൂ. ആ വർഷം ഹൃദ്രോഗംമൂലം അദ്ദേഹം മരണമടഞ്ഞു.

ശാസ്ത്രസാഹിത്യകാരൻ

ജ്യോതിശ്ശാസ്ത്രത്തിലും ഗണിതത്തിലും അഗാധപണ്ഡിതനായിരുന്ന കോരുമാസ്റ്റർ കൃതഹസ്തനായ ശാസ്ത്രസാഹിത്യകാരൻ കൂടിയായിരുന്നു. എത്ര ഗഹനമായ ശാസ്ത്രവിഷയവും അത്യന്തം ലളിതമായി അവതരിപ്പിക്കാനുള്ള അദ്ദേഹത്തിന്റെ കഴിവ് നിസ്തുലമാണ്. ഒരു നല്ല ശാസ്ത്രസാഹിത്യകാരന് ഉണ്ടായിരിക്കേണ്ട പ്രധാന ഗുണങ്ങൾ, കൈകാര്യംചെയ്യുന്ന വിഷയത്തിൽ അസന്ദിഗ്ദ്ധമായ പാണ്ഡിത്യവും അകൈതവമായ ആത്മാർത്ഥതയും സുഗ്രഹമായ പ്രതിപാദനവൈദഗ്ദ്ധ്യവുമാണ്. ഈ മൂന്ന് ഗുണങ്ങളും കോരുമാസ്റ്റർക്കുണ്ടായിരുന്നു. ശാസ്ത്രസാഹിത്യരചനകൾക്കാകട്ടെ, ലാളിത്യം, സരളത, സൂക്ഷ്മത, നിയതാർത്ഥത്വം, ആർഭാടരാഹിത്യം എന്നീ ഗുണങ്ങൾ അവശ്യം ഉണ്ടായിരിക്കണം. കഴിവതും കഠിനപദങ്ങൾ പ്രയോഗിക്കാതിരിക്കുക, സങ്കീർണ്ണതകൾ ഇല്ലാതെ ആകർഷകമായി ആഖ്യാനം നിർവ്വഹിക്കുക, വസ്തുതകളിൽ കലർപ്പ് ഇല്ലാതിരിക്കുക, അർത്ഥത്തിനും ആശയത്തിനും സന്ദിഗ്ദ്ധതയോ അവ്യക്തതയോ സൃഷ്ടിക്കുന്ന വാക്കുകൾ പ്രയോഗിക്കാതിരിക്കുക, ആഖ്യാനത്തിൽ അനാവശ്യമായ അലങ്കാരപ്രയോഗങ്ങൾ ഒഴിവാക്കുക – ഇത്രയും ആയാൽ ഒരു ശാസ്ത്രഗ്രന്ഥം അതിന്റെ ലക്ഷ്യസാക്ഷാൽക്കാരത്തിന് സമർത്ഥമായിത്തീരും. കോരുമാസ്റ്ററുടെ രചനകളിലൂടെ കടന്നുപോകുന്ന ഏതൊരു വായനക്കാരനും അവയുടെ രചനാവൈഭവത്തിൽ ആകൃഷ്ടനാകും. പൊതുവെ സാമാന്യവായനക്കാർക്ക് അധികം താല്പര്യമില്ലാത്ത മേഖലകളാണ് ജ്യോതിഃശാസ്ത്രവും ഗണിതവും. അതുകൊണ്ടുതന്നെ ആ വിഷയത്തിലുള്ള ഗ്രന്ഥങ്ങൾക്ക് വായനക്കാർ കുറവാണ്. വിഷയത്തിൽ അത്യധികം

താല്പര്യമുള്ളവരോ, പഠിക്കാനും പഠിപ്പിക്കാനും നിയോഗിക്കപ്പെട്ടവരോ ആയിരിക്കും ഇവയുടെ പ്രധാന ഉപഭോക്താക്കൾ. എന്നാൽ കോരുമാസ്റ്ററുടെ പുസ്തകങ്ങൾ, വിഷയത്തിന്റെ കടുപ്പമേറിയ പുറന്തോട് ഭേദിച്ച് അകത്തുകടന്ന് പ്രതിപാദ്യവിഷയം മനസ്സിലാക്കാൻ പ്രസ്തുത വിജ്ഞാനമേഖലയിൽ കൂടുതൽ അറിവില്ലാത്ത സാധാരണവായനക്കാരനെപ്പോലും പ്രേരിപ്പിക്കുന്നതാണ്, സഹായിക്കുന്നതാണ്. നാല് സ്വതന്ത്ര കൃതികൾ, മൂന്ന് വ്യാഖ്യാനങ്ങൾ, എം നാരായണനുമായി ചേർന്ന് തയ്യാറാക്കിയ *ഇംഗ്ലീഷ്-മലയാള സാങ്കേതികനിഘണ്ടുവും ഉപന്യാസമഞ്ജരിയും* – ഇത്രയുമാണ് കോരുമാസ്റ്ററുടെ കൃതികൾ എന്ന് മുമ്പ് സൂചിപ്പിച്ചിട്ടുണ്ടല്ലോ.

1936 ൽ പ്രസിദ്ധീകരിച്ച ***നക്ഷത്രദീപിക*** സാധാരണവായനക്കാർക്ക് നക്ഷത്രങ്ങളെ പരിചയപ്പെടുത്തുന്ന കൃതിയാണ്. പ്രാരംഭാദ്ധ്യായത്തിനും അന്തിമാദ്ധ്യായത്തിനും പുറമേ, ആറ് ആലോകങ്ങളാണ് ഇതിലുള്ളത്.

> "സൂതേ യദീക്ഷാപ്രമദം ജനാനാം
> സംഖ്യാ ച യേഷാം മനസോവികാസം
> താരാണി കോരുർവിവൃണോതി താനി
> ചിദ്രൂപമാനമ്യ പരം പരാർദ്ധം"

എന്ന പദ്യത്തോടെയാണ് കൃതി ആരംഭിക്കുന്നത്. പഴയ സംസ്കൃതാചാര്യന്മാരെ അനുകരിച്ച്, ആദ്യപദ്യത്തിലോ അവസാനപദ്യത്തിലോ തന്റെ പേര് ഉൾപ്പെടുത്തുന്ന പതിവ് അദ്ദേഹം മിക്ക കൃതികളിലും സ്വീകരിച്ചിരുന്നു. ജ്യോതിഷശാസ്ത്രം (ജ്യോതിശ്ശാസ്ത്രത്തിന് പൊതുവെ ഉപയോഗിച്ചിരിക്കുന്ന പദം ജ്യോതിഷം എന്നാണ്. രണ്ടും ജ്യോതിസ്സുകളെക്കുറിച്ച് പ്രതിപാദിക്കുന്ന ശാസ്ത്രമാണല്ലോ. ആസ്ട്രോളജി, ആസ്ട്രോണമി എന്നീ വാക്കുകളുടെ സ്ഥിതിയും ഇതുതന്നെ. പിന്നീട് ജ്യോതിഷത്തിൽ ഫലഭാഗചിന്തയെന്ന അശാസ്ത്രീയതയെ ഒഴിവാക്കി പരാമർശിക്കാൻവേണ്ടിയാണ് ജ്യോതിശ്ശാസ്ത്രം എന്ന പദം വ്യാപകമായി പ്രയോഗിക്കാൻ തുടങ്ങിയത്.) ആസ്വദിച്ച് പഠിക്കണമെങ്കിൽ നക്ഷത്രങ്ങളെക്കുറിച്ച് മനസ്സിലാക്കണമെന്ന് പറഞ്ഞുകൊണ്ടാണ് അതിന് സഹായകമായവിധത്തിൽ ഈ

ഗ്രന്ഥം രചിച്ചിരിക്കുന്നത്. നക്ഷത്രങ്ങളുടെ സ്ഥാനം രേഖപ്പെടുത്തിയിട്ടുള്ള 20 ചിത്രങ്ങൾ ഗ്രന്ഥത്തിൽ ചേർത്തിട്ടുണ്ട്. ഓരോ നക്ഷത്രഗണത്തെയും അതിൽ ഉൾപ്പെടുന്ന നക്ഷത്രങ്ങളെയും കുറിച്ച് വിശദീകരിച്ചുകൊണ്ട്, അവയുടെ സ്ഥാനവും അവയെ കാണാവുന്ന സമയവും എല്ലാം ഈ കൃതിയിൽ പ്രതിപാദിച്ചിട്ടുണ്ട്.

ആകാശത്ത് പലയിടത്തായി ചിതറിക്കിടക്കുന്ന നക്ഷത്രങ്ങളെ എങ്ങനെയാണ് തിരിച്ചറിയുക: "അവയിൽ ചിലതിനെ രേഖകളെക്കൊണ്ട് കൂട്ടിച്ചേർത്തതായി ആലോചിച്ചാൽ അവ നേർവരകളിലും വൃത്തഖണ്ഡങ്ങളിലും മറ്റു വക്രരേഖകളിലും നിരന്നുനില്ക്കുന്നതായി തോന്നും. ഈ രേഖകളെയും അവയോടൊന്നിച്ച് നക്ഷത്രങ്ങളെയും നമുക്ക് എളുപ്പത്തിൽ ഓർമ്മവെക്കുവാൻ സാധിക്കും. ഇപ്രകാരം രേഖകളെക്കൊണ്ട് ചേർത്തുകിട്ടുന്ന ചില ആകൃതികളിൽ സ്ഥിതിചെയ്യുന്ന ഒരുകൂട്ടം നക്ഷത്രങ്ങൾക്ക് ഒരു ഗണമെന്ന് പറയുന്നു. ചില ഗണങ്ങൾക്ക് മൃഗങ്ങളുടെയും മനുഷ്യരുടെയും ആകൃതിയുണ്ടോ എന്ന് തോന്നിപ്പോകും. ഇപ്രകാരം തോന്നുന്ന ആകൃതിയെ അടിസ്ഥാനമാക്കിയാണ് ഗണങ്ങളെ നാമകരണം ചെയ്തിട്ടുള്ളത്. വൃശ്ചികഗണത്തിന് ഒരു തേളിന്റെ (വൃശ്ചികം – തേൾ) ആകൃതിയുണ്ട്." ഇങ്ങനെ അങ്ങേയറ്റം ലളിതമായി ഓരോ കാര്യവും ഈ കൃതിയിൽ അവതരിപ്പിക്കുന്നുണ്ട്.

1942 ൽ ആണ് ***ഗണിതകുസുമാവലി*** പ്രസിദ്ധീകരിച്ചത്. പേര് സൂചിപ്പിക്കുന്നതുപോലെ, ഗണിതമാണ് പ്രതിപാദ്യവിഷയം. ക്ഷേത്രവിജ്ഞാനം, ബീജഗണിതം, ഗോളം, ആയതവൃത്തം എന്നീ ഗണിതവിഷയങ്ങൾ 4 ഭാഗങ്ങളിലായി 290 പദ്യങ്ങളിൽ പ്രതിപാദിച്ചിരിക്കുകയാണ് ഈ കൃതിയിൽ. പതിനൊന്ന് പദ്യങ്ങളൊഴികെ ബാക്കിയെല്ലാം അനുഷ്ടുപ്പ് വൃത്തത്തിലാണ്.

പാശ്ചാത്യർ വന്ധ്യഭൂവിങ്കൽ
വസിപ്പോർ യത്നശാലികൾ
പുരായവനരാൽ ദത്തം
ശാസ്ത്രം പുഷ്ടിപ്പെടുത്തിനാർ.

തൽപഥം പ്രായശോഹ്യത്ര
കേരളത്തിലറിഞ്ഞിടാ.
ആംഗ്ലേയപാഠശാലാസു
കിഞ്ചിദഭ്യസ്തമാമതു.

ആ മാർഗ്ഗം കേരളത്തിങ്കൽ
പ്രചാരം വന്നു കാണുവാൻ
മോഹിച്ചു ഞാൻ കഥിക്കുന്നു
തത്ത്വങ്ങൾ ലഘുവായവ

എന്ന് ആമുഖത്തിൽ തന്നെ രചനോദ്ദേശ്യം വളരെ വ്യക്തമായി രേഖപ്പെടുത്തിയിട്ടുണ്ട്.

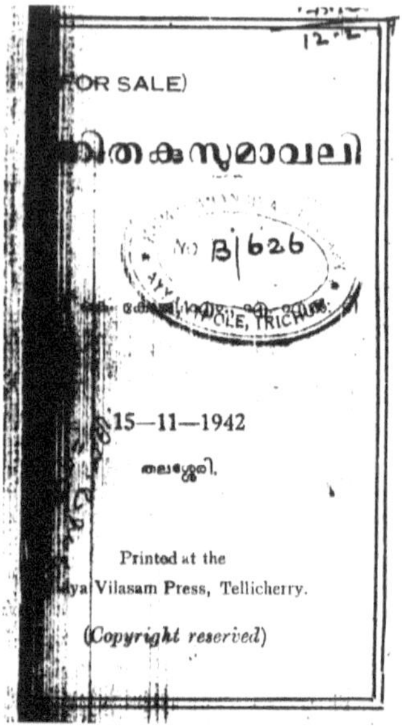
OR SALE)

ിതകുസുമാവലി

15—11—1942

തലശ്ശേരി.

Printed at the

ya Vilasam Press, Tellicherry.

(Copyright reserved)

കേരളത്തിന്റെ ഗണിത-ജ്യോതിശ്ശാസ്ത്രപാരമ്പര്യത്തിൽ അഭിമാനിക്കുകയും ആവേശംകൊള്ളുകയും ചെയ്ത കോരുമാസ്റ്റർ, പില്ക്കാലത്ത് ആ മേഖലയിൽ നമുക്ക് സംഭവിച്ച തളർച്ചയെയും തകർച്ചയെയും കുറിച്ച് എന്നും ബോധവാനായിരുന്നു. ഈ രണ്ട് ശാസ്ത്രശാഖകളിലെയും പുരാതനവും ആധുനികവുമായ മുന്നേറ്റങ്ങളെ മലയാളിക്ക് പരിചയപ്പെടുത്തിക്കൊടുത്തുകൊണ്ട്, ഈ രംഗത്ത് പൂർവ്വാധികം ശക്തിയോടെ മുന്നേറാൻ അവരെ പ്രാപ്തരാക്കേണ്ടത് തന്റെ ധർമ്മമായി അദ്ദേഹം കണ്ടു. തന്റെ ഗ്രന്ഥനിർമ്മാണോദ്ദേശ്യങ്ങളിൽ ഇതുകൂടിയുണ്ടെന്ന് അദ്ദേഹം പലപ്പോഴായി സൂചിപ്പിക്കുന്നുണ്ട്.

മണിപ്രവാളഭാഷയിലാണ് ഈ കൃതി രചിച്ചിരിക്കുന്നത്. മൗലികതത്ത്വങ്ങൾ, സംജ്ഞകൾ, മൗലികലക്ഷണങ്ങൾ, സമാന്തരങ്ങളും സദൃശത്രികോണങ്ങളും, ക്ഷേത്രഫലം, വൃത്തലക്ഷണങ്ങൾ, പ്രധാന ക്ഷേത്രലക്ഷണങ്ങൾ, ബീജഗണിതം, വ്യഞ്ജകം-കർമ്മചതുഷ്ടയം, ഘടകാനയനം, സമീകാരം, ലിപിക, ഗോളം, ആയതവൃത്തം - ഇത്രയും ഗണിതവിഷയങ്ങൾ ഈ കൃതിയിൽ സംഗ്രഹിച്ച് അവതരിപ്പിച്ചിട്ടുണ്ട്. കത്തുകൾപോലും പദ്യത്തിലെഴുതിയിരുന്ന ഒരുകാലത്തെ രചനാസമ്പ്രദായത്തെ അടയാളപ്പെടുത്തുന്ന ഈ കൃതി സാധാരണ വായനക്കാരന് ഒട്ടും സുഗ്രാഹ്യമല്ലെന്നുകൂടി പറയേണ്ടതുണ്ട്. (ഇതിന്റെ ആദ്യപേജിൽ നോട്ട് ഫോർ സെയിൽ എന്ന് പ്രത്യേകം അച്ചടിച്ച് ചേർത്തിട്ടുണ്ട്. ഗ്രന്ഥകാരന്റെ സുഹൃത്തുക്കളുടെയും സഹപ്രവർത്തകരുടെയും ഇടയിൽ മാത്രമേ ഇത് പ്രചരിച്ചിരിക്കാൻ സാദ്ധ്യതയുള്ളൂ. അതുകൊണ്ട് ഈ കൃതി പൂർണ്ണമായും അനുബന്ധമായി ചേർത്തിട്ടുണ്ട്.)

കോരുമാസ്റ്ററുടെ സ്വതന്ത്രകൃതികളിൽ പ്രഥമസ്ഥാനം ***ജ്യോതിഷബാലബോധിനി***ക്കാണ്. 1953 ൽ പ്രസിദ്ധീകരിച്ച ഈ കൃതിയുടെ രചനാസാഹചര്യം മുഖവുരയിൽ ഗ്രന്ഥകാരൻ ഇപ്രകാരം രേഖപ്പെടുത്തിയിരിക്കുന്നു. "സാധാരണക്കാർക്ക് വായിക്കുവാൻ പറ്റുന്ന ഭാഷയിലും രീതിയിലും ഒരു ജ്യോതിഷഗ്രന്ഥം മലയാളഭാഷയിലെഴുതി മദിരാശി സർവ്വകലാശാല നിശ്ചയിക്കുന്ന പരിശോധകന്മാർക്ക് തൃപ്തിയായാൽ

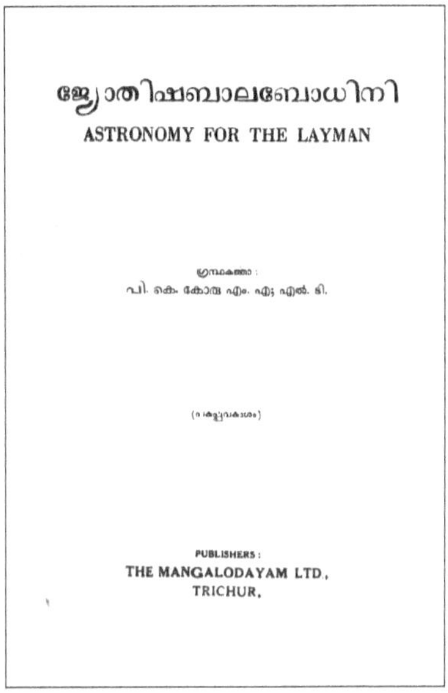

ജ്യോതിഷബാലബോധിനി

ASTRONOMY FOR THE LAYMAN

ഗ്രന്ഥകർത്താ :

പി. കെ. കോരു എം. എ; എൽ. ടി.

PUBLISHERS :

THE MANGALODAYAM LTD,

TRICHUR.

അതിന് സമ്മാനം കൊടുക്കുമെന്ന് 1950 ഒക്ടോബർ 3-ാംതീയതി സർവ്വകലാശാല പരസ്യം ചെയ്തു. പത്രം വഴി അതറിഞ്ഞ എന്റെ സുഹൃത്ത് കെ കെചാത്തുഅച്ചൻ എം എ, എൽ ടി എന്നെ സ്നേഹപൂർവ്വം നിർബ്ബന്ധിച്ച വഴിക്കാണ് ഞാൻ ഈ പുസ്തകം എഴുതുവാനാരംഭിച്ചത്. സമ്മാനം കാംക്ഷിച്ച് സ്വകീയമായ ചിന്താഗതിയിൽനിന്നോ സമ്പ്രദായങ്ങളിൽനിന്നോ ഒട്ടുംതന്നെ വ്യതിചലിക്കരുതെന്ന് അദ്ദേഹത്തിന്റെ ഒരു താക്കീത് കൂടിയുണ്ടായിരുന്നു. അത് ഞാൻ ആത്മാർത്ഥതയോടുകൂടി അനുഷ്ഠിച്ചിട്ടുണ്ട്. യാഥാസ്ഥിതികരായ ചില കേരളീയർ ഹിന്ദുജ്യോതിശ്ശാസ്ത്ര സിദ്ധാന്തങ്ങളെ സംബന്ധിച്ച് ചില മിഥ്യാവാദങ്ങൾ പത്രങ്ങളിൽ പരസ്യംചെയ്യാറുള്ളത് വായിക്കുവാൻ കഴിഞ്ഞിട്ടുള്ള എനിക്ക് എന്റെ പ്രതിപാദനം സർവ്വകലാശാലാപരിശോധകന്മാർക്കുകൂടി രുചിക്കാതെ വരുമോ എന്ന സംശയവും ഉണ്ടാവാതിരുന്നില്ല. സമ്മാനം എനിക്ക് ലഭിച്ചു... സമ്മാനം ലഭിച്ചിരുന്നില്ലെങ്കിൽ ഇങ്ങനെ ഒരു പുസ്തകം പ്രസിദ്ധപ്പെടുത്തുവാൻ എനിക്ക് സാധിക്കുമായിരുന്നില്ല."

പദ്യത്തിലുള്ള മംഗളാചരണം വളരെ ഹൃദ്യവും സുന്ദരവുമാണ്. കാവ്യരചനാരംഗത്ത് അദ്ദേഹം കൂടുതൽ താല്പര്യവും ശ്രദ്ധയും കാണിച്ചിരുന്നെങ്കിൽ ഭാഷയ്ക്ക് ലഭിക്കുമായിരുന്ന നേട്ടങ്ങളെക്കുറിച്ച് നാം അറിയാതെ ചിന്തിച്ചുപോകും, ഈ വരികൾ വായിക്കുമ്പോൾ.

വിശ്വത്തിലെങ്ങും നിറഞ്ഞു കിടക്കുന്ന
വസ്തുക്കളേറെ മനോഹരം ചിന്മയം.
എന്നുമിവക്കൊക്കെക്കാരണമായിട്ടു-
മെന്നുമിവക്കൊക്കെയാധാരമായിട്ടും
മേവുന്നതേതൊന്നോ, ആയതിൻ മുമ്പിൽ ഞാൻ
വീണു നമസ്കാരം ചെയ്വൂ സവിസ്മയം.
വിജ്ഞാനധാടിയും ബന്ധുവൃന്ദങ്ങളും
അന്നന്നു കൈയിൽ വരുന്ന ധനങ്ങളും
ശൂന്യമായ് മേവുന്നതേതിന്റെ മുമ്പിലോ
ഖണ്ഡിച്ചുകാണുവാനാവാത്തതേതൊന്നോ,

ആയതിൻ ഭാവുകഭാസകമെന്നോണം
കോലകാലങ്ങളിൽ തത്തിക്കളിച്ചിടും
ചണ്ഡപ്രതാപമാം മാർത്താണ്ഡമണ്ഡലം
ശീതളചന്ദ്രിക തൂകും ശശിധരൻ
വ്യോമത്തിൽ ചുറ്റിനടക്കും കുജാദികൾ
അന്ധതവിട്ട് പ്രകാശം പ്രവേശിപ്പാൻ
രാത്രിയിൽ മിന്നി വിളിക്കുന്ന താരങ്ങൾ
മറ്റും പല പല വ്യോമവിലാസങ്ങൾ
കൂട്ടത്തിൽ ഭൂമിയും കാലമാറ്റങ്ങളും
എന്ന് തുടങ്ങിയ സദ്വിഷയങ്ങളിൽ
ധന്യരാം സൂരികൾ വിജ്ഞാനതൃഷ്ണയാൽ
ചിന്തിച്ച ചിന്തകളേറെ മനോഹരം.
ആചാര്യവര്യരിൽ ഭക്തിയോടിന്നു ഞാ-
നായവ തെല്ലൊന്ന് ചൊല്ലാൻ തുനിയുന്നു.
സത്തുക്കളെന്നുടെയുദ്യമം സാദരം
സാഫല്യം ചേരാനനുഗ്രഹം നല്കട്ടെ.

പൂർവ്വഖണ്ഡം, അപരഖണ്ഡം എന്നിങ്ങനെ രണ്ടു ഭാഗങ്ങളിലായി 17 അദ്ധ്യായങ്ങളാണ് 294 പേജുള്ള ഈ കൃതിയിലുള്ളത്. ഉപക്രമം, നക്ഷത്രഗണങ്ങൾ, ജ്യോതിസ്സുകളുടെ ദൈനികചലനം, ഭൂമിയുടെ ആകൃതിയും വലുപ്പവും, ആദിത്യന്റെ വാർഷികസഞ്ചാരം, ചന്ദ്രന്റെയും ഗ്രഹങ്ങളുടെയും സഞ്ചാരങ്ങൾ, പ്രാചീനസിദ്ധാന്തങ്ങൾ എന്നിവയാണ് ആദ്യഖണ്ഡത്തിലെ അദ്ധ്യായങ്ങൾ. അപരഖണ്ഡത്തിൽ ആധുനികസിദ്ധാന്തങ്ങൾ, ദൂരദർശിനിയും വിരാജനിയും, സൗരവ്യൂഹം, നക്ഷത്രങ്ങൾ, നക്ഷത്രങ്ങളുടെ അകലവും ആകാശഗംഗാ സ്വരൂപവും, ആപേക്ഷികസിദ്ധാന്തം, നക്ഷത്രങ്ങളുടെ ഉജ്ജ്വലതയും വലുപ്പവും, നക്ഷത്രങ്ങളുടെ ഉത്ഭവം, സൗരവ്യൂഹത്തിന്റെയും ശുക്ലപടലങ്ങളുടെയും ഉത്ഭവകാലം എന്നീ കാര്യങ്ങളാണ് ഉൾക്കൊള്ളിച്ചിട്ടുള്ളത്. ഉപക്രമത്തിൽ ടോളമി, ഹിപ്പാർക്കസ്സ്, പൈതഗോറസ്, കോപ്പർനിക്കസ്, ഗലീലിയോ, കെപ്ലർ, ലെവെറിയർ, ഹാൻസൻ തുടങ്ങിയ വൈദേശിക പണ്ഡിതന്മാരും ആര്യഭടൻ, വരാഹമിഹിരൻ, ബ്രഹ്മഗുപ്തൻ, ഭാസ്കരൻ എന്നീ ഭാരതീയാചാര്യന്മാരും ജ്യോതിശ്ശാസ്ത്രത്തിന് നല്കിയ സംഭാവനകൾ സൂചിപ്പിക്കുന്നുണ്ട്. തുടർന്ന് ജ്യോതിശ്ശാസ്ത്രം കൂടുതൽ മനസ്സിലാക്കണമെന്നുള്ളവർ അവശ്യം അറിഞ്ഞിരിക്കേണ്ട ഏതാനും സാങ്കേതികപദങ്ങളെക്കുറിച്ച് വിശദീകരിക്കുകയാണ് ചെയ്യുന്നത്. ക്ഷിതിജം, ദിക്ചക്രം, ഖഗോളം, വൃത്തപാദം, അംശം, കല, ദിക്ക്, നതി, ഉന്നതി, സമമണ്ഡലം, ദക്ഷിണോത്തരവൃത്തം, സ്വസ്തികങ്ങൾ, നാഴിക, വിനാഴിക മുതലായ പദങ്ങളാണ് ഇവിടെ ഉൾപ്പെടുത്തിയിട്ടുള്ളത്.

ജ്യോതിശ്ശാസ്ത്രവുമായി ബന്ധപ്പെട്ട പ്രാചീനവും ആധുനികവുമായ സിദ്ധാന്തങ്ങളെ വിശദമായി പരിചയപ്പെടുത്തുന്ന അദ്ധ്യായങ്ങൾ വളരെ പഠനാർഹങ്ങളാണ്. ഉപക്രമത്തിൽ പരാമർശിച്ച ആചാര്യന്മാരുടെ സംഭാവനകൾ സൂക്ഷ്മമായും വിശദമായും പരിശോധിക്കുകയാണ് ഇവിടെ ചെയ്യുന്നത്. ഈ ശാസ്ത്രത്തിൽ കോരുമാസ്റ്റർക്കുള്ള പാണ്ഡിത്യത്തിന്റെ ആഴം അറിയാൻ ഈ ഭാഗം ഉപകരിക്കും. സൗരവ്യൂഹത്തെക്കുറിച്ചും നക്ഷത്രമണ്ഡലങ്ങളെക്കുറിച്ചും അന്ന് ലഭ്യമായ എല്ലാ അറിവുകളും ഈ കൃതിയിൽ ഉൾക്കൊള്ളിച്ചിട്ടുണ്ട്. ജ്യോതിശ്ശാസ്ത്രത്തെക്കുറിച്ച് മലയാളത്തിൽ എഴുതപ്പെട്ട ഏറ്റവും സമഗ്രവും ആധികാരികവുമായ ആദ്യത്തെ സാമാന്യ ശാസ്ത്രഗ്രന്ഥം (Popular Science) "ജ്യോതിഷബാലബോധിനി" ആയിരിക്കും. മലയാള ശാസ്ത്രസാഹിത്യത്തിന് ലഭിച്ച മികച്ച ഉപലബ്ധികളിലൊന്നാണ് ഈ കൃതി.

വരഗണിതപ്രവേശിക 1959 ലാണ് പ്രസിദ്ധീകരിച്ചത്. കാൽക്കുലസ് എന്ന ഗണിതശാസ്ത്രമേഖലയെ പരിചയപ്പെടുത്തുക എന്ന ലക്ഷ്യമാണ് ഈ കൃതിക്കുള്ളത്. കേരള സാഹിത്യഅക്കാദമിയുടെ ഒരു സമ്മേളനത്തിൽവച്ച് കാൽക്കുലസിനെ സംബന്ധിച്ച് ഒരു പുസ്തകം എഴുതാമെന്ന് അദ്ദേഹം ഏല്ക്കുകയായിരുന്നു. അന്ന് അദ്ദേഹം അക്കാദമിയുടെ ജനറൽ കൗൺസിൽ അംഗമായിരുന്നു. അക്കാദമി തന്നെയാണ് പ്രസ്തുത കൃതി പ്രസിദ്ധീകരിച്ചതും. കാൽക്കുലസിന് കലനം എന്ന പദമാണ് ഇപ്പോൾ പ്രയോഗിക്കുന്നത്. ആദ്യകാലത്ത് "പ്രഗണിതം" എന്നാണ് ഉപയോഗിച്ചിരുന്നത്. ഉച്ചാരണസുഖംകൂടി പരിഗണിച്ചാണ് വരഗണിതം എന്ന പേര് സ്വീകരിച്ചതെന്ന് ആമുഖത്തിൽ വ്യക്തമാക്കിയിട്ടുണ്ട്.

ഗണിതശാസ്ത്രത്തിലെ ഒരു ശാഖയാണല്ലോ കാൽക്കുലസ് അഥവാ കലനം. തുടർച്ചയായ മാറ്റത്തെക്കുറിച്ച് പഠിക്കുന്ന ഈ ശാഖ അങ്കഗണിതത്തിൽനിന്നും ബീജഗണിതത്തിൽനിന്നുമാണ് വളർന്നുവന്നിട്ടുള്ളത്. ഗണിതശാസ്ത്രത്തിൽ ഉപരിപഠനം നടത്തുന്നവർക്ക് സുഗ്രാഹ്യമായിരിക്കുമെങ്കിലും സാമാന്യവിദ്യാഭ്യാസം മാത്രമുള്ളവർക്ക് ഈ ഗണിതശാഖ ഏറെ ദുർഗ്രഹം തന്നെയായിരിക്കും. ഇതിനെ ആകാവുന്നിടത്തോളം ലളിതമായി അവതരിപ്പിക്കുകയാണ് കോരുമാസ്റ്റർ ഈ ഗ്രന്ഥത്തിൽ ചെയ്തിട്ടുള്ളത്.

വരഗണിതത്തെ – കാൽക്കുലസിനെ – ഗ്രന്ഥത്തിൽ വിശദീകരിക്കുന്നത് ഇപ്രകാരമാണ്: "പ്രപഞ്ചത്തിലെ സകലവസ്തുക്കളും മാറിക്കൊണ്ടിരിക്കുന്നു. ചില മാറ്റങ്ങൾ അതിസൂക്ഷ്മങ്ങളാകയാൽ നാം അവയെ കാണുകയോ അറിയുകയോ ചെയ്യുന്നില്ലെന്നേയുള്ളു. അതിനാൽ വ്യഞ്ജകം (Expression) ഒന്നുമാത്രമേ വസ്തുക്കളുടെ ഗണിതപരമായ പ്രതീകമാകുന്നുള്ളു. ഈ പ്രതീകങ്ങളിൽ വരുന്ന മാറ്റങ്ങളുടെ സ്വഭാവം അറിഞ്ഞാൽ മാത്രമേ അവയുടെ സ്വഭാവം കുറേക്കൂടി നല്ലവണ്ണം അറി

വാൻ സാധിക്കയുള്ളു. അതിനാൽ ബീജസംഖ്യകളിലും അവയുടെ വ്യഞ്ജകങ്ങളിലും അന്യോന്യം ആശ്രയിച്ചുണ്ടാകുന്ന മാറ്റങ്ങളുടെ സ്വഭാവം നല്ലവണ്ണം ഗ്രഹിക്കുവാനുള്ള പരിശ്രമം മൂന്നുനാല് ശതവർഷമായി ലോകമെങ്ങുമുള്ള ഗണിതപണ്ഡിതന്മാർ ചെയ്തുവരുന്നു. വ്യഞ്ജകത്തെ അറിഞ്ഞാൽ അതിൽ വരുന്ന മാറ്റങ്ങൾ ബീജത്തെയോ ബീജങ്ങളെയോ എങ്ങനെ ആശ്രയിച്ചിരിക്കുന്നു എന്നും ഈ ആശ്രയരൂപം അറിഞ്ഞാൽ വ്യഞ്ജകം എന്തായിരിക്കും എന്നും അറിവാനാണ് പരിശ്രമം. ഈ ഗണിതശാഖയെ പ്രഗണിതം അല്ലെങ്കിൽ വരഗണിതമെന്ന് പറയുന്നു."

വരഗണിതപ്രവേശിക
[An Introduction To Calculus]
ഗ്രന്ഥകർത്താ:
പി. കെ. കോരു
(കേരളസാഹിത്യഅക്കാദമിവക
പ്രസിദ്ധീകരണം)
വില: 2 ഉറുപ്പിക.
1959

വരഗണിതത്തിന്റെ സ്വഭാവം സാമാന്യമായെങ്കിലും മനസ്സിലാക്കണമെങ്കിൽ ബീജഗണിതത്തിലെയും ക്ഷേത്രഗണിതത്തിലെയും അടിസ്ഥാനതത്ത്വങ്ങൾ അറിഞ്ഞിരിക്കണമെന്ന് സൂചിപ്പിച്ചുകൊണ്ട് അവയെ സംക്ഷിപ്തമായി വിവരിക്കുകയാണ് രണ്ടുമുതൽ ആറുവരെയുള്ള അദ്ധ്യായങ്ങളിൽ ചെയ്യുന്നത്. ഏഴാമദ്ധ്യായം ഭേദകസമാകലനങ്ങളെക്കുറിച്ച് ഉള്ളതാണ്. കലനത്തിന്റെ രണ്ട് ശാഖകളാണ് അവകലനവും സമാകലനവും (differentiation and integration). അവകലനത്തിന് മുൻകാലങ്ങളിൽ ഉപയോഗിച്ചിരുന്ന പദമാണ് ഭേദകം.

ചില വരഗണിത പ്രയോഗങ്ങളാണ് എട്ടാം അദ്ധ്യായത്തിലുള്ളത്. തന്ത്രസംഗ്രഹത്തിൽനിന്നും, *സദ്രത്നമാല*യിൽനിന്നും *കരണപദ്ധതി*യിൽനിന്നും ഉള്ള സൂത്രങ്ങൾ ഉദ്ധരിച്ച് വ്യാഖ്യാനിച്ച് വിശദീകരിച്ചുകൊണ്ടാണ് ശ്രേണികളെക്കുറിച്ച് വിവരിക്കുന്നത്. അദ്ധ്യായത്തിന്റെ അവസാനത്തിൽ പൂർവ്വപണ്ഡിതന്മാരെ അനുസരിച്ച് ചില അഭ്യാസങ്ങളും നല്കുന്നുണ്ട്. ഉദാഹരണമായി ഒരു അഭ്യാസം മാത്രം ഉദ്ധരിക്കട്ടെ.

"വൃത്താകാരമായ ഒരു സ്തംഭത്തിൽ ഒരാണിതറച്ച് അതിൽ 100 അടി നീളമുള്ള ഒരു ചരടിന്റെ അറ്റം കെട്ടിയുറപ്പിച്ച് ഒരു കുട്ടി സ്തംഭത്തിന്റെ ചുറ്റും മറ്റേ അറ്റം വലിച്ചുപിടിച്ച് ഒരേവഴിക്ക് പോയിക്കൊണ്ടിരിപ്പാൻ നിശ്ചയിച്ചു. ചരട് സ്തംഭത്തിന്റെ ചുറ്റിന് ഒരു സ്പർശരേഖയെന്ന നിലയിൽ സദാ സ്ഥിതിചെയ്യുന്നുവെങ്കിൽ കുട്ടിക്ക് എത്രചുറ്റ് നടക്കുവാൻ കഴിയും? കുട്ടി ആകെ നടന്ന ദൂരമെത്ര? സ്തംഭത്തിന്റെ വ്യാസം 4 അടിയാകുന്നു."

ചില വരഗണിതസിദ്ധാന്തങ്ങൾ ആണ് അവസാനാദ്ധ്യായത്തിലെ പ്രതിപാദ്യം. ഇവിടെയും ആശയങ്ങൾ വിശദീകരിക്കുന്നതിൽ *തന്ത്രസംഗ്രഹ*ത്തിലെയും *കരണപദ്ധതി*യിലെയും പദ്യങ്ങളെ പ്രയോജനപ്പെടുത്തിയതായിക്കാണാം. അതോടൊപ്പം വിദേശപണ്ഡിതന്മാരായ കെപ്ലറുടെയും ഐസക്ക് ന്യൂട്ടന്റെയും ലഗ്രാഞ്ചിന്റെയും ആശയങ്ങളും ഉപയോഗിക്കുന്നുണ്ട്. കാൽക്കുലസിനെ പരിചയപ്പെടുത്താനുള്ളതാണ് ഈ കൃതിയെങ്കിലും, ഗണിതത്തിൽ ഉപരിപഠനം നടത്തുന്നവർക്കും ഏറെ പ്രയോജനകരമാണ്.

1953 ലാണ് *കരണപദ്ധതിക്ക് യുക്തിപ്രകാശികാ* എന്ന വ്യാഖ്യാനം കോരുമാസ്റ്റർ പ്രസിദ്ധീകരിക്കുന്നത്. കൊല്ലവർഷം 550 നും 650 നും ഇടയിൽ ജീവിച്ചിരുന്ന തൃശ്ശൂർ ഗ്രാമക്കാരനായ പുതുമന ചോമാതിരി രചിച്ച ജ്യോതിർഗണിതഗ്രന്ഥമാണ് *കരണപദ്ധതി.* പത്ത് അദ്ധ്യായങ്ങളിലായി 214 പദ്യങ്ങളുള്ള *കരണപദ്ധതിക്ക്* കിട്ടിയ പ്രചാരം മറ്റൊരു ഗണിതഗ്രന്ഥത്തിനും കിട്ടിയിട്ടില്ലെന്ന് കേരളീയ സംസ്കൃതസാഹിത്യചരിത്രത്തിൽ വടക്കുംകൂർ രാജരാജവർമ്മ സാക്ഷ്യപ്പെടുത്തിയിട്ടുണ്ട്.

'ഗണിതമിദമശേഷം യുക്തിയുക്തം പഠന്തോ
ഭുവിഗണകജനാനാമഗ്രഗണ്യാ ഭവേയു:'

എന്ന് ഗ്രന്ഥാവസാനത്തിൽ പറഞ്ഞിരിക്കുന്നത് വാസ്തവംതന്നെയെന്ന് സമ്മതിക്കണം' എന്നും അദ്ദേഹം എഴുതുന്നുണ്ട്.

ഈ വ്യാഖ്യാനത്തിന്റെ രചനയുടെയും പ്രസിദ്ധീകരണത്തിന്റെയും പിന്നിലെ സങ്കല്പങ്ങളും യാഥാർത്ഥ്യങ്ങളും മുഖവുരയിൽ വിശദമായിത്തന്നെ വ്യാഖ്യാതാവ് അവതരിപ്പിച്ചിട്ടുണ്ട്. "സാമാന്യം ഭാഷാജ്ഞാനം സമ്പാദിച്ചവരും സങ്കലനാദിക്രിയകളിൽ പരിചയംനേടീട്ടുള്ളവരും ഗണിതശാസ്ത്രാഭ്യസനത്തിൽ അഭിരുചി ഉള്ളവരുമായ ചെറുപ്പക്കാർക്ക് വായിച്ചാലോചിച്ചാൽ മനസ്സിലാവണം എന്നു വിചാരിച്ചാണ് *യുക്തിപ്രകാശികാ* എന്ന വ്യാഖ്യാനം എഴുതീട്ടുള്ളത്."

കരണപദ്ധതിഃ
കൈരളീവ്യാഖ്യാസഹിതഃ

വ്യാഖ്യാതാഃ-
ശ്രീ. പി. കെ. കോരു, എം. എ; എൽ. റ്റി;
പാവട്ടി; (S. Malabar)

[പകർപ്പവകാശം വ്യാഖ്യാതാവിന്]

PUBLISHERS:
THE ASTRO PRINTING & PUBLISHING Co. LTD.,
CHERP. (T. C. STATE)

1927 സെപ്തംബറിലാണ് കണ്ണൂരിൽവച്ച് കാടാച്ചറിക്കടുത്ത ചെമ്പിലോട്ടംശം കോ യോട്ടുദേശക്കാരനായ സി കുഞ്ഞമ്പുപ്പണിക്കർ ആരു

ടേതെന്നറിയാത്ത ഒരു പഴയ മലയാളവ്യാഖ്യാനത്തോടുകൂടിയ *കരണ പദ്ധതി* കയ്യെഴുത്തുപുസ്തകം കോരുവിനെ ഏല്പിക്കുന്നത്. അദ്ദേഹം അതിന്റെ ഒരു പകർപ്പെടുത്ത് തനിക്ക് കിട്ടിയ പുസ്തകം മടക്കിക്കൊടുത്തു. അദ്ദേഹമെഴുതുന്നു: ‘‘അന്നുതൊട്ടു ഞാൻ *കരണപദ്ധതി* നിഷ്കർഷയോടെ പഠിക്കുവാൻ തുടങ്ങി. ഗീർന്നശ്രേയാദി വാക്യങ്ങളെ ഉപയോഗിക്കാനുള്ള ഹാരകങ്ങളുടെയും അവയെ ഉപയോഗിച്ചുകഴിഞ്ഞാൽ സൂക്ഷ്മത വരുത്തുവാനുള്ള ധ്രുവസംസ്കാരഹാരകത്തിന്റെയും ഉപപത്തി മനസ്സിലായപ്പോൾ എനിക്ക് കേരളാചാര്യന്മാരെയും പുരാതനകേരളീയസംസ്കാരത്തെയും ഇവയെ പെറ്റുവളർത്തിയ കേരളദേവിയെയുംകുറിച്ച് ഉണ്ടായ മതിപ്പും ആദരവും അനിർവ്വചനീയങ്ങളാണ്. അത്യാഹിതങ്ങളിൽകൂടി വെള്ളംപൊടിയാത്ത എന്റെ കണ്ണുകളിൽനിന്ന് അപ്പോൾ ഇറ്റുവീണ നീർത്തുള്ളികൾ അതിനു സാക്ഷികളായുണ്ട്.’’

എഴുതിത്തീർന്നപ്പോൾ പ്രസിദ്ധീകരിക്കുന്നതിന് ജോസഫ് മുണ്ടശ്ശേരിയുടെ ഉപദേശമനുസരിച്ച് തിരുവിതാംകൂർ സർവ്വകലാശാലയെ സമീപിച്ചു. അവർ പ്രസിദ്ധീകരിക്കാമെന്നേറ്റു. എന്നാൽ പിന്നീട് കുറേക്കാലത്തേക്ക് വിവരമൊന്നും ലഭിച്ചില്ല. അയച്ച കത്തുകൾക്ക് മറുപടിയുമില്ല. ഒടുവിൽ അല്പം പരുഷമായി എഴുതിയപ്പോൾ കൈയെഴുത്തുപ്രതി വളരെ മര്യാദയിൽ എഴുതിയ കത്തോടുകൂടി തിരിച്ചുകിട്ടി. പിന്നീട് വർഷങ്ങൾ കഴിഞ്ഞാണ് ചേർപ്പ് ആസ്ട്രോപ്രസിന്റെ സഹായത്തോടുകൂടി പുസ്തകം പ്രകാശിതമായത്.

“കേരളത്തിലെ ഗണിതവിദ്യാർത്ഥികൾ ഈ പുസ്തകവും വ്യാഖ്യാനവും സശ്രദ്ധം പഠിച്ച് ഇതിൽ ഇനിയും ആവശ്യമെന്ന് തോന്നുന്ന പരിഷ്കാരങ്ങൾ വരുത്തുമെന്നും ഇന്നും അച്ചടിക്കാതെയും വേണ്ടവിധം വ്യാഖ്യാനിക്കാതെയും കിടക്കുന്ന തന്ത്രസംഗ്രഹാദി വിശിഷ്ടഗ്രന്ഥങ്ങളെ ഉത്തമവിദ്യാർത്ഥികൾക്ക് കരഗതമാക്കുവാനുള്ള വഴി തുറക്കു”മെന്നും ആശിച്ചുകൊണ്ടാണ് അദ്ദേഹം ഈ വ്യാഖ്യാനം വായനക്കാർക്ക് സമർപ്പിച്ചിട്ടുള്ളത്.

ഗ്രന്ഥത്തിലേക്ക് കടക്കുന്നതിനുമുമ്പ് സാമാന്യം ദീർഘമായ ഒരു പ്രവേശിക വ്യാഖ്യാതാവ് തയ്യാറാക്കിയിട്ടുണ്ട്. ‘ജ്യോതിർഗണിതത്തിൽ ആവശ്യമായി വരുന്ന ‘ഗുണഹാരഗുണാദി’കളെ ഉണ്ടാക്കുവാനുള്ള ഒരു പദ്ധതിയായിട്ടാണ് കരണപദ്ധതി ഉണ്ടാക്കപ്പെട്ടിട്ടുള്ളത്. അദ്ധ്യേതാവിന്ന് ഈ പദ്ധതി സുഗമമാകണമെങ്കിൽ സാധാരണ ഗണിതത്തിൽ സാമാന്യപരിചയമുണ്ടാകാതെ നിവൃത്തിയില്ല. സങ്കലന, വ്യവകലന, ഗുണന, ഹരണക്രിയകൾ ഇന്ന് ഏതൊരു പാഠശാലയിലെ വിദ്യാർത്ഥിക്കും അറിയാം. അവയ്ക്കുപുറമെ, ചില ക്രിയകളും സങ്കല്പങ്ങളും സംജ്ഞകളും കരണപദ്ധതി അദ്ധ്യയനത്തിൽ ഒഴിച്ചുകൂടാത്തവയാകയാൽ’ അവ പരിചയപ്പെടുത്തുകയാണ് പ്രവേശികയിൽ ചെയ്തിട്ടുള്ളത്.

ഗണിതക്രിയകൾ രേഖപ്പെടുത്തുന്നതിന് ചില അടയാളങ്ങൾ വളരെ സൗകര്യപ്രദമാണെന്ന് സൂചിപ്പിച്ചുകൊണ്ട് കൂട്ടുക, കിഴിക്കുക, പെരുക്കുക, ഹരിക്കുക എന്നീ ക്രിയകൾക്കുള്ള ചിഹ്നങ്ങളെ (+, –, X, ÷) പരാമർശിച്ചുകൊണ്ടാണ് പ്രവേശിക തുടങ്ങുന്നത്. ക്രിയചെയ്യുമ്പോൾ സമം, അതിനാൽ, എന്തുകൊണ്ടെന്നാൽ എന്നൊക്കെ അർത്ഥം കല്പിക്കുന്ന ചിഹ്നങ്ങളെക്കുറിച്ചും വലയത്തെക്കുറിച്ചും (Bracket) പിന്നീട് പറയുന്നു. തുടർന്ന് നിരവധി സങ്കല്പങ്ങളും സംജ്ഞകളും വിശദീകരിക്കുകയാണ് അദ്ദേഹം ചെയ്യുന്നത്. വർഗ്ഗം, ഘനം, അവ്യക്തരാശി, ജ്ഞേയരാശി, സമീകരണം, സമീകാരം, ഋണസംഖ്യ, ധനർണ്ണസംഖ്യ, വ്യഞ്ജകം, ഖണ്ഡഗുണനം, ക്ഷേത്രങ്ങൾ, സമതലം, സമതലക്ഷേത്രം, കോണ്, സമകോണ്, അധികോണ്, സമാന്തരരേഖകൾ, ത്രികോണം, ചതുരശ്രം, ആയതചതുരശ്രം, ഭുജ, കോടി, കർണ്ണങ്ങൾ, സമചതുരം, സമകോണത്രികോണം, സദൃശത്രികോണങ്ങൾ, സമവൃത്തം, വൃത്തകേന്ദ്രം, പരിധി, കരം, വ്യാസം, ചാപം, ജ്യാവ്, മഹാവൃത്തം, നതവൃത്തം, ഖഗോളം – ഇങ്ങനെ അവയുടെ പട്ടിക നീളുന്നു. പ്രവേശിക അവസാനിക്കുന്നത് ഭാരതീയ ജ്യോതിശ്ശാസ്ത്രഗ്രന്ഥങ്ങളിൽ സംഖ്യകളെപ്പറ്റി പറയുന്ന സമ്പ്രദായം വിവരിച്ചുകൊണ്ടാണ്. ഏറ്റവും പുരാതനമായ രീതി പ്രസിദ്ധ ശബ്ദങ്ങളെക്കൊണ്ട് അക്കങ്ങളെ സൂചിപ്പിക്കുന്നതാണ്. ഉദാഹരണത്തിന് സമുദ്രം, വേദം എന്നീ വാക്കുകൾക്ക് നാലും കണ്ണിന് രണ്ടും രുദ്രന് പതിനൊന്നും ആണ് സങ്കല്പിച്ച് നല്കിയിരിക്കുന്ന സംഖ്യ. 'അങ്കാനാം വാമതോ ഗതി:' എന്ന നിയമമനുസരിച്ച് അക്കങ്ങളെ വലത്തുനിന്ന് ഇടത്തോട്ടാണ് എഴുതേണ്ടത്. അതായത് 'വേദാക്ഷിരുദ്ര:' എന്നെഴുതിയാൽ കിട്ടുന്ന സംഖ്യ 1124 ആയിരിക്കും (രുദ്രൻ–11, അക്ഷി–2, വേദം–4). എന്നാൽ കരണപദ്ധതിയിൽ ഉപയോഗിച്ചിരിക്കുന്നത് അക്ഷരസംഖ്യയാണ്. ഇതും കേരളത്തിൽ പണ്ടേയുള്ള സമ്പ്രദായമാണ്. ഓരോ അക്ഷരത്തിനും ഓരോ അക്കം നിശ്ചയിച്ചിട്ടുണ്ട്. കൂട്ടക്ഷരത്തിൽ അവസാനത്തെ അക്ഷരമാണ് എടുക്കേണ്ടത്. ചില്ലക്ഷരങ്ങൾക്ക് അക്കങ്ങളില്ല. സ്വരാക്ഷരങ്ങൾക്കെല്ലാം 'പൂജ്യ'മാണ് സംഖ്യ. ഇവിടെയും വലത്തുനിന്ന് ഇടത്തോട്ടാണ് കണക്കാക്കേണ്ടത്. അതായത് ആദ്യം ഏറ്റവും വലത്തുള്ള അക്ഷരം സൂചിപ്പിക്കുന്ന അക്കം, പിന്നെ അടുത്തത് എന്ന ക്രമത്തിൽ. അക്ഷരങ്ങൾക്ക് നല്കിയിട്ടുള്ള സംഖ്യകൾ ഇപ്രകാരമാണ്.

1	2	3	4	5	6	7	8	9	0
ക	ഖ	ഗ	ഘ	ങ	ച	ഛ	ജ	ഝ	ഞ
ട	ഠ	ഡ	ഢ	ണ	ത	ഥ	ദ	ധ	ന
പ	ഫ	ബ	ഭ	മ					
യ	ര	ല	വ	ശ	ഷ	സ	ഹ	ള	–

ഉദാഹരണമായി 'രമ' എന്നെഴുതിയാൽ 52 ആണ് സംഖ്യ. പുസ്തക

ത്തിന് 161... ഇങ്ങനെ. അക്ഷരസംഖ്യക്ക് പരൽപ്പേര് എന്നും കടപയാദി എന്നും പറയാറുണ്ട്. മുൻകാലത്ത് ഗണിതക്രിയകൾ കവടി ഉപയോഗിച്ച് ചെയ്തിരുന്നതുകൊണ്ടാണത്രേ പരൽപ്പേര് (പരൽ = കവടി) എന്ന് വിളിക്കപ്പെട്ടത്. ക, ട, പ, യ എന്നിവ '1' എന്ന അക്കത്തെ സൂചിപ്പിക്കുന്നതായതുകൊണ്ട് കടപയാദി എന്ന പേര് വന്നു.

കരണപദ്ധതിയുടെ വായനയും പഠനവും സുഗമമാക്കുന്നതിന് പ്രവേശിക എത്രമാത്രം സഹായകമാണെന്ന് അതിലൂടെ കടന്നുപോകുമ്പോൾ ബോദ്ധ്യമാകും. യഥാർത്ഥത്തിൽ, പ്രവേശികതന്നെ ഒരു സ്വതന്ത്രകൃതിയായി പരിഗണിക്കുകയും പ്രസിദ്ധീകരിക്കുകയും ചെയ്യാവുന്നതാണ്.

പ്രണിപത്യ ഗുരൂൻ സർവാൻ, ഗണകാനപി വിശ്രുതാൻ,

വ്യാഖ്യാം കരണപദ്ധത്യാ: കുർവേ യുക്തി പ്രകാശികാം - എന്ന് പതിവനുസരിച്ച് ഗുരുക്കന്മാരെയും വിശ്രുതരായ ഗണിതപണ്ഡിതന്മാരെയും പ്രണമിച്ചുകൊണ്ടാണ് വ്യാഖ്യാനം ആരംഭിക്കുന്നത്. രചനോദ്ദേശ്യം വ്യക്തമാക്കിക്കൊണ്ടാണ് ഗ്രന്ഥം ആരംഭിക്കുന്നത്.

> "മദീയ ഹൃദയാകാശേ ചിദാനന്ദമയോഗുരു:
> ഉദേതു സതതം സമ്യഗജ്ഞാന തിമിരാരുണ:
> മാർത്താണ്ഡാദീൻ ഗ്രഹാൻ നത്വാ തത്പ്രസാദാത് വിലിഖ്യതേ
> ഗുണഹാരഗുണാദീനം കരണേ കാപി പദ്ധതി:

ഇഷ്ടദേവതയെയും ഗ്രഹങ്ങളെയും നമസ്കരിച്ച് ആചാര്യൻ ഉദ്ദേശത്തെ പറയുന്നു. അത് ജ്യോതിർഗണിതത്തിനാവശ്യമുള്ള ഗുണകാരഹാരകങ്ങളെയും ജ്യാവുകളെയും വരുത്തുവാനുള്ള ഒരു പദ്ധതി എഴുതുകയാകുന്നു. 'കാപി പദ്ധതി ലിഖ്യതേ' എന്നു പറയുന്നതുകൊണ്ട് പലപ്രകാരത്തിലും ഈ ഗുണകാരാദികളെ വരുത്താമെന്നും എന്നാൽ നല്ലതെന്നു തോന്നുന്നതും അന്ന് കേരളത്തിൽ ഗണിതപണ്ഡിതന്മാരുടെ ഇടയിൽ പ്രചാരമുള്ളതും ആയ ഒരു പദ്ധതി ഈ ഗ്രന്ഥത്തിൽ എഴുതുന്നു എന്നും വരുന്നു. പദ്ധതി സ്വന്തമല്ലെന്ന് സൂചന." ഈ വിധത്തിൽ ഓരോ പദ്യവും സൂക്ഷ്മമായി വിശകലനം ചെയ്തുകൊണ്ടാണ് വ്യാഖ്യാനം നിർവ്വഹിച്ചിരിക്കുന്നത്. ആശയങ്ങൾ വിശദീകരിക്കുന്നതിൽ ലീലാവതി, ബീജഗണിതം, ആര്യഭടീയഭാഷ്യം, തന്ത്രസംഗ്രഹം, യുക്തിഭാഷ തുടങ്ങിയ പ്രാമാണികഗ്രന്ഥങ്ങളെ സന്ദർഭോചിതമായി ആശ്രയിച്ചിട്ടുണ്ട്.

ഭാസ്കരൻ രണ്ടാമന്റെ *ലീലാവതി*യുടെ വ്യാഖ്യാനമാണ് കോരുമാസ്റ്ററുടെ മറ്റൊരു അനർഘസംഭാവന. പ്രാചീനഭാരതത്തിലെ ഏറ്റവും പ്രാമാണികരായ ഗണിത-ജ്യോതിഃശാസ്ത്ര പണ്ഡിതന്മാരിൽ ഒരാളായിരുന്നു ഭാസ്കരാചാര്യർ എന്നറിയപ്പെട്ടിരുന്ന ഭാസ്കരൻ രണ്ടാമൻ.

കർണ്ണാടകത്തിലെ വിജയപുരത്ത് (ഇന്നത്തെ ബീജാപ്പൂർ) 1114 ൽ ആണ് അദ്ദേഹം ജനിച്ചത്. ഉജ്ജയിനിയിലെ ഗണിതപഠനകേന്ദ്രത്തിന്റെ തലവനായിരുന്നു ദീർഘകാലം അദ്ദേഹം. 1185 ൽ മരിച്ചു. *സിദ്ധാന്തശിരോമണി, കരണകുതൂഹലം, വിവരണം* എന്നിവയാണ് അദ്ദേഹത്തിന്റെ പ്രധാനകൃതികൾ. *സിദ്ധാന്തശിരോമണിക്ക്* നാല് ഭാഗങ്ങളുണ്ട്: ലീലാവതി, ബീജഗണിതം, ഗ്രഹഗണിതം, ഗോളാദ്ധ്യായം. ആദ്യത്തെ രണ്ടുഭാഗങ്ങളും ഗണിതശാസ്ത്രവും മറ്റുരണ്ടെണ്ണം ജ്യോതിശ്ശാസ്ത്രവുമാണ്. ഇവ പ്രത്യേകം പ്രത്യേകം ഗ്രന്ഥങ്ങളായി പരിഗണിക്കാറുണ്ട്.

ശ്രീഭാസ്കരാചാര്യരചിതാ
ലീലാവതീ
മലയാള വ്യാഖ്യാനത്തോടുകൂടിയ
ഗണിതഗ്രന്ഥം
വ്യാഖ്യാതാ:
പി. കെ. കോരു
പ്രകാശകന്മാർ:
മാതൃഭൂമി പ്രിൻടിംഗ് ആൻഡ് പബ്ലിഷിംഗ് കമ്പനി, ലിമിററഡ്, കോഴിക്കോട്
1954
വില ക. 3/12/-

കോരുമാസ്റ്റർ (അക്കാലത്ത് അദ്ദേഹം കണ്ണൂരിൽ അദ്ധ്യാപകനായി ജോലിചെയ്യുകയായിരുന്നു.) ലീലാവതിക്ക് വ്യാഖ്യാനമെഴുതിയത് 1938 ലാണ്. അത് പ്രസിദ്ധീകരിച്ചതാകട്ടെ 1954 ലും. ആറേഴു ശതകക്കാലം ഇന്ത്യയിലെമ്പാടും ഒരു അടിസ്ഥാന ഗണിതപഠനഗ്രന്ഥമായിരുന്നു *ലീലാവതി.* ഇത്രയും പ്രചുരപ്രചാരമാർന്ന കൃതിക്ക് മലയാളത്തിൽ വ്യാഖ്യാനമില്ലാത്തതിന്റെ പോരായ്മ പരിഹരിക്കുകയാണ് കോരുമാസ്റ്റർ ചെയ്തത്. സംഗമഗ്രാമ മാധവൻ ഉൾപ്പെടെയുള്ള ഗണിതശാസ്ത്രപണ്ഡിതന്മാരുടെ ജന്മംകൊണ്ടും കർമ്മംകൊണ്ടും ഒരുകാലത്ത് ഗണിതശാസ്ത്രമേഖലയിൽ വളരെ ഉന്നതനിലയിലായിരുന്ന കേരളം. പില്ക്കാലത്ത് വളരെ പിറകോട്ട് പോയകാര്യം സൂചിപ്പിച്ചുകൊണ്ട്, ആ ഉല്ബുദ്ധത വീണ്ടെടുക്കാനുള്ള തന്റെ ആഗ്രഹമാണ് ഈ വ്യാഖ്യാനത്തിലൂടെ അദ്ദേഹം പ്രകടിപ്പിക്കുന്നത്. താൻ മറ്റൊരു വ്യാഖ്യാനത്തെയോ തർജ്ജമയെയോ ആശ്രയിച്ചല്ല ഈ വ്യാഖ്യാനം തയ്യാറാക്കിയിട്ടുള്ളതെന്നും യുക്തിഭാഷയും മറ്റു ഗ്രന്ഥങ്ങളും കോളേജിൽനിന്ന് ലഭിച്ചിട്ടുള്ള വിദ്യാഭ്യാസവും ആണ് തന്നെ സഹായിച്ചിട്ടുള്ളതെന്നും അവതാരികയിൽ വ്യക്തമാക്കിയിട്ടുണ്ട്. അദ്ദേഹം നല്കുന്ന ഒരു മുന്നറിയിപ്പ് കൂടി ഇവിടെ ശ്രദ്ധേയമാണ്. "വ്യാഖ്യാനത്തിൽ പലേടത്തും വലയങ്ങൾ, സംകലനാദിചിഹ്നങ്ങൾ തുടങ്ങിയ പാശ്ചാത്യ സാങ്കേതികങ്ങൾ ഉപയോഗിച്ചിട്ടുണ്ട്. അത് നാം സ്വീകരിക്കുകതന്നെ വേണം. ഭാരതത്തിൽ ഗണിതശാസ്ത്രം ക്ഷയിക്കുവാൻ ഒരു കാരണം വേണ്ടത്ര സാങ്കേതികവശത്തിൽ ശ്രദ്ധവെക്കാഞ്ഞിട്ടാണെന്ന് ഈ വ്യാഖ്യാതാവിന്

ബലമായ അഭിപ്രായമുണ്ട്. സാങ്കേതികക്ഷാമംകൊണ്ട് ഗഹനമായ ഗണിതശാസ്ത്രം ശ്രീ. ഭാസ്കരൻ തന്നെ പലേടത്തും പറഞ്ഞിട്ടുള്ള മന്ദധീകളുടെ ഗ്രഹണശക്തിയിൽനിന്ന് പുറത്തുപോയി. സാധാരണന്മാരുടെ ഈ നിസ്സഹായത ക്രമേണ ധിഷണാശാലികളുടെ ശ്രദ്ധക്കുറവും ക്ഷയവുമായി പരിണമിച്ചു. ഇത് ഇനിയും വരാതിരിക്കണമെങ്കിൽ നാം നല്ലവണ്ണം സാങ്കേതികവശത്തിൽ ശ്രദ്ധവെക്കണം."

മൂന്നു ഖണ്ഡങ്ങളിലായി 34 പ്രകരണങ്ങളാണ് ഈ കൃതിയിലുള്ളത്: അക്കങ്ങളെക്കൊണ്ടുള്ള ഗണിതം എന്നർത്ഥമുള്ള അങ്കഗണിതമാണ് ഇതിലെ പ്രതിപാദ്യവിഷയം. അങ്കഗണിതത്തെ പാടീഗണിതമെന്നാണ് ഇവിടെ വിശേഷിപ്പിക്കുന്നത്. പാടി എന്നാൽ പലക എന്നർത്ഥം. ഒരു പലകമേൽ എഴുതിയോ കവടിനിരത്തിയോ ചെയ്യുന്ന ഗണിതം എന്നായിരിക്കാം അർത്ഥം എന്നും മണലിൽ എഴുതി ചെയ്യുന്നതിനാൽ ധൂളീഗണിതമെന്നും ഇതിനെ പറയാറുണ്ടെന്നും വ്യാഖ്യാതാവ് വിശദീകരിക്കുന്നുണ്ട്.

"ഭാസ്കരം പ്രണിപത്യാഹം ഭൂതാനാം സർവദായകം
ലീലാവതീം ഭാസ്കരീയാം വ്യാഖ്യാസ്യേ മാതൃഭാഷയിൽ" എന്ന വന്ദനപദ്യത്തോടെയാണ് വ്യാഖ്യാനം ആരംഭിക്കുന്നത്. ആദ്യപ്രകരണം മംഗളാചരണമാണ്. രണ്ടാംപ്രകരണമായ പരിഭാഷയിൽ ഏതാനും പട്ടികകളാണ് നല്കിയിട്ടുള്ളത്. അങ്കഗണിതത്തിന് സാധാരണജീവിതത്തിൽ വളരെയധികം ഉപയോഗമുള്ളതിനാൽ അക്കാലത്ത് നടപ്പുണ്ടായിരുന്ന അളവുകളുടെയും തൂക്കങ്ങളുടെയും പണത്തിന്റെയും പട്ടികകൾ ഇവിടെ ചേർത്തിട്ടുണ്ട്.

ഇപ്രകാരം അടിസ്ഥാനവിവരങ്ങൾ നല്കിയതിനുശേഷം ഒന്നാംഖണ്ഡത്തിലേക്ക് പ്രവേശിക്കുന്നു. ആദ്യംതന്നെ സംഖ്യാസ്ഥാനങ്ങളുടെ സംജ്ഞയാണ് കൊടുത്തിട്ടുള്ളത്. "ഏകം, ദശം, ശതം, സഹസ്രം, അയുതം, പക്ഷം, പ്രയുതം, കോടി, അർബ്ബുദം, അബ്ജം, ഖർവം, നിഖർവം, മഹാപത്മം, ശങ്ക, ജലധി, അന്ത്യം, മദ്ധ്യം, പരാർത്ഥം എന്നിപ്രകാരം ഉത്തരോത്തരം ദശഗുണങ്ങളായ സംഖ്യാസ്ഥാനങ്ങളുടെ പേരുകൾ വ്യവഹാരസൗകര്യത്തിനുവേണ്ടി പൂർവ്വന്മാരാൽ ഉണ്ടാക്കപ്പെട്ടു."

പിന്നീട് കൂട്ടൽ, കിഴിക്കൽ, ഗുണനം, ഹരണം എന്നീ ചതുഷ്ക്രിയകളെ വിശദീകരിക്കുകയാണ്. പരികർമ്മാഷ്ടകം, ഭിന്നപരികർമ്മം, ശൂന്യപരികർമ്മം, വ്യസ്തകർമ്മം, ഇഷ്ടകർമ്മം, സംക്രമണം, വർഗ്ഗകർമ്മം, ഗുണകർമ്മം, ത്രൈരാശികം, ഭാണ്ഡപ്രതിഭാണ്ഡകം, മിത്രവ്യവഹാരം, ഛന്ദശ്ചിത്യാദി, ശ്രേഢീവ്യവഹാരം ഇവയാണ് ഒന്നാംഖണ്ഡത്തിലെ പ്രതിപാദ്യവിഷയങ്ങൾ. ഈ ഖണ്ഡത്തിൽ വ്യാഖ്യാതാവ് *സിദ്ധാന്തശിരോമണി*യുടെ രണ്ടാംഭാഗമായ *ബീജഗണിത*ത്തിൽനിന്നുള്ള ചില ഭാഗങ്ങൾ

എടുത്ത് ചേർത്തിട്ടുണ്ട്.

രണ്ടാംഖണ്ഡത്തിലെ വിഷയം ക്ഷേത്രവ്യവഹാരമാണ്. ജ്യാമിതി അഥവാ ജ്യോമട്രിയുമായി ബന്ധപ്പെട്ട കാര്യങ്ങളാണ് ഇതിൽ പ്രതിപാദിക്കുന്നത്. ഭുജകോടി, കർണ്ണനയനം, ക്ഷേത്രഫലാനയനം, സൂചിക്ഷേത്രം, വൃത്തവ്യവഹാരം, ശരജീവാനയനം, വൃത്തഗതസമക്ഷേത്രഭുജാനയനം, സ്ഥൂലജീവാനയനം എന്നിവയാണ് ഇതിലെ പ്രകരണങ്ങൾ.

മൂന്നാംഖണ്ഡത്തിൽ എട്ട് പ്രകരണങ്ങളുണ്ട്. ഖാതവ്യവഹാരം, ചിതിവ്യവഹാരം, ക്രകചവ്യവഹാരം, രാശീവ്യവഹാരം, ഛായാവ്യവഹാരം, കുട്ടകവ്യവഹാരം, ഗണിതപാശം, ഉപസംഹാരം - ഇവയാണ് പ്രകരണങ്ങൾ. ഏറ്റവും അഭിനന്ദനീയമായ കാര്യം ഗ്രന്ഥത്തിലെ ഓരോ പ്രകരണത്തിന്റെയും തുടക്കത്തിൽ, അതിലെ പ്രതിപാദ്യവിഷയമെന്താണെന്ന് വളരെ ലളിതമായി പറഞ്ഞതിനുശേഷമേ ഓരോ സൂത്രത്തിലേക്കും അതിന്റെ വ്യാഖ്യാനത്തിലേക്കും തുടർന്നു വിശദീകരണത്തിലേക്കും വ്യാഖ്യാതാവ് കടക്കുന്നുള്ളൂ എന്നതാണ്. ഇത് വിഷയഗ്രഹണം സുഗമമാക്കുന്നു.

ഗ്രന്ഥാവസാനത്തിൽ മൂന്ന് അനുബന്ധങ്ങളുണ്ട്. സംഖ്യാസൂചനരീതികളാണ് ആദ്യാനുബന്ധം. ഭാസ്കരാചാര്യന്റെയും ആര്യഭടന്റെയും കണ്ടെത്തലുകളുടെ സഹായത്തോടെയാണ് ഈ ഭാഗം തയ്യാറാക്കിയിട്ടുള്ളത്. വിഭൂതിഭൂഷൻ ദത്തയുടെയും അവദേഷ് നാരായൺ സിങ്ങിന്റെയും ഹിന്ദു ഗണിതശാസ്ത്രചരിത്രം ഒന്നാംഭാഗവും പ്രയോജനപ്പെടുത്തിയിട്ടുണ്ട്.

ചില ക്ഷേത്രധർമ്മങ്ങളാണ് രണ്ടാം അനുബന്ധം. കോണുകളെക്കുറിച്ച് വിശദീകരിച്ചതിനുശേഷം ത്രികോണങ്ങളെക്കുറിച്ചും അവയുടെ ധർമ്മങ്ങളെക്കുറിച്ചും എല്ലാം സാമാന്യം വിസ്തരിച്ച് ഈ ഭാഗത്ത് ചർച്ച ചെയ്യുന്നുണ്ട്. ഗണിതവിദ്യാർത്ഥികൾ ക്ഷേത്രങ്ങളുടെ സ്വഭാവത്തെക്കുറിച്ച് വിശദമായി അറിഞ്ഞിരിക്കണമെന്നും അത് കാര്യങ്ങൾ മനസ്സിലാക്കാനുള്ള അവരുടെ കഴിവിനെ വർദ്ധിപ്പിക്കുമെന്നും സൂചിപ്പിച്ചുകൊണ്ടാണ് കോരുമാസ്റ്റർ ഇക്കാര്യങ്ങൾ വിശദീകരിക്കുന്നത്.

'വൃത്തഗതചതുരശ്ര കർണ്ണാദ്യാനയനം' ആണ് മൂന്നാം അനുബന്ധം. വൃത്തഗതചതുരശ്രത്തിലെ കരണങ്ങളെ വരുത്താനുള്ള സൂത്രത്തെക്കുറിച്ചാണ് ഈ ഭാഗത്ത് വിശദീകരിക്കുന്നത്. ബ്രഹ്മഗുപ്തന്റെ *ബ്രഹ്മസ്ഫുടസിദ്ധാന്ത*മെന്ന വിഖ്യാതകൃതിയിലെ സൂത്രങ്ങളുടെ സഹായത്തോടെയാണ് ഈ ഭാഗം തയ്യാറാക്കിയിട്ടുള്ളത്.

തന്റെ മകളെയും ഒരു വ്യാപാരിയെയും ഒരു ഗണിതപണ്ഡിതനെയും അഭിസംബോധനചെയ്തുകൊണ്ട് ഗണിതം വളരെ കൗതുകകരമായി

അവതരിപ്പിക്കുന്ന രീതിയാണ് ഈ കൃതിയിൽ ഭാസ്കരൻ അവലംബിച്ചിട്ടുള്ളത്. പ്രൗഢമായ ഈ ഗണിതഗ്രന്ഥത്തിന്റെ പാരായണം രസകരമായ അനുഭവമാക്കി മാറ്റുവാൻ ഈ രീതി സഹായിക്കുന്നുണ്ട്.

ഒരുദാഹരണം മാത്രം നല്കട്ടെ.

''അല്ലയോ ബുദ്ധിമതിയായ ബാലേ, ലീലാവതി, വ്യക്തഗണിതത്തിൽ യോഗവിയോഗമാർദ്ദങ്ങളിൽ കുശലയാണെങ്കിൽ, 2, 5, 32, 193, 18, 10, 100 ഇവയെല്ലാം കൂടി കൂട്ടിയതും ആ ഫലത്തെ 10,000 ൽനിന്നു കളഞ്ഞ ശിഷ്ടവും എന്നോട് പറയുക.

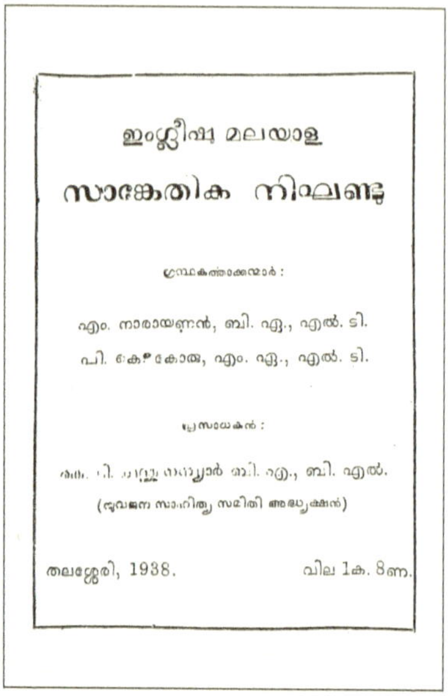
ഇംഗ്ലീഷു മലയാള

സാങ്കേതിക നിഘണ്ടു

ഗ്രന്ഥകർത്താക്കന്മാർ :

എം. നാരായണൻ, ബി. ഏ., എൽ. ടി.

പി. കെ. കോരു, എം. ഏ., എൽ. ടി.

പ്രസാധകൻ :

[illegible] ബി. ഏ., ബി. എൽ.

(സ്വജന സാഹിത്യ സമിതി അദ്ധ്യക്ഷൻ)

തലശ്ശേരി, 1938. വില 1ക. 8ണ.

*സിദ്ധാന്തശിരോമണി*യിലെ രണ്ടാംഭാഗമായ *ബീജഗണിത*ത്തിനും കോരുമാസ്റ്റർ വ്യാഖ്യാനം രചിച്ചിട്ടുണ്ട് എന്ന് ചിലർ രേഖപ്പെടുത്തിയിട്ടുണ്ട്. അതിന് ഏറെ സാദ്ധ്യതയുണ്ട്താനും. ബീജഗണിതത്തെക്കുറിച്ച് അദ്ദേഹം പല സ്ഥലങ്ങളിലും പരാമർശിച്ചിട്ടുമുണ്ട്. എന്നാൽ അങ്ങനെയൊരു പുസ്തകത്തിന്റെ കോപ്പി കണ്ടെത്താൻ കഴിഞ്ഞിട്ടില്ല.

ശാസ്ത്രസാഹിത്യരചനയിൽ ഏർപ്പെടുന്നവർ എപ്പോഴും അഭിമുഖീകരിക്കുന്ന ഒരു പ്രധാനപ്രശ്നം ഇംഗ്ലീഷിലുള്ള സാങ്കേതികപദങ്ങൾക്ക് തത്തുല്യമായ മലയാളപദം കണ്ടെത്തുക എന്നതാണ്. അനേകം വ്യക്തികളും സംഘടനകളും സ്ഥാപനങ്ങളും ഈ പ്രശ്നം ഗൗരവപൂർവ്വം ചർച്ച ചെയ്തിട്ടുണ്ട്. മലയാളത്തിലെ ആദ്യത്തെ ഭൗതികശാസ്ത്രകൃതിയായ *പ്രകൃതിശാസ്ത്ര*ത്തിന്റെ കർത്താവായ ജോഹനാസ് ഫ്രോൺമെയർ ഇക്കാര്യം ആഴത്തിൽ പരിശോധിക്കുന്നുണ്ട്. ആ ഗ്രന്ഥത്തിന്റെ ഒടുവിൽ ഒരു സാങ്കേതികപദാവലി നല്കാനും അദ്ദേഹം ശ്രദ്ധിച്ചിട്ടുണ്ട്. 1893 ൽ കൃഷ്ണൻ പണ്ടാലയും, 20-ാംനൂറ്റാണ്ടിന്റെ ആദ്യദശകത്തിൽ പൈലോപോളും ഈ മേഖലയിൽ സംഭാവനകൾ നല്കിയിട്ടുണ്ട്. പി കെ കോരുവും എം നാരായണനും ചേർന്ന് തയ്യാറാക്കി 1938-ൽ പ്രസിദ്ധീകരിച്ച *ഇംഗ്ലീഷ്-മലയാള സാങ്കേതിക നിഘണ്ടു* ഈ രംഗത്തെ ശ്രദ്ധേയമായ ഒരു ഗ്രന്ഥമാണ്. ശാസ്ത്രവിഷയങ്ങൾ പഠിക്കുന്നതിലും പഠിപ്പിക്കുന്നതിലും സാങ്കേതികപദ ദൗർലഭ്യം സൃഷ്ടിക്കുന്ന പ്രശ്നങ്ങൾ സൂചിപ്പിച്ചുകൊണ്ട്, 'പാഠശാലാ വിഷയങ്ങളിൽ ഉപയോഗിക്കുന്നതായ സാങ്കേ

കെ കേളപ്പൻ

തികപദങ്ങൾ അടങ്ങിയ ഒരു ചെറുനിഘണ്ടു ഉണ്ടായാൽ ഈ വൈഷമ്യങ്ങൾ കുറെയൊക്കെ തീർന്നുപോകുമെന്നും വൈജ്ഞാനികശാസ്ത്രങ്ങൾ സ്വഭാഷയിൽ പ്രതിപാദിക്കുവാൻ തുടങ്ങിയാൽ വിദ്യാസമ്പന്നരും പൊതുജനങ്ങളും തമ്മിൽ ഇന്ന് കാണുന്ന ഭിന്നിപ്പ് ഇല്ലാതാക്കാനും നാടെങ്ങും ഒരു സംസ്കാരപ്രസ്ഥാനം ബലമായി സംസാരിപ്പിക്കാനും സാധിക്കുമെന്നുമുള്ള വിശ്വാസത്താലാണ്" ഈ പുസ്തകം നിർമ്മിക്കുന്നതെന്ന് ഗ്രന്ഥകർത്താക്കൾ ആമുഖപ്രസ്താവനയിൽ വ്യക്തമാക്കുന്നുണ്ട്. അതുവരെ ഉണ്ടായിട്ടുള്ള മലയാളപാഠപുസ്തകങ്ങളും വൈജ്ഞാനികഗ്രന്ഥങ്ങളും *മാതൃഭൂമി* ദിനപത്രവും, ആഴ്ചപ്പതിപ്പും ഹിന്ദി വൈജ്ഞാനികശബ്ദാവലിയും *അമരകോശ*ത്തിന്റെ പാരമേശ്വരിവ്യാഖ്യാനവും *യുക്തിഭാഷ* എന്ന ഗണിതഗ്രന്ഥവും ലീലാവതി, *ആര്യഭടീയം* തുടങ്ങിയ ജ്യോ തിർഗണിതഗ്രന്ഥങ്ങളും ഒക്കെ സൂക്ഷ്മമായി പരിശോധിച്ചിട്ടാണ് ഈ പദാവലി തയ്യാറാക്കിയിട്ടുള്ളത്.

ഈ ഗ്രന്ഥത്തിന്റെ എടുത്തുപറയേണ്ട ഒരു സവിശേഷത കേരളത്തിലെ ദേശീയനേതാക്കന്മാരിൽ ഒരാളായിരുന്ന കെ കേളപ്പനാണ് ഇതിന് അവതാരിക എഴുതിയിരിക്കുന്നത് എന്ന സംഗതിയാണ്. വിദ്യാഭ്യാസത്തിൽ മാതൃഭാഷയ്ക്കുള്ള സ്ഥാനത്തെക്കുറിച്ചും പ്രാധാന്യത്തെക്കുറിച്ചും ഉള്ള ദേശീയപ്രസ്ഥാനത്തിന്റെ കാഴ്ചപ്പാട് വ്യക്തമാക്കുന്നതാണ് അവതാരിക. കേളപ്പൻ എഴുതുന്നു: "ഇന്ന് ലോകത്തുള്ള മിക്ക രാജ്യങ്ങളും അവരുടെ സ്വഭാഷകൾവഴിയാണ് തങ്ങൾക്ക് വേണ്ട അറിവു മുഴുവൻ സമ്പാദിക്കുന്നത്. ഇതിന് വ്യത്യസ്തമായിരിക്കുന്നത് അന്യന്മാർക്കടിമപ്പെട്ടിരിക്കുന്ന രാജ്യങ്ങൾ മാത്രമാണ്. ഈ അസ്വതന്ത്രരാജ്യങ്ങളിലെ ഭാഷയ്ക്കും അന്യഭാഷകളുടെ ആശ്രയം ഒഴിച്ചുകൂടാത്തതായി വന്നിരിക്കുന്നു. ഭരണാധികാരികളുടെ ഭരണപാടവം ഭരണീയർക്ക് നിഷേധിക്കുന്നതുപോലെ തന്നെയല്ലെ ആശയവിനിമയപടുത്വം ഭരണീയരുടെ ഭാഷയ്ക്കും നിഷേധിക്കുന്നത്?"

ഇംഗ്ലീഷുകാർ വരുന്നതിനും ഇംഗ്ലീഷ് ഭാഷയുമായി സമ്പർക്കമുണ്ടാവുന്നതിനുംമുമ്പ് ഇന്ത്യയിൽ ജ്യോതിശ്ശാസ്ത്രം, രസതന്ത്രം തുടങ്ങിയ പല ശാസ്ത്രങ്ങളും വളർന്നു വികസിച്ചിരുന്നുവെന്നും എന്നാൽ അതെല്ലാം സംസ്കൃതത്തിലായിരുന്നുവെന്നും ബ്രിട്ടീഷ് ഭരണത്തിൻകീഴിൽ അതിന്റെ സ്ഥാനം ഇംഗ്ലീഷ് നേടിയെന്നും സൂചിപ്പിച്ചതിനുശേഷം വിദേശസർക്കാരിന്റെ സമീപനംമൂലം സ്വഭാഷപോലും സുഗമമായി

കൈകാര്യംചെയ്യുന്നതിനുള്ള ശക്തി നമുക്ക് നഷ്ടപ്പെട്ടിരിക്കുന്നുവെന്ന് കേളപ്പൻ ചൂണ്ടിക്കാണിക്കുന്നുണ്ട്. ഹോളണ്ടുകാർക്ക് അവരുടെ ഭാഷയും, ജപ്പാൻകാർക്ക് അവരുടെ ഭാഷയും ഇന്നത്തെ ഏതു ശാസ്ത്രവും പഠിക്കുന്നതിന് മതിയെങ്കിൽ, മലയാളികൾക്ക് മലയാളഭാഷ എന്തുകൊണ്ട് മതിയാവുന്നില്ല എന്ന് അദ്ദേഹം ചോദിക്കുന്നു. തുടർന്ന് കേളപ്പൻ എഴുതി: "ഒരു ജനസമുദായത്തിന്റെ പുരോഗതിക്കനുസരിച്ച് അവരുടെ ഭാഷയും വളർന്നുവരുന്നു എന്നുള്ളതാണ് വാസ്തവം. ഒരു കൊച്ചുകുട്ടിയുടെ ഭാഷ അവൻ അറിയുന്ന അത്യാവശ്യം സാധനങ്ങളുടെയും അവന്റെ കുറഞ്ഞ ആവശ്യങ്ങളുടെയും വിവരണത്തിനേ മതിയാവുന്നുള്ളു. ജനസമുദായങ്ങളുടെയും നില ഇതുതന്നെ. ഭാഷ ആവശ്യത്തിനനുസരിച്ച് വളരുന്ന ഒരു വസ്തുവാണ്. അറിവിന്റെ വളർച്ചയ്ക്കും ഭാഷയുടെ വളർച്ചയ്ക്കും അഭേദ്യമായ ബന്ധമുണ്ട്. എന്നാൽ ഭാഷയെ ഞെരുക്കിക്കൊല്ലുന്ന ഏർപ്പാട് ജ്ഞാനത്തിന്റെയും വളർച്ചയെ തടയുന്നു. ഇന്നത്തെ ഹൈസ്കൂൾ വിദ്യാർത്ഥികളിൽ വലിയൊരു ഭാഗം തങ്ങൾക്ക് നല്ലപോലെ കൈകാര്യംചെയ്യാൻ സാധിക്കാത്ത ഇംഗ്ലീഷ്ഭാഷയാണ് അവരുടെ ശാസ്ത്രപഠനത്തിന് പ്രതിബന്ധമെന്ന് പറയാറുണ്ട്." ഇന്നും പ്രസക്തമായ നിരീക്ഷണമാണ് കേളപ്പൻ അവതാരികയിലൂടെ നടത്തിയിട്ടുള്ളത്.

ഈ കൃതിയിൽ എട്ടു ഖണ്ഡങ്ങളാണുള്ളത്. ഗണിതം-ജ്യോതിഷം, ഭൗതികവിജ്ഞാനം, രസതന്ത്രം, ശരീരശാസ്ത്രം, സസ്യശാസ്ത്രം, ജന്തുശാസ്ത്രം, ഭൂവിജ്ഞാനീയം-ഭൂമിശാസ്ത്രം, മനഃശാസ്ത്രം എന്നീ വിഷയങ്ങളിലുള്ള ആറായിരത്തിഅഞ്ഞൂറിൽപരം പദങ്ങളാണ് ഈ ഗ്രന്ഥത്തിലുള്ളത്. ഭൂരിഭാഗം പദങ്ങളും ഇന്ന് പ്രചാരത്തിലോ പ്രയോഗത്തിലോ ഇല്ലാത്തവയായി മാറിയിട്ടുണ്ട്. അർത്ഥവും ആശയവും കൂടുതൽ ലളിതമായി, സരളമായി, സംവേദനം ചെയ്യാൻ സഹായകമാകുന്ന പദങ്ങൾ കണ്ടെത്തുമ്പോൾ അതുവരെ ഉണ്ടായിരുന്ന പദങ്ങൾ അപ്രസക്തങ്ങളാകുന്നതും അവഗണിക്കപ്പെടുന്നതും സ്വാഭാവികമാണ്. എങ്കിലും, ഭൗതികസൗകര്യങ്ങൾ എത്രയോ പരിമിതമായ കാലത്ത് അക്ഷീണവും തീവ്രവുമായ പരിശ്രമത്തിലൂടെ ഇങ്ങനെയൊരു ഗ്രന്ഥം നിർമ്മിക്കു

ഉപന്യാസമഞ്ജരി

Approved by the Text Book Committee, Madras. for
Class use, Vide Fort St. George gazette,
Dated 22-5-52.

ഉപന്യാസകർത്താക്കൾ:
പി. കെ. കോരു, എം. എസ്‌സി. എൽ. ടി.
എം. നാരായണൻ, ബി. എ; എൽ. ടി.

പ്രസാധകന്മാർ,
പി. കെ. ബ്രദേഴ്സ്, കോഴിക്കോട്.

1952 | 1—0—0

ന്നതിന് ഗ്രന്ഥകാരന്മാരെ പ്രേരിപ്പിച്ച ഭാഷാപോഷണൗത്സുക്യം അങ്ങേയറ്റം ആദരണീയവും അനുകരണീയവുമാണ്.

ഉപന്യാസമഞ്ജരി എന്ന പേരിൽ ഒരു ഉപന്യാസസമാഹാരം പി കെ കേരുവും എം നാരായണനും ചേർന്ന് പ്രസിദ്ധീകരിച്ചിട്ടുണ്ട്. (കണ്ണൂരിലെ സഹപ്രവർത്തകരിലൊരാളായിരിക്കാം എം നാരായണൻ. അദ്ധ്യാപകവൃത്തിയിൽനിന്ന് വിരമിച്ച് മുല്ലശ്ശേരിയിൽ താമസമാക്കിയപ്പോഴും ആ സൗഹൃദം തുടർന്നിരുന്നു എന്നതിന്റെ സൂചനയാണ് 1952 ൽ പ്രസിദ്ധീകരിച്ച ഈ ഗ്രന്ഥം.) 14 ലേഖനങ്ങളാണ് ഈ ഗ്രന്ഥത്തിലുള്ളത്. കർമ്മപ്രധാനമായ വിദ്യാഭ്യാസം, വിദ്യാഭ്യാസവും മനഃശാസ്ത്രവും, സാഹിത്യം, സാക്ഷാൽ മഹത്ത്വമെവിടെ, അന്തരീക്ഷം, ഹൃദയസ്പന്ദനം, ഒരു ദിവ്യൗഷധം എന്നീ ഏഴ് ലേഖനങ്ങളാണ് കോരുമാസ്റ്ററുടേത്. (എം നാരായണന്റെ ലേഖനങ്ങൾ വിദ്യാഭ്യാസം, ബാലസ്വഭാവം, നേതാക്കന്മാർ, സാഹിത്യവും ജീവിതവും, സമുദായസേവനം, മതോല്ബോധനം, ഐക്യത്തിന്റെ അടിസ്ഥാനം എന്നിവയാണ്.) ജ്യോതിഃശാസ്ത്രവും, ഗണിതശാസ്ത്രവും മാത്രമല്ല സാമൂഹികവിഷയങ്ങളും ലളിതമായി ആവിഷ്കരിക്കാനുള്ള കോരുമാസ്റ്ററുടെ സിദ്ധിവിശേഷത്തിന് ഉത്തമമാതൃകകളാണ് ഈ ലേഖനങ്ങൾ.

തൊഴിൽപരിശീലനത്തിന് വിദ്യാഭ്യാസപദ്ധതിയിലുള്ള സ്ഥാനത്തെക്കുറിച്ചുള്ളതാണ് 'കർമ്മപ്രധാനമായ വിദ്യാഭ്യാസം.' കർമ്മത്തെ ആശ്രയിച്ചുമാത്രമേ ജ്ഞാനം വളരുകയുള്ളുവെന്നും ഇങ്ങനെ വളരുന്ന ജ്ഞാനം കർമ്മത്തെ ഉല്കർഷപ്പെടുത്തുമെന്നും ഈ അന്യോന്യപോഷണമാണ് മനുഷ്യസമുദായത്തിന്റെ ഉല്കർഷം എന്നും ലേഖകൻ വിശദീകരിക്കുന്നുണ്ട്. സ്വഭാവസംസ്കരണം തന്നെയാണ് അദ്ധ്യാപകരുടെ പ്രവൃത്തിയെന്നും ക്ലാസ്മുറിയിൽ അദ്ധ്യാപകർ താർക്കികമനോഭാവം വിട്ട് കുട്ടികളെ സ്നേഹിച്ചു പരിപാലിക്കുന്ന അമ്മയുടെ മനോഭാവം സ്വീകരിക്കണമെന്നും 'വിദ്യാഭ്യാസവും മനഃശാസ്ത്രവും' എന്ന ലേഖനത്തിൽ വിശദീകരിക്കുന്നുണ്ട്. "കുട്ടികൾക്ക് ഗ്രഹിക്കുവാൻ കഴിയാത്ത യുക്തികളെ ഒട്ടും ഉപയോഗിക്കരുത്. സുപരിചിതമായ ഉദാഹരണങ്ങളെക്കൊണ്ടും വിസ്മയജനകമായ വസ്തുപ്രദർശനങ്ങളെക്കൊണ്ടും കുട്ടികളുടെ രസത്തെ തട്ടിയുണർത്താഞ്ഞാൽ അവർ നാം പറയുന്നതിനെ വകവെക്കുകയില്ല. കുട്ടികൾ പ്രായേണ കളിയിൽ ഉത്സാഹമുള്ളവരാണ്. കളിമാർഗ്ഗമായി ഗണിതമോ കഥകളോ ചരിത്രമോ പഠിപ്പിക്കാമെങ്കിൽ അങ്ങനെ ചെയ്ത് അവരുടെ ഉത്സാഹത്തെ പുറത്ത് വരുത്തണം" എന്നാണ് മാസ്റ്റർ എഴുതുന്നത്.

സാഹിത്യധർമ്മത്തെക്കുറിച്ചാണ് 'സാഹിത്യം' എന്ന ലേഖനത്തിൽ പ്രതിപാദിക്കുന്നത്. സമൂഹത്തെ ഊർജ്ജസ്വലമാക്കുകയും മുന്നോട്ടുനയി

ക്കുകയും ചെയ്യുന്ന സാഹിത്യത്തിന്റെ അനിവാര്യതയും അദ്ദേഹം ഇവിടെ വിശദീകരിക്കുന്നുണ്ട്. യഥാർത്ഥമഹത്ത്വം കണ്ടെത്താൻ കഴിയണമെങ്കിൽ, മഹത്ത്വത്തെക്കുറിച്ചുള്ള നമ്മുടെ മാമൂൽ കാഴ്ചപ്പാട് ഉപേക്ഷിക്കണമെന്ന ആഹ്വാനമാണ് 'സാക്ഷാൽ മഹത്ത്വമെവിടെ' എന്ന ലേഖനത്തിൽ. 'അന്തരീക്ഷം' എന്ന ലേഖനം നമ്മുടെ മാനസികവും ഇന്ദ്രിയപരവുമായ പ്രവർത്തനങ്ങളുടെ അന്തരീക്ഷത്തെക്കുറിച്ചുള്ളതാണ്. "അന്തരീക്ഷം എന്ന പദത്തിന് അന്തർഭാഗത്ത് ൠക്ഷങ്ങൾ (നക്ഷത്രങ്ങൾ) ഉള്ളത് എന്നും യാതൊന്നിന്റെ അന്തർഭാഗം നമുക്ക് ഈക്ഷണം ചെയ്യുവാൻ സാധിക്കുമോ അത് എന്നും അർത്ഥം പറയാമെന്നും, ഇതിൽ രണ്ടാമത്തെ അർത്ഥമാണ് ഇവിടെ സ്വീകരിച്ചിട്ടുള്ള"തെന്നും വ്യക്തമാക്കിക്കൊണ്ടാണ് ലേഖനം തുടങ്ങുന്നതുതന്നെ. ജ്ഞാനേന്ദ്രിയങ്ങളും കർമ്മേന്ദ്രിയങ്ങളും ബുദ്ധിയുടെ വ്യാപാരവുമെല്ലാം, സവിശേഷമായ അന്തരീക്ഷത്തിലാണ് നിലകൊള്ളുന്നത്. ഈ അന്തരീക്ഷങ്ങളുടെ വികാസമാണ് മനുഷ്യരുടെ യഥാർത്ഥമായ ഉല്കർഷം. മനുഷ്യൻ പ്രശാന്തനായി നിരന്തരപരിശ്രമത്തോടും വിശ്വാസത്തോടും വിനയത്തോടും കൂടി ജീവിക്കുമ്പോൾ അന്തരീക്ഷം താനേ വികസിക്കും. പരിശ്രമമില്ലാതെ, ഭയപ്പെട്ട്, വേഷംകെട്ടി മറ്റുള്ളവരെ പരിഭ്രമിപ്പിച്ച് ജീവിക്കുന്നവന്റെ അന്തരീക്ഷം ക്രമേണ ചുരുങ്ങുമെന്നും ലേഖകൻ ചൂണ്ടിക്കാണിക്കുന്നു; സഹജീവികളോട് ഹൃദയൈക്യം ഉണ്ടാവേണ്ടതിനെക്കുറിച്ചാണ് 'ഹൃദയസ്പന്ദനം' എന്ന ലേഖനത്തിൽ വിവരിക്കുന്നത്.

തങ്ങളുടെ മനഃസാക്ഷിക്ക് വിപരീതമായി ഒരു സന്ദർഭത്തിലും സംസാരിക്കാതെ സന്ദർഭോചിതം സ്വാഭിപ്രായത്തെ തുറന്നുപറയുന്നതാണ് സമൂഹത്തിൽ വളർന്നുവരുന്ന അന്ധതയുടെ സന്താനമായ മൃഗീയതയെ ഇല്ലാതാക്കാനുള്ള ദിവ്യൗഷധമെന്നാണ് 'ഒരു ദിവ്യൗഷധം' എന്ന ലേഖനത്തിൽ പ്രതിപാദിക്കുന്നത്.

കോരുമാസ്റ്ററുടെ രചനാസാമർത്ഥ്യം മാത്രമല്ല, സമൂഹത്തോട്, സഹജീവികളോട് ഉള്ള സമീപനം കൂടി വെളിപ്പെടുത്തുന്നതാണ് ഈ ലേഖനങ്ങൾ. പി കെ കോരു എന്ന മനുഷ്യനെ മനസ്സിലാക്കാൻ ഇവ സഹായിക്കും.

അദ്ധ്യാപകവൃത്തിയിൽ പ്രവേശിച്ച കാലംമുതല്ക്കേ കോരുമാസ്റ്റർ ശാസ്ത്രലേഖനങ്ങൾ എഴുതിത്തുടങ്ങിയിരുന്നു. പില്ക്കാലത്ത് മലയാളത്തിലെ പ്രമുഖ പ്രസിദ്ധീകരണങ്ങളിൽ വളരെ ഗഹനങ്ങളായ ലേഖനങ്ങൾ അദ്ദേഹം എഴുതിയിട്ടുണ്ട്. അവയൊക്കെ അക്കാലത്ത് പണ്ഡിതശ്രദ്ധയും ആദരവും നേടിയിട്ടുമുണ്ട്. *മംഗളോദയം* മാസികയിലെഴുതിയ 'വൃത്തപരിധിയിലൂടെ' എന്ന ലേഖനം എല്ലാ കേരളീയരെയും കോൾമയിർക്കൊള്ളിക്കുന്നതാണ് എന്ന് ജ്യോതിർഗണിതപണ്ഡിതനായ രാമ

വർമ്മത്തമ്പുരാനും, കേരളീയർക്ക് അഭിമാനത്തോടുകൂടി വായിക്കാവുന്നതാണെന്ന് സംസ്കൃതപണ്ഡിതനായ കുഞ്ചുണ്ണിരാജയും അഭിപ്രായപ്പെടുകയുണ്ടായി. 'വിജ്ഞന്മാരഭിനന്ദിച്ചേ വിജ്ഞാനം സാധുവായ് വരൂ' എന്നാണല്ലോ. ഈ വിധത്തിൽ, അക്കാലത്ത് കേരളത്തിലെ അക്കാദമികമേഖലയിൽ, സാമൂഹിക സാംസ്കാരികരംഗത്ത് ഒക്കെ തിളങ്ങിനിന്ന വ്യക്തിയായിരുന്നു കോരുമാസ്റ്റർ. നിർഭാഗ്യവശാൽ ആ ലേഖനങ്ങളൊന്നും സമാഹരിക്കാൻ അതാതവസരത്തിൽ തന്നെ ആരും മെനക്കെടാത്തതിനാൽ അവയെല്ലാം ഇന്ന് ലഭ്യമല്ലാതായിക്കഴിഞ്ഞിരിക്കുന്നു.

നവോത്ഥാന മനുഷ്യൻ

'**ഞാ**നൊന്നിനുമില്ല' എന്ന മട്ടിൽ ഒതുങ്ങിക്കഴിഞ്ഞുപോന്ന കോരു മാസ്റ്ററുമായി അടുത്ത് പരിചയപ്പെടാൻ കഴിഞ്ഞിട്ടുള്ളവർക്കെല്ലാം വിനയമെന്ന മൂടുപടത്തിനുള്ളിൽ അദ്ദേഹത്തിന്റെ ഉറച്ച പാണ്ഡിത്യവും ഉയർന്ന ചിന്തയും കൂസാത്ത നിർഭയത്വവും തലയുയർത്തിനില്ക്കുന്നത് ബോദ്ധ്യമായിട്ടുണ്ടാവും. സത്യത്തിനും നീതിക്കും നിരക്കാത്ത കാര്യങ്ങളെ എതിർക്കുന്നതിൽ അദ്ദേഹത്തിന് കൂട്ടൊന്നും വേണ്ടിയിരുന്നില്ല. അന്തസ്സും അഭിമാനവും കളഞ്ഞുകുളിക്കാൻ അദ്ദേഹം ഒരിക്കലും തയ്യാറായിരുന്നില്ല. ബുദ്ധിപരമായ സത്യസന്ധത പാലിക്കുന്ന കാര്യത്തിൽ അദ്ദേഹം ഒരു മാതൃകാപുരുഷനായിരുന്നു. ഏതൊരു കാര്യത്തിനും ഒന്നിലധികംവശമുണ്ടെന്നത് അദ്ദേഹം ഒരിക്കലും മറന്നിരുന്നില്ല. തന്റെ അറിവിൽ പെടാത്ത ചില വസ്തുതകൾ ഒളിഞ്ഞുകിടക്കുന്നുണ്ടാവാം എന്നത് അദ്ദേഹത്തിന്റെ ഒരു വിശ്വാസപ്രമാണമായിരുന്നു. തല്ഫലമായി ഏതവസരത്തിലും തുറന്ന മനസ്സോടെ പ്രശ്നങ്ങളെ സമീപിക്കുവാൻ അദ്ദേഹം തയ്യാറായിരുന്നു എന്നും പറയേണ്ടതുണ്ട്." പ്രഗത്ഭനായ ഗണിതശാസ്ത്രാദ്ധ്യാപകനും പ്രശസ്തനായ ശാസ്ത്രസാഹിത്യകാരനും ആയിരുന്ന ഡോ. എസ് പരമേശ്വരന്റേതാണ് ഈ വാക്കുകൾ. കോരുമാസ്റ്ററെ നേരിട്ടറിയുന്നവരെല്ലാം ഇക്കാര്യങ്ങൾ സാക്ഷ്യപ്പെടുത്തുന്നുമുണ്ട്.

അറിവിനോടുള്ള ഒടുങ്ങാത്ത, അടങ്ങാത്ത അഭിവാഞ്ഛ എന്നും അദ്ദേഹം വച്ചുപുലർത്തിയിരുന്നു. പഠിക്കുന്ന കാലംതൊട്ടേ, ജ്ഞാനാർജ്ജനത്തിനുള്ള ഒരവസരവും അദ്ദേഹം പാഴാക്കിയിട്ടില്ല. ഈ ഗുണവിശേഷംമൂലം അദ്ധ്യാപകരുടെ പ്രിയങ്കരനായ വിദ്യാർത്ഥിയായിരുന്നു അദ്ദേഹം. ജ്യോതിഃശാസ്ത്രത്തിൽ കുട്ടിക്കാലംമുതലേ അദ്ദേഹം ഏറെ തല്പരനായിരുന്നു. പഠിക്കുമ്പോഴും പഠിപ്പിക്കുമ്പോഴും

തുടർന്നും ഈ താല്പര്യം വികസിച്ചുകൊണ്ടേയിരുന്നു. ഔപചാരിക വിദ്യാഭ്യാസത്തിൽ നിന്നു നേടിയതിനേക്കാൾ കൂടുതൽ ജ്ഞാനം നിരന്തരമായ വായനയിലൂടെയും പഠനത്തിലൂടെയും സഹപ്രവർത്തകരുമായുള്ള സംവാദത്തിലൂടെയും അദ്ദേഹം ആർജ്ജിച്ചു.

അറിവാർജ്ജിക്കുന്നതിൽ മാത്രമല്ല, അത് മറ്റുള്ളവർക്ക് പകർന്നുകൊടുക്കുന്നതിലും അദ്ദേഹം അത്യന്തം ശ്രദ്ധാലുവായിരുന്നു. ഗഹനമായ ശാസ്ത്രവിഷയങ്ങൾ മലയാളത്തിൽ അവതരിപ്പിക്കുന്നതിൽ അദ്ദേഹത്തിനുള്ള ചാതുരി മുമ്പ് സൂചിപ്പിച്ചിട്ടുണ്ടല്ലോ. തലശ്ശേരിയിൽ അദ്ധ്യാപകവൃത്തിയിലേർപ്പെട്ട നാളുകളിൽ ആരംഭിച്ച ശാസ്ത്രലേഖനരചന നിരന്തരമായ നിദിദ്ധ്യാസത്തിലൂടെ ഒരു കലയാക്കി മാറ്റുകയും ആ രംഗത്ത് അനർഘവും അതുല്യവുമായ സംഭാവനകൾ നല്കുകയും ചെയ്തു അദ്ദേഹം. ശാസ്ത്രവിജ്ഞാനം സാമാന്യജനങ്ങൾക്ക് പകർന്നുകൊടുക്കുന്നതിന് രൂപവല്കരിക്കപ്പെട്ട ശാസ്ത്രസാഹിത്യ സമിതി, അല്പകാലമേ നിലനിന്നുള്ളുവെങ്കിലും അതിന്റെ പ്രമുഖപ്രവർത്തകരിൽ കോരുമാസ്റ്ററും ഉൾപ്പെടുന്നു. മലയാളത്തിലെ പ്രാമാണികരായ ശാസ്ത്രസാഹിത്യകാരന്മാരിൽ ഒരാളായിരുന്നു അദ്ദേഹമെന്ന് നിസ്സംശയം പറയാം.

ഭാരതീയ ശാസ്ത്രപാരമ്പര്യത്തോട് ഏറെ ആദരവ് പുലർത്തിയിരുന്ന കോരുമാസ്റ്റർ, ആ രംഗത്തെ ഇന്ത്യയുടെ സംഭാവനകളിൽ അതിയായി അഭിമാനംകൊണ്ടിരുന്നു. അതുകൊണ്ടുതന്നെ, നമ്മുടെ പ്രാചീന ശാസ്ത്രസമ്പത്തിനോട് ആധുനിക തലമുറ കാണിക്കുന്ന അലംഭാവവും അവഗണനയും അദ്ദേഹത്തെ അലട്ടിയിരുന്നു. ആ സമ്പത്ത് തന്നാൽ ആവുംവിധം മലയാളികൾക്ക് പകർന്നുകൊടുക്കാൻ ശ്രമിച്ച അദ്ദേഹം പുതുതലമുറ ഈ ദൗത്യം ഏറ്റെടുക്കണമെന്ന് ആഗ്രഹിച്ചു, ഏറ്റെടുക്കുമെന്ന് പ്രതീക്ഷിച്ചു. അതെപ്പോഴും പ്രകടിപ്പിക്കുകയും ചെയ്തു. “കേരളം മുന്നൂറ് നാനൂറ് കൊല്ലങ്ങൾക്കപ്പുറമുണ്ടായിരുന്നതുപോലെ, ഗണിതത്തിൽ ഉല്ബുദ്ധമായിക്കാണണമെന്ന ഒരു വിനീതവാഞ്ഛ മാത്രമാണ് ഈ വ്യാഖ്യാതാവിനുള്ളത്” എന്ന് *ലീലാവതി* വ്യാഖ്യാനത്തിന്റെ അവതാരികയിൽ അദ്ദേഹം എഴുതിയിട്ടുണ്ട്. *കരണപദ്ധതി* വ്യാഖ്യാനത്തിന്റെ മുഖവുര അവസാനിപ്പിക്കുന്നത് ഇപ്രകാരമാണ്. “കേരളത്തിലെ ഗണിതവിദ്യാർത്ഥികൾ ഈ പുസ്തകവും വ്യാഖ്യാനവും സശ്രദ്ധം പഠിച്ച് ഇതിൽ ഇനിയും ആവശ്യമെന്ന് തോന്നുന്ന പരിഷ്കാരങ്ങൾ വരുത്തുമെന്നും ഇന്നും അച്ചടിക്കാതെയും വേണ്ടവിധം വ്യാഖ്യാനിക്കാതെയും കിടക്കുന്ന തന്ത്രസംഗ്രഹാദി വിശിഷ്ടഗ്രന്ഥങ്ങളെ ഉത്തമവിദ്യാർത്ഥികൾക്ക് കരഗതമാകുവാനുള്ള വഴി തുറക്കുമെന്നും ആശിച്ചുകൊള്ളുന്നു. കേരളീയ ഗണിതഗ്രന്ഥങ്ങൾ ചിലത് ലോകപ്രശസ്തി അർഹിക്കുന്നവയാണ്.”

ദീർഘകാലം അദ്ധ്യാപകനായിരുന്ന കോരുമാസ്റ്റർക്ക് പ്രാഥമികവിദ്യാഭ്യാസത്തെക്കുറിച്ചും ഉന്നതവിദ്യാഭ്യാസത്തെക്കുറിച്ചും ഉണ്ടായിരുന്ന

ധാരണ സമഗ്രവും ശാസ്ത്രീയവുമായിരുന്നു. ദക്ഷിണാഫ്രിക്കയിലെ അദ്ധ്യാപനാനുഭവങ്ങൾ ആ വീക്ഷണത്തിന് കൂടുതൽ മികവും തികവും നല്കി. കർമ്മപ്രധാനമാണ് വിദ്യാഭ്യാസം എന്നാണദ്ദേഹത്തിന്റെ കാഴ്ചപ്പാട്. നാം വിജ്ഞാനം നേടുന്നത് ജ്ഞാനേന്ദ്രിയങ്ങളിലൂടെയാണ്. അനേകം ജ്ഞാനശകലങ്ങൾ നമുക്ക് സ്വയമേവ സിദ്ധിച്ചിട്ടുണ്ട്. എന്നാൽ പറഞ്ഞുകേട്ടും ഗ്രന്ഥങ്ങൾ വായിച്ചും കിട്ടുന്ന ജ്ഞാനത്തിന് പിന്താങ്ങായി അനുഭവങ്ങളില്ലെങ്കിൽ ആ ജ്ഞാനത്തിന് സ്ഫുടതയും പ്രായോഗികതയും പോരാതെവരുന്നു. ഇക്കാര്യം കോരുമാസ്റ്റർ ഇങ്ങനെ വിശദീകരിക്കുന്നു. 'ചെറിയ ക്ലാസുകളിൽ ചന്ദ്രന്റെ വൃദ്ധിക്ഷയത്തെയും ശുക്ല കൃഷ്ണ പക്ഷങ്ങളെയും പുസ്തകത്തിൽനിന്നും അദ്ധ്യാപകന്റെ വാക്കുകളിൽനിന്നും കുട്ടികൾ പഠിക്കുന്നത് പതിവാണ്. എന്നാൽ അങ്ങനെ പഠിച്ചിട്ടുള്ള ഒരു കുട്ടിയോട് ശുക്ലപക്ഷപഞ്ചമിനാൾ അസ്തമിച്ച ഉടനെ ചന്ദ്രനെ എവിടെ കാണുമെന്നും അപ്പോൾ ചന്ദ്രന്റെ ആകൃതി എന്തായിരിക്കും എന്നും ചോദിച്ചാൽ കുട്ടി ഉത്തരം പറയുവാൻ നന്നെ കഷ്ടപ്പെടും. ഈ പാഠസമ്പ്രദായത്തെ നമുക്ക് അല്പമൊന്ന് മാറ്റാം. മഴ ഒഴിഞ്ഞ് വളരെ സുഖമുള്ള കാലത്ത് ഒരു കറുത്തവാവ് കഴിഞ്ഞ് 15 ദിവസം കുട്ടികൾ ദിവസേന അസ്തമനസമയത്ത് ചന്ദ്രനെ നോക്കുകയും നോക്കിക്കണ്ടത് തങ്ങളുടെ പുസ്തകങ്ങളിൽ എഴുതിവയ്ക്കുകയും ചെയ്യട്ടെ. വെളുത്തവാവിന്റെ ശേഷവും മൂന്നുനാല് ദിവസവുംകൂടി സന്ധ്യക്കുശേഷം കുട്ടികൾക്ക് നോക്കുവാനും ചന്ദ്രന്റെ ഉദയസമയം കുറിക്കുവാനും എളുപ്പത്തിൽ സാധിക്കും. കുട്ടികൾ കാലത്തെഴുന്നേറ്റ് ചന്ദ്രനെ എവിടെ കാണുന്നുവെന്നും ചന്ദ്രന്റെ ആകൃതി ഓരോദിവസവും എന്തായിരിക്കുമെന്നും നോക്കിയാൽ വളരെ നന്നായി. ഈ തിരിച്ചറിവുകൾക്കുശേഷം അദ്ധ്യാപകൻ കുട്ടികളോട് വൃദ്ധിക്ഷയത്തെപ്പറ്റി 25 മിനിറ്റ് സംസാരിക്കുകയും കൂടി ചെയ്താൽ കുട്ടികൾക്ക് ചന്ദ്രനെക്കുറിച്ച് ഒരു വിശേഷമായ പാഠം കിട്ടിയെന്ന് മാത്രമല്ല, അവർ പഠിച്ചത് അവരിൽ ഏതുകാലത്തും ഉറച്ചുനില്ക്കുകയും ഉപയോഗപ്പെടുകയും ചെയ്യും.' ഇതൊരു അടിസ്ഥാന വിദ്യാഭ്യാസ ദർശനമാണെങ്കിലും അത് പ്രാവർത്തികമാക്കാൻ പലപ്പോഴും സാധിക്കാറില്ല; പല കാരണങ്ങളാലും. പ്രകൃതി വലിയൊരു പാഠപുസ്തകമാണെന്നും വായിച്ചാലും വായിച്ചാലും തീരാത്ത പുസ്തകമാണെന്നും, പ്രകൃതിയിൽനിന്നു പഠിക്കണമെന്നും ഒക്കെ എത്രയോകാലമായി പറയാറുണ്ടെങ്കിലും, ഈ കാഴ്ചപ്പാടോടെ വിദ്യാഭ്യാസരംഗത്ത് വലിയ പരിവർത്തനങ്ങൾക്ക് തുടക്കംകുറിച്ചത് കേരളത്തിലെ പാഠ്യപദ്ധതി പരിഷ്കരണവേളയിലാണല്ലോ. അറിവിന്റെ ആഴവും സ്പഷ്ടതയും വർദ്ധിപ്പിക്കുന്നതിന് തോട്ടപ്പണികളും കൈവേലകളും വിദ്യാഭ്യാസത്തിന്റെ ഭാഗമാക്കണമെന്നും അദ്ദേഹം സൂചിപ്പിക്കുന്നുണ്ട്. പില്ക്കാലത്ത് നമ്മുടെ വിദ്യാഭ്യാസപ്രക്രിയയുടെ പ്രധാനഭാഗമായി മാറിയ പ്രോജക്ട് പ്രവർത്തനങ്ങളുടെ പ്രസക്തിയും ആവശ്യകതയും അദ്ദേഹം വർഷങ്ങൾക്കുമുമ്പേ ചൂണ്ടിക്കാണിച്ചിട്ടുണ്ട്. ഗാന്ധിജിയുടെ വാർദ്ധാവിദ്യാഭ്യാസം രാജ്യപുരോ

ഗതിക്ക് സഹായകമാണെന്ന് അദ്ദേഹം വിശ്വസിച്ചിരുന്നു. ജ്ഞാനവും കർമ്മവും, അറിവും പ്രവർത്തനവും തമ്മിലുള്ള ബന്ധം എടുത്തുപറഞ്ഞുകൊണ്ട് മനുഷ്യസമൂഹത്തിന്റെ ഉല്കർഷത്തിന് നിദാനം ഇവയുടെ അന്യോന്യപോഷണം ആണെന്നും ഒന്നിൽനിന്ന് മറ്റൊന്നിനെ വേർതിരിക്കുന്നത് അപകടകരവും രണ്ടിന്റെയും നാശത്തിന് കാരണവും ആകാമെന്നും അദ്ദേഹം എഴുതുന്നുണ്ട്.

വിദ്യാർത്ഥികളുടെ സ്വഭാവസംസ്കരണം വിദ്യാഭ്യാസത്തിന്റെ ലക്ഷ്യങ്ങളിലൊന്നാണെന്ന് പറഞ്ഞുകൊണ്ട് അതെങ്ങനെ സാധിക്കും എന്ന് വിശദീകരിക്കുന്നുണ്ട് അദ്ദേഹം. കുട്ടികളെ സ്നേഹിച്ച് പരിപാലിക്കുന്ന അമ്മയുടെ മനോഭാവമായിരിക്കണം അദ്ധ്യാപകർക്ക് വേണ്ടത്. കുട്ടികൾക്ക് മനസ്സിലാക്കാൻ ആവാത്ത യുക്തികൾ ഉപയോഗിക്കരുത്. പഠനപ്രക്രിയയിൽ കളികൾക്കും കഥകൾക്കും പാട്ടുകൾക്കും എല്ലാമുള്ള പ്രാധാന്യം ഇവിടെ എടുത്തുപറയുന്നുണ്ട്. അദ്ധ്യാപകർ കുട്ടികളെ പഠിക്കണം. മനുഷ്യമനസ്സിന്റെ ഗതിവിഗതികൾ കണ്ടെത്താൻ ശാസ്ത്രജ്ഞർക്കുകൂടി പ്രയാസമാണ്. എന്നാൽ തന്റെ മുമ്പിലുള്ള കുട്ടികളെ സൂക്ഷ്മമായി നിരീക്ഷിക്കുകയും അവരുമായി നിരന്തരസമ്പർക്കം പുലർത്തുകയും ചെയ്യുന്ന ഒരു അദ്ധ്യാപകൻ അത് സാധിക്കും.

മറ്റൊരു സുപ്രധാനകാര്യം കൂടി അദ്ദേഹം പറയുന്നുണ്ട്. വാഗ്വാദം നടത്തിയും തർക്കിച്ചും യുക്തിഭദ്രമായി സംസാരിച്ചും ഒരാളുടെ മനഃപരിവർത്തനമോ സ്വഭാവരൂപീകരണമോ കഴിയുകയില്ല. കാരണം മനുഷ്യസ്വഭാവം യുക്തിനിയന്ത്രിതമല്ല, വികാരപ്രേരിതമാണ്. സമൂഹത്തെ ഭരിക്കുന്നവരും നയിക്കുന്നവരും തിന്മകളെ അപലപിക്കാനും നീചാനുഷ്ഠാനങ്ങളിൽ ഏർപ്പെടാതിരിക്കാനും ശ്രദ്ധിക്കണം. 'ഒരുകുട്ടി മറ്റുള്ളവരെ ഉപദ്രവിച്ച് യോഗ്യനെന്ന് കരുതുന്നുണ്ടെങ്കിൽ, അയാളുടെ യോഗ്യതാപ്രകടനത്തെ തടയാതെ, മറ്റുള്ളവരെ സഹായിച്ച് യോഗ്യനെന്ന് കരുതുവാൻ അയാൾക്ക് അവസരമുണ്ടാക്കുകയാണ് വേണ്ടത്. ഉപദ്രവിക്കുന്നതിലുള്ള പാപത്തെപ്പറ്റി പ്രസംഗിച്ചിട്ട് കാര്യമില്ല. സല്കർമ്മബഹുലമായ ഒരു ജീവിതം പാഠശാലകളിൽ സ്വീകരിച്ചല്ലാതെ സ്വഭാവസംസ്കരണം വേണ്ടവിധം സാധിക്കുകയില്ല.' അതായത് വിദ്യാർത്ഥികൾക്ക് പകർത്താൻ, ഉൾക്കൊള്ളാൻ പറ്റിയ ജീവിതമാതൃകകൾ വിദ്യാലയങ്ങളിൽ ഉണ്ടാവുകയാണ് പ്രധാനം.

ഉന്നതവിദ്യാഭ്യാസത്തെക്കുറിച്ച് വളരെ ഉദാത്തമായ വീക്ഷണമാണ് അദ്ദേഹത്തിനുണ്ടായിരുന്നത്. കേരളസർവ്വകലാശാല രൂപീകരണബില്ലിനെക്കുറിച്ച് നടന്ന ചർച്ചയിൽ പങ്കെടുത്തുകൊണ്ട് കോരുമാസ്റ്റർ ചെയ്ത പ്രസംഗം വിദ്യാഭ്യാസപ്രവർത്തകരും അധികാരികളും ശ്രദ്ധിക്കേണ്ടതാണ്. യൂണിവേഴ്സിറ്റികൾക്ക് പരിപൂർണ്ണമായ സ്വാതന്ത്ര്യം നല്കണമെന്ന് അദ്ദേഹം ആവശ്യപ്പെട്ടു. അദ്ദേഹം പറയുന്നു: "ഏതെല്ലാം തരത്തിലുള്ള വിജ്ഞാനമാണ് കേരളീയർക്ക് ആവശ്യം, അവരുടെ

സംസ്കാരം എങ്ങനെ വളർത്തണം എന്നിങ്ങനെയുള്ള കാര്യങ്ങൾ ഈ ബില്ലിന്റെ ചർച്ചയ്ക്ക് വിധേയമാക്കേണ്ടതാണ്. സ്വതന്ത്രമായ വിജ്ഞാനത്തിന്റെ വളർച്ചയിൽ ആർക്കും കൈകടത്താനുള്ള അവസരം ലഭിക്കാൻപാടില്ല. കേരള യൂണിവേഴ്സിറ്റി ശ്രീശങ്കരനെയോ, ബുദ്ധദേവനെയോ, ഐൻസ്റ്റൈനെയോ, കാറൽമാർക്സിനെയോ സൃഷ്ടിക്കട്ടെ." പില്ക്കാലത്ത് സർവ്വകലാശാലകളുടെ എണ്ണം വർദ്ധിച്ചു. വിഷയാടിസ്ഥാനത്തിൽ പോലും സർവ്വകലാശാലകളുണ്ടായി. വൈഷണികമേഖലയിൽ, ഒരു ജ്ഞാനസമൂഹമായി കേരളത്തെ പരിവർത്തിപ്പിക്കുന്നതിൽ അവയുടെ പങ്കെന്ത് എന്ന ചോദ്യം കോരുമാസ്റ്ററുടെ ഈ വാക്കുകളോട് ചേർത്തുവച്ച് ചോദിക്കാവുന്നതാണ്.

നിയമസഭയിൽ ഗവർണറുടെ നയപ്രഖ്യാപനത്തിനു നന്ദിരേഖപ്പെടുത്തിക്കൊണ്ട് അദ്ദേഹം ചെയ്ത പ്രസംഗം, അദ്ദേഹത്തിന്റെ വികസന കാഴ്ചപ്പാടിലേക്ക് വെളിച്ചംവീശുന്നതാണ്. മുനിസിപ്പാലിറ്റികളും ഗ്രാമപഞ്ചായത്തുകളും സ്വയംസമ്പൂർണ്ണ സ്ഥാപനങ്ങളായി മാറണം എന്നും അവയ്ക്ക് സ്വന്തമായ പൊലീസ് സംവിധാനംപോലും വേണമെന്നും അദ്ദേഹം പറയുന്നുണ്ട്. കൂടുതൽ അധികാരങ്ങൾ പഞ്ചായത്തുകൾക്ക് നല്കണമെന്നും അങ്ങനെവന്നാൽ സെക്രട്ടേറിയറ്റിലെ ജോലിഭാരം കുറയ്ക്കാൻ കഴിയുമെന്നും അദ്ദേഹം വിശദീകരിക്കുന്നുണ്ട്. കേരളത്തിൽ അധികാരവികേന്ദ്രീകരണം നടപ്പാക്കുകയും ഇ എം എസിനെപ്പോലുള്ളവർ പലവട്ടം എഴുതുകയും പ്രസംഗിക്കുകയും ചെയ്തുവെങ്കിലും സംസ്ഥാനസെക്രട്ടേറിയറ്റിന്റെ പ്രതാപത്തിനും പ്രാമാണ്യത്തിനും യാതൊരു കുറവും ഇപ്പോഴും വന്നില്ല എന്നതാണല്ലോ യാഥാർത്ഥ്യം.

ജോസഫ് മുണ്ടശ്ശേരി

ആരെയും കൂസാത്ത പ്രകൃതമായിരുന്നു അദ്ദേഹത്തിന്റേത്. കാര്യങ്ങൾ മുഖംനോക്കാതെ വെട്ടിത്തുറന്നു പറയുന്ന ശീലം പലപ്പോഴും അദ്ദേഹത്തിന് പ്രയാസങ്ങൾ സൃഷ്ടിച്ചിരുന്നു. അദ്ദേഹത്തിന്റെ ഡയറിയിലെ ഒരുവാചകം ശ്രദ്ധിക്കേണ്ടതാണ്. "Censured by R M Statham, MACIF, The Englishman Director of Public Instruction, Madras for the suspected disloyalty to the department under him in his proceedings dated 25.5.1940." ഇതിന്റെ വിശദാംശങ്ങളൊന്നും എവിടെയുമില്ല. ഒരുകാര്യത്തിനും മറ്റുള്ളവരെ ആശ്രയിക്കാൻ, അഭിമാനിയായ അദ്ദേഹം തയ്യാറായിരുന്നില്ല. ഗുരുവായൂരിലെ ഒരു പ്രമുഖ സാമൂഹിക-സാംസ്കാരിക പ്രവർത്തകനായിരുന്ന കെ എസ് ഭരതൻമാസ്റ്റർ അദ്ദേഹത്തിന്റെ ഒരനുഭവം സംഭാഷണമദ്ധ്യേ പറയുകയുണ്ടായി. കേരള സർവ്വകലാശാല രൂപംകൊണ്ട

പ്പോൾ, അന്ന് പല കോളേജുകളിലും നിലനിന്നിരുന്ന മലയാളം വിദ്വാൻ കോഴ്സ് നിർത്തലാക്കാനുള്ള ഒരു നിർദ്ദേശം വന്നു. നിരവധി വിദ്യാർത്ഥികൾ പരീക്ഷയ്ക്കുള്ള തയ്യാറെടുപ്പിലായിരുന്നു. എന്നാൽ വിദ്യാഭ്യാസ മന്ത്രി പ്രൊഫ. ജോസഫ് മുണ്ടശ്ശേരി ഈ കോഴ്സ് നിർത്തലാക്കണമെന്ന അഭിപ്രായക്കാരനായിരുന്നു. ഇതിനുപകരം മലയാളം ബി എക്കാരെ സ്കൂളുകളിൽ നിയമിക്കണമെന്നായിരുന്നു അദ്ദേഹത്തിന്റെ പക്ഷം. വിദ്യാർത്ഥികൾ ഭരതൻമാഷെ ചെയർമാനാക്കി ഒരു സമരസമിതി രൂപീകരിച്ചു. അവർ കോരുമാസ്റ്ററോട് കാര്യംപറഞ്ഞു. കോരുമാസ്റ്ററും മുണ്ടശ്ശേരിയും തമ്മിലുള്ള അടുപ്പം എല്ലാവർക്കും അറിവുള്ളതായിരുന്നു. "റിട്ടയർ ചെയ്തതിനുശേഷവും കേവലം വിജ്ഞാനബുഭുക്ഷുവായി സ്വൈരജീവിതം നയിച്ചിരുന്ന പി കെ കോരുമാസ്റ്ററെ സജീവരാഷ്ട്രീയത്തിലേക്ക് പിടിച്ചിറക്കുന്ന കാര്യത്തിൽ എനിക്കേറെക്കുറെ പങ്കാളിയാകേണ്ടിവന്നു. എന്നെപ്പോലെ അദ്ദേഹവും 'സ്വതന്ത്ര'നായിരുന്നു" എന്ന് മുണ്ടശ്ശേരി എഴുതിയിട്ടുണ്ടല്ലോ. (*കൊഴിഞ്ഞ ഇലകൾ..* ആത്മകഥ) എന്നാൽ വിദ്വാൻ കോഴ്സിന്റെ കാര്യത്തിൽ മുണ്ടശ്ശേരിയുടെ നിലപാട് നന്നായറിയാവുന്ന കോരുമാസ്റ്റർ ഈ പ്രശ്നത്തിൽ ഇടപെടാൻ തയ്യാറായില്ല. 'എനിക്കയാളുടെ കാല് പിടിക്കാനാവില്ലെ'ന്ന് അദ്ദേഹം തറപ്പിച്ചുപറഞ്ഞുവത്രെ. (സമരസമിതിക്കാർ പിന്നീട് അന്ന് എം എൽ എ ആയിരുന്ന കെ ചന്ദ്രശേഖരനെ കണ്ട് കാര്യം ധരിപ്പിച്ചു. അദ്ദേഹം നിയമസഭയിൽ പ്രശ്നം ഉന്നയിച്ചു. സമരസമിതി സമരം തുടങ്ങി. സർക്കാർ കെ മാധവമേനോനെ പ്രശ്നംപഠിക്കാൻ കമ്മീഷനായി നിയോഗിച്ചു. പ്രൊഫ. പി സി വാസുദേവൻ ഇളയത്, സി ജി നായർ തുടങ്ങിയ പണ്ഡിതന്മാർ കമ്മീഷൻ മുമ്പാകെ ഹാജരായി ഈ കോഴ്സിനുവേണ്ടി സംസാരിച്ചു. കമ്മീഷൻ കോഴ്സ് തുടരണമെന്ന് ശുപാർശ ചെയ്തു. 1980 ഓട് കൂടിയാണ് ഈ കോഴ്സ് പൂർണ്ണമായും നിർത്തലാക്കിയത്.

പാണ്ഡിത്യത്തിന്റെയും വിനയത്തിന്റെയും ലാളിത്യത്തിന്റെയും നിർഭയത്വത്തിന്റെയും ആൾരൂപമായിരുന്ന മാസ്റ്റർ സാമൂഹികനീതിയുടെയും ശാസ്ത്രബോധത്തിന്റെയും യുക്തിചിന്തയുടെയും മൂല്യങ്ങൾ എന്നും ഉയർത്തിപ്പിടിച്ചിരുന്നു. ഒരു തികഞ്ഞ ജ്യോതിർഗ്ഗണിത പണ്ഡിതനായിരുന്നെങ്കിലും അദ്ദേഹത്തിന് ജ്യോതിഷത്തിലെ ഫലഭാഗത്തിൽ അശേഷം വിശ്വാസമുണ്ടായിരുന്നില്ലെന്ന്, അദ്ദേഹത്തെ അറിയാവുന്നവരെല്ലാം രേഖപ്പെടുത്തിയിട്ടുണ്ട്. വാസ്തുപോലുള്ള കപടശാസ്ത്രങ്ങളെ അദ്ദേഹം നിരാകരിച്ചു. ശാസ്ത്രപ്രചാരണപ്രവർത്തനത്തിൽ അദ്ദേഹത്തിനുള്ള താല്പര്യവും സന്നദ്ധതയും ആണ് ശാസ്ത്രസാഹിത്യ സമിതിയിലെ ഒരു പ്രമുഖാംഗമായി അദ്ദേഹത്തെ മാറ്റിയത്. അപരനോടുള്ള കരുതൽ എന്നും അദ്ദേഹം പുലർത്തിയിരുന്നു. ലോകമെമ്പാടും മഹാമാന്ദ്യത്തിന്റെ പിടിയിലമർന്ന്, ദാരിദ്ര്യവും പട്ടിണിയും കൊണ്ട് മനുഷ്യർ പൊറുതിമുട്ടുമ്പോഴാണ് കോരുമാസ്റ്റർ ദക്ഷിണാഫ്രിക്കയിലേക്ക് പോയത്. ഉറച്ച സാമ്പത്തികഭദ്രതയുള്ളവർപോലും പരിഭ്രാന്തിയിലായിരുന്നു. അക്കാ

ലത്ത്, ആഫ്രിക്കയിൽനിന്ന് തന്റെ ഒരു ബന്ധുവിനയച്ച കത്തിൽ അദ്ദേഹം ഈ ഉൽക്കണ്ഠകൾ പങ്കിടുന്നുണ്ട്. 17.9.1931 ന് അയച്ച കത്തിൽ അദ്ദേഹം എഴുതുന്നു: "ഞാൻ തിരിച്ചെത്തുമ്പോൾ എന്നെ നേരിടുന്ന പ്രശ്നങ്ങൾ എന്തൊക്കെയായിരിക്കും എന്നതിനെക്കുറിച്ച് എനിക്ക് അറിയില്ല. ഞങ്ങളുടെ ഡിപ്പാർട്ട്മെന്റ് ഞങ്ങളുടെ ശമ്പളം വെട്ടിക്കുറയ്ക്കാൻ പോകുന്നതായി കേട്ടു. ഞങ്ങൾക്ക് പരാതിപ്പെടാനാവില്ല. ഈ കാലം അതാവശ്യപ്പെടുന്നു. അവർ ചെയ്യുന്നത് ശരിയാണെന്ന് ഞാൻ കരുതുന്നു. മനുഷ്യർ പട്ടിണികിടക്കുമ്പോൾ, കനത്ത ശമ്പളം വാങ്ങാൻ ഒരാൾക്കും അവകാശമില്ല.' തന്റെ ചുറ്റുപാടുമുള്ളവർ പ്രകൃതിദുരന്തത്തിലും മഹാമാരിയിലും പെട്ട് ഉഴലുമ്പോഴും, അവർക്കുവേണ്ടി ഒരു ചെറുവിരലനക്കാതെ, അങ്ങനെ ചെയ്യുന്നവരെ നിരുത്സാഹപ്പെടുത്തുകയും അത്തരം കാരുണ്യപ്രവർത്തനങ്ങളെ ചെറുത്തുതോല്പിക്കാൻ ശ്രമിക്കുകയും ചെയ്യുന്ന സർക്കാർ ജീവനക്കാരെ നമുക്കറിയാം. ഇവിടെയാണ് കോരുമാസ്റ്റർ മാനവികതയുടെ പ്രകാശദീപമായി നമുക്ക് മുന്നിലുള്ളത്.

ഈ ദരിദ്രപക്ഷപാതമാണ് കുടിയൊഴിപ്പിക്കലിനെതിരെ ശക്തമായ നിലപാട് സ്വീകരിക്കാനും, തനിക്ക് ലഭിച്ച ഭൂസ്വത്ത് ഭൂരഹിതർക്ക് തിരിച്ച് നല്കാനും അദ്ദേഹത്തെ പ്രാപ്തനാക്കിയത്. വടക്കേ മലബാറിൽ അദ്ധ്യാപകനായിരിക്കേ, ദുരിതജീവിതം നയിക്കുന്ന സ്വകാര്യസ്കൂൾ അദ്ധ്യാപകരുടെ സംഘടനാ പ്രവർത്തനങ്ങളിൽ അദ്ദേഹം സഹകരിച്ചിരുന്നു. ഈവിധത്തിൽ നിസ്സ്വവർഗ്ഗത്തോടുള്ള ആഭിമുഖ്യം എന്നും അദ്ദേഹം പ്രകടിപ്പിച്ചിരുന്നു.

കോരുമാസ്റ്ററുടെ കൈപ്പട

Durban. 2. 10. 31.

My dear Narayanan,

I am herewith sending you 2 postal orders for 20sh each. I understand that the exchange rate has increased and if so, you may get Rs 80 for it or something more. You write to me that you require only about Rs 20/-. Hence if there is any excess in what you get, please deposit it in post-office Savings Bank. At any event do not spend it for any purpose other than that of your education. I shall again remind you that after my return from S. Africa, it will not be so very easy for me to find money for any purpose as it is now. Whatever little you can now save will certainly be found a great relief.

I am doing well. I had a letter from Madhavi. Last two times I did not receive any letter from father. Perhaps he has some feelings against me. I could not help such things. I hope things are well. With best wishes,

I remain
Yours affectionately,
R.K. Koru

അനുബന്ധം

1. *മാതൃഭൂമി* എഡിറ്റോറിയൽ: "കോരുമാസ്റ്റർ"
2. വൃത്തപരിധിയിലൂടെ (ലേഖനം)
3. പ്രാചീനകേരളത്തിലെ ശാസ്ത്രീയവിജ്ഞാനം (ലേഖനം)
4. *ഗണിതകുസുമാവലി.*
5. സഹായക ഗ്രന്ഥസൂചി

"കോരുമാസ്റ്റർ"

ശ്രീ. പി കെ കോരുവിന്റെ ചരമം കേരളത്തിന്നു അടുത്തകാലത്തുണ്ടായ വലിയൊരു നഷ്ടമാണ്. അദ്ദേഹം നമ്മുടെയിടയിൽ ജീവിച്ച ഒരു വലിയ മനുഷ്യനായിരുന്നു. കോരുമാസ്റ്റർ എന്നാണ് ശിഷ്യരും അടുത്തറിഞ്ഞവരും എല്ലാം ആ നല്ല മനുഷ്യനെ വിളിച്ചിരുന്നത്. അത് സ്നേഹത്തിന്റെ വിളിയായിരുന്നു. ഏതു പണ്ഡിതസദസ്സിലും മുൻപന്തിയിൽ സ്ഥാനം ലഭിക്കുന്ന പാണ്ഡിത്യം, ഏതു സൗന്ദര്യാരാധകരുടേയും മദ്ധ്യത്തിൽ പ്രധാനസ്ഥാനം അർഹിക്കുന്ന സൗന്ദര്യാരാധന, ഏതു ചിന്തകരുടെയും ഇടയിൽ എടുത്തുപറയാൻ പോന്ന വിധം ഉയർന്ന ചിന്ത: അങ്ങനെയൊക്കെയുള്ളതായിരുന്നു ആ മനുഷ്യന്റെ അസാധാരണപ്രതിഭ. പക്ഷേ, അതു അടങ്ങിയൊതുങ്ങിക്കഴിഞ്ഞു. ഏതു പുരുഷാരത്തിന്നിടയിലും ഉയർന്നുകാണുമായിരുന്ന ആ തല, ഉയർന്ന ഗണിതവിജ്ഞാനത്തോടൊപ്പം തനിക്കു വഹിക്കാവുന്ന സ്വന്തം ഭാണ്ഡവും പേറുമായിരുന്ന തല—ഞാനൊന്നിനുമില്ലേ എന്ന ഭാവത്തിൽ ചെരിച്ചും കുനിഞ്ഞും കൊണ്ടുനടന്നിരുന്ന സാക്ഷാൽ കോരുമാസ്റ്റർ വിനയത്തിന്റെ മൂർത്തിമല്ഭാവമായിരുന്നു. പക്ഷേ, ആ വിനയം അന്തസ്സും അഭിമാനവും കൈയൊഴിക്കുന്നതല്ല. അത് സത്യത്തിനും നീതിക്കുംവേണ്ടി എവിടേയും വീറോടെ വാദിക്കാൻ തലയുയർത്തി നില്ക്കും. ഒന്നാന്തരമൊരു യുക്തിവാദി എങ്കിലും യുക്തിവാദത്തിനു സഹജമെന്നപോലെ അകമ്പടി സേവിച്ചു കാണാറുള്ള അഹംഭാവം അദ്ദേഹത്തെ തീണ്ടിയില്ല. സത്യത്തിനു മറ്റൊരു ഭാവമുണ്ടാകാം. താൻ കാണാത്ത ചില സത്യങ്ങൾ ഒളിഞ്ഞുകിടക്കുന്നുണ്ടാവാം എന്നദ്ദേഹത്തിന്റെ ബുദ്ധി സമ്മതിക്കും. പക്ഷേ, കാണാത്തതിനെ കണ്ടെത്തുവാൻ, ഒളിഞ്ഞുകിടക്കുന്നതിനെ കഴിയുമെങ്കിൽ വെളിച്ചത്തു കൊണ്ടുവരാൻ അദ്ദേഹം തന്റെ നിശിതബുദ്ധിയെ

നിയോഗിക്കും. പല യുക്തിവാദികളുടേയും എടുത്തുചാട്ടത്തെ അദ്ദേഹം സ്വതസ്സിദ്ധമായ സൗമ്യഭാവത്തോടെ അടക്കാൻ പരിശീലിപ്പിച്ചിട്ടുണ്ട്.

ഗണിതശാസ്ത്രമായിരുന്നു അദ്ദേഹത്തിന്റെ പഠനവിഷയം. ജ്യോതിർഗ്ഗണിതം പ്രത്യേകപഠനത്തിനു പാത്രമായി. നമ്മുടെ പഴയ ജ്യോതിശ്ശാസ്ത്രജ്ഞന്മാരുടെ കണ്ടുപിടുത്തങ്ങളേയും ധിഷണാവൈഭവത്തേയും അഭിനന്ദിക്കാനും ആദരിക്കാനും ശ്രീ കോരുമാസ്റ്റർ ഒരിക്കലും മടിച്ചിട്ടില്ല. *നക്ഷത്രദീപിക* തുടങ്ങിയ സ്വന്തം കൃതികളും പുരാതന *ജ്യോതിർഗ്ഗണിത, ഗണിതഗ്രന്ഥ*ങ്ങളുടെ പുനഃപ്രകാശനവും വഴി അദ്ദേഹം തനിക്കു പൂർവ്വികരോടുള്ള കടപ്പാടു തീർക്കാൻ ധന്യധന്യമായ വിധത്തിൽ ശ്രമിച്ചു. നാനാവിഷയങ്ങളെക്കുറിച്ചു ആധികാരികമായും ഭംഗിയായും പ്രതിപാദിച്ചു പോന്ന അദ്ദേഹത്തിന്റെ അനേകം ഉപന്യാസങ്ങൾ പലദിക്കിൽ ഒറ്റപ്പെട്ടു കിടക്കുന്നുണ്ട്. അദ്ദേഹത്തിന്റെ എണ്ണമറ്റ ശിഷ്യർക്കും സുഹൃത്തുക്കൾക്കും നേരിട്ട തീരാനഷ്ടത്തിൽ ഗ്രന്ഥങ്ങളിലൂടെയും ഉപന്യാസങ്ങളിലൂടെയും മാത്രം അദ്ദേഹത്തെ അറിയാൻ കഴിഞ്ഞിട്ടുള്ളവരും പങ്ക് കൊള്ളുന്നു. ആ ധീരചിന്തകന് ഞങ്ങൾ നിത്യ നിർവൃതി നേരുന്നു.

മാതൃഭൂമി എഡിറ്റോറിയൽ, 1967 ഡിസംബർ 30

വൃത്തപരിധിയിലൂടെ

പരിണാമചക്രത്തിൽ വാനരത്വത്തിൽനിന്നു സർക്കീട്ടുചെയ്തുയർന്ന മനുഷ്യൻ വീണ്ടും വാനരനായിത്തീരുമെന്ന കാര്യം അറിഞ്ഞുകൂടാ. ഭൂമണ്ഡലത്തിൽ നേരെ പടിഞ്ഞാട്ടു നടന്നാൽ ക്രമത്തിൽ കിഴക്കോട്ടെത്തി പുറപ്പെട്ട ദിക്കിൽത്തന്നെ വന്നുചേരും. ഇതൊരു പരമാർത്ഥമാണ്.

വൃത്തപരിധിയിലൂടെതന്നെ പോയിക്കൊണ്ടിരുന്നാൽ യാത്രയ്ക്കു വിരാമമുണ്ടെന്നതു സ്പഷ്ടമത്രെ. കേന്ദ്രത്തിൽനിന്ന് ഒരിക്കലും വിട്ടു മാറുകയില്ലെന്നത് ഒരു വലിയ മെച്ചവുമാണ്.

വൃത്തത്തിന്റെ വ്യാസത്തിൽനിന്നു പരിധിവരുത്താൻ ഏതു ഹൈസ്കൂൾവിദ്യാർത്ഥിക്കും സാധിക്കും. വ്യാസത്തെ 22 കൊണ്ടു ഗുണിച്ച് 7 കൊണ്ടു ഹരിച്ചാൽ മതിയല്ലോ. ഈ ക്രിയകൊണ്ടുണ്ടാവുന്ന ഫലം വളരെ സ്ഥൂലമാണെന്നും വിദ്യാർത്ഥികൾക്കറിയാം. വ്യാസത്തെ 3.1416 കൊണ്ടു ഗുണിച്ചാൽ പരിധി കുറെക്കൂടി സൂക്ഷ്മമാകുമെന്നും അറിയാം. എങ്കിലും ഫലം കൃത്യമല്ല. കൃത്യമായ ഫലം ഒരപരിമിത ശ്രേണികൊണ്ടല്ലാതെ മിതസംഖ്യാത്മകമായ പൂർണ്ണസംഖ്യകൊണ്ടോ അംശസംഖ്യകൊണ്ടോ കാണിക്കാൻ സാധിക്കുകയില്ലെന്ന് ഗണിതപണ്ഡിതന്മാർ സ്ഥാപിച്ചിട്ടുണ്ട്. എന്നിരുന്നാലും വ്യാസത്തിൽനിന്നു വേണ്ടുവോളം സൂക്ഷ്മമായി പരിധിയെ വരുത്തുവാനുള്ള മാർഗ്ഗം പണ്ഡിതന്മാർക്കറിയാം.

ചില പാശ്ചാത്യഗ്രന്ഥങ്ങളിൽ ഇതിനുള്ള ഒരു ലളിതമാർഗ്ഗത്തെ സ്കോട്ട്ലന്റിലെ ഗണിതശാസ്ത്രവിദഗ്ദ്ധനായിരുന്ന ജെയിംസ് ഗ്രഗറിയാണ് ആദ്യം കണ്ടെത്തിയതെന്നു പറഞ്ഞിട്ടുണ്ട്. ഗ്രഗറി 1638 ൽ ജനിക്കുകയും 1675 ൽ മരിക്കുകയും ചെയ്തു. ചിലർ, പരിദ്ധ്യാനയനത്തി

നുള്ള സൂത്രം ഗ്രഗറിയല്ല ആദ്യം മനസ്സിലാക്കിയത്, ജർമ്മനിയിലെ പണ്ഡിതാഗ്രേസരൻ ലീബ്നിറ്റ്സ് ആയിരുന്നുവെന്നും പറയുന്നു. ലീബ്നിറ്റ്സ് 1646 നും 1716 നും ഇടയിലാണ് ജീവിച്ചിരുന്നത്. ഈ മാർഗ്ഗം ആർ ആദ്യം കണ്ടെത്തിയതായാലും ഗണിതശാസ്ത്രത്തിൽ ഇതിനു വളരെ മാന്യമായ ഒരു സ്ഥാനമുണ്ട്. കണ്ടുപിടിച്ച ശാസ്ത്രജ്ഞനെ സംബന്ധിച്ച് അദ്ദേഹത്തിന്റെ രാജ്യക്കാർക്ക് അഭിമാനിക്കുവാനും ലോകർക്കു കൃതജ്ഞതാപൂർവ്വം പ്രശംസിക്കുവാനും ധാരാളം അവകാശമുണ്ട്.

ഗണിതശാസ്ത്രത്തിൽ പരിദ്ധ്യാനയനംപോലെയുള്ള വിദ്യകൾക്കുള്ള സ്ഥാനം യവനപണ്ഡിതനായ ആർക്കിമിഡീസിനെക്കുറിച്ചുള്ള ഒരു ചെറിയ ഇതിഹാസത്തിൽനിന്നു ഗ്രഹിക്കാം. ആർക്കിമിഡീസ് അതിസമർത്ഥനായിരുന്നു. ഒരിക്കൽ താൻ വസിച്ചിരുന്ന തുറമുഖപട്ടണമായ സൈരാക്യൂസ് നഗരത്തെ ആക്രമിക്കുവാനായി പട്ടാളക്കാരോടുകൂടി ശത്രുനൗകകൾ നഗരത്തിനടുത്ത കടലിൽ അണിനിരന്നപ്പോൾ അദ്ദേഹം പ്രത്യേകതരം കണ്ണാടികളിലൂടെ സൂര്യരശ്മികളെ കപ്പലുകളിൽ കേന്ദ്രീകരിച്ച് അവയെ തീപിടിപ്പിച്ചുവത്രെ. ഇദ്ദേഹം ഈജിപ്തിലും മറ്റും സഞ്ചരിച്ച് കൃഷിക്കാർക്കും മറ്റു തൊഴിലാളികൾക്കും ഉപകാരപ്രദമായ അനവധി യന്ത്രങ്ങൾ നിർമ്മിച്ചിരുന്നു. ഇതെല്ലാം അറിഞ്ഞ് അദ്ദേഹത്തിന്റെ സ്നേഹിതന്മാർ ആ യന്ത്രങ്ങളെ വിവരിക്കുന്ന ഒരു ഗ്രന്ഥം എഴുതണമെന്ന് അദ്ദേഹത്തോടാവശ്യപ്പെട്ടപ്പോൾ, അതെല്ലാം വെറും കുട്ടിക്കളികൾ മാത്രമാണെനും തന്റെ ശ്രദ്ധയും ബഹുമാനവും ശുദ്ധഗണിതത്തിൽ അർപ്പിച്ചിരിക്കുന്നുവെന്നും മറുപടി പറഞ്ഞു. അദ്ദേഹം മരിക്കുന്നതിന്നു മുമ്പ് തന്റെ ബന്ധുജനങ്ങളെ പറഞ്ഞേല്പിച്ച കാര്യം ഒന്നുമാത്രമായിരുന്നു. തന്റെ ശവകുടീരത്തിന്മേൽ താൻ കണ്ടുപിടിച്ച ഗോളപൃഷ്ഠാനയനമാർഗ്ഗത്തെ വിശദീകരിക്കുന്ന ഒരു ഭൂമികയും അതിനകത്തു കൃത്യമായിവയ്ക്കാവുന്ന ഒരു ഗോളവും കൊത്തിയുണ്ടാക്കണമെന്നായിരുന്നു അത്. ഈ വിധത്തിലാണ് പൂജ്യപാദന്മാരായ ഗണിതപണ്ഡിതന്മാർ ഗോളപൃഷ്ഠാനയനം, പരിദ്ധ്യാനയനം ഈ തരത്തിലുള്ള വിദ്യകളെ ആദരിച്ചുപോന്നതും ഇന്നും ആദരിക്കുന്നതും.

പരിദ്ധ്യാനയനപഥത്തിന്റെ പ്രഥമദ്രഷ്ടാവ് സ്കോട്ട്ലന്റുകാരനോ അല്ല, ഒരു കേരളീയനാണെന്നാണ് ഈ ലേഖനകർത്താവായ കേരളീയന് വാദിക്കുവാനുള്ളത്. ലേഖകന് ഇതു കുറെയധികം കാലം സംശയത്തിൽ ഇരുന്നു. *കരണപദ്ധതി*യെന്ന ജ്യോതിഷഗ്രന്ഥത്തിൽ പരിദ്ധ്യാനയനത്തിന്ന് ആദ്യമായിപ്പറഞ്ഞിട്ടുള്ള മാർഗ്ഗം ഇതാണ്:

"വ്യാസാച്ചതുർഘ്നാൽ ബഹുശഃപൃഥക്സ്ഥാൽ
ത്രിപഞ്ചസപ്താദ്യയുഗാഹൃതാനി
വ്യാസേ ചതുർഘ്നേ ക്രമശസ്ക*ണം സ്വം
കുര്യാൽ തദാ സ്യാൽ പരിധിഃ സുസൂക്ഷ്മഃ"

ഇതിന്റെ സാരംകൂടിപ്പറയാം. വൃത്തവ്യാസത്തെ നാലുകൊണ്ടു ഗുണിച്ചു പലേടത്തുംവച്ച് അവയെ ക്രമേണ 1, 3, 5 തുടങ്ങിയ ഓജസംഖ്യകളെക്കൊണ്ടു ഹരിച്ച് ഫലങ്ങളെ ഉണ്ടാക്കി അവയിൽ ഒന്നാമത്തേത്, മൂന്നാമത്തേത് മുതലായവ ധനമായും മറ്റുള്ളവ ഋണമായും ഒന്നിച്ചു സങ്കലനം ചെയ്താൽ സൂക്ഷ്മമായ പരിധിയുണ്ടാകും. ഇതുതന്നെയാണ് ഗ്രഗറിയുടെ പരിദ്ധ്യാനയനശ്രേണി : $\Pi/_4 = 1-{}^1/_3+{}^1/_5-{}^1/_7$,.......

കരണപദ്ധതി സുമാർ 250 കൊല്ലം മുമ്പായിരിക്കണം നിർമ്മിച്ചതെന്നു ശ്രീ. കെ എസ് നമ്പൂതിരിപ്പാട് ജാതകാദേശത്തിന്റെ മുഖവുരയിൽ 20 കൊല്ലം മുമ്പ് എഴുതിക്കണ്ടു. അതു ശരിയാണെങ്കിൽ *കരണപദ്ധതി* 1670 ന്നടുത്തായിരിക്കണമല്ലോ നിർമ്മിച്ചിരിക്കുക. ഇതു ഗ്രഗറിയുടെയും ലീബ്നിറ്റ്സിന്റെയും യൗവനകാലംതന്നെ. പക്ഷേ, യൂറോപ്പിൽനിന്നു വിലമതിച്ച ഒരു രത്നം ഭാരതഖണ്ഡത്തിൽ വന്നുചേരുവാൻ അക്കാലത്തെ സ്ഥിതിക്കു വളരെ താമസം വേണം. ആ കാലം ഇവിടെ കാണുന്നില്ല. എന്നുമാത്രമല്ല, *കരണപദ്ധതി*യുടെ കർത്താവായ ചോമാതിരി അതു കൊണ്ടു കൈകാര്യം ചെയ്തിട്ടുള്ളതു കാണുമ്പോൾ അത് അദ്ദേഹത്തിന്റെയോ അദ്ദേഹത്തിന്റെ പൂർവ്വികന്മാരുടെയോ കൈയിൽ എത്തീട്ട് കാലം കുറേ ആയി എന്നു തോന്നിപ്പോകും. ഇതിൽനിന്ന് ഉറയ്ക്കേണ്ടതു ചോമാതിരി ഈ വിഷയത്തിൽ യൂറോപ്പിനു കടപ്പെട്ടിട്ടില്ല എന്നുതന്നെയാണ്. പക്ഷേ, ചോമാതിരിയുടെ കാലം തിട്ടമായിപ്പറയുവാൻ പ്രയാസമായിക്കണ്ടു. *കരണപദ്ധതി*വ്യാഖ്യാനത്തിൽ ഒരിടത്തു കൊടുത്തിട്ടുള്ള അഹർഗ്ഗണസംഖ്യയായ തേജോസുരസ്ഥം സകൃൽ (1772786) എന്നതിൽനിന്നു 1752 നു മുമ്പാണ് ആ ഗ്രന്ഥം എഴുതിയത് എന്നേ പറയാൻ പാടുള്ളു.*

യുക്തിഭാഷ എന്നു മലയാളഭാഷയിൽ എഴുതിയിട്ടു ഗണിതഗ്രന്ഥത്തിൽ ഇതേ സൂത്രംതന്നെ സയുക്തികം പ്രതിപാദിച്ചിരിക്കുന്നു. ആ ഗ്രന്ഥത്തിന്റെ ഭാഷയ്ക്കുതന്നെ പഴക്കം തോന്നും. ഭാഷാഭിജ്ഞന്മാർ ഒരു മുന്നൂറുകൊല്ലം പഴക്കം കാണുമെന്ന് അഭിപ്രായപ്പെടുന്നുണ്ട്. ഇതു ലേഖകന് ആഹ്ലാദകരമായിരുന്നു. എങ്കിലും ഈ അഭിപ്രായം ഉറപ്പിക്കാൻ പാടില്ലാത്തതായിതോന്നി. യുക്തിഭാഷയുടെ സമാപ്തി പ്രസ്താവനയിൽ "ആലേഖി യുക്തിഭാഷാ വിപ്രേണ ബ്രഹ്മദത്തസംജ്ഞേന 'യേ ഗോളപഥസ്ഥാസ്യു:' കലിരഹിതാശ്ലോധയന്തസ്തേ" എന്നതിൽ യുക്തിഭാഷ എഴുതിയ–ഗ്രന്ഥം നിർമ്മിച്ചതോ പകർത്തിയതോ എന്ന സംശയം അപ്പഴും തീർന്നില്ല – കാലത്തെ കലിദിനസംഖ്യ 'യേ ഗോളപഥസ്ഥാസ്യു:' (1771931) എന്നു കൊടുത്തിട്ടുണ്ട്. അതു ക്രൈസ്തുവാബ്ദം 1670 വരെയുള്ള പഴക്കം മാത്രമേ തരുന്നുള്ളു.

കേരളത്തിൽ അമൂല്യഗ്രന്ഥങ്ങൾ ഇന്നും അച്ചടിക്കാതെ കോവിലകങ്ങളിലെയും മനകളിലെയും ഗ്രന്ഥപ്പുരകളിൽ സ്വസ്ഥമായി മറഞ്ഞുകി

ടപ്പുണ്ടെന്നുള്ളത് പരിതാപകരമായ വാസ്തവമാണ്. ഇന്നു കേരളത്തിൽ നടപ്പുള്ളതും പ്രസിദ്ധിയുള്ളതും ആയ ജ്യോതിഷതന്ത്രത്തിലെ കരണ ഗ്രന്ഥങ്ങളുടെ മൂലഗ്രന്ഥമായ *തന്ത്രസംഗ്രഹം* അവയിൽ ഒന്നാണ്. ഈ ഗ്രന്ഥം ഒന്നു നോക്കുവാൻ ലേഖകന് ഇടയായി. അതിലും പ്രകൃതവിഷയമായ പരിദ്ധ്യാനയനമാർഗ്ഗത്തെ പ്രസ്താവിക്കുകയും അതിന്റെ യുക്തി ആചാര്യന്നു നല്ലവണ്ണം അറിഞ്ഞിരുന്നു എന്ന നിലയിൽ അതിനെസംബന്ധിച്ചു മറ്റു വിഷയങ്ങളെ പ്രതിപാദിക്കുകയും ചെയ്തിട്ടുണ്ട്. പ്രസ്താവം ഇപ്രകാരമാണ്.

വ്യാസേ വ്യാരിധി (4) നിഹിതേരുപ (1) ഹൃതേ വ്യാസസാഗരാ (4) ഭിഹതേ ത്രി (3) ശരാ (5) ദി വിഷമസംഖ്യാ ഭക്തമൃണം സ്വം പൃഥക് ക്രമാൽ കുര്യാൽ ****** സൂക്ഷ്മപരിധിസ്സസ്യാൽ ബഹുകൃത്വോ ഹരണതോതിസൂക്ഷ്മശ്ച.

ഇതിന്റെ സാരവും *കരണപദ്ധതി*യിൽ പറഞ്ഞിട്ടുള്ളതുതന്നെയാണ്. തന്ത്രസംഗ്രഹത്തെക്കുറിച്ചുള്ള ഭക്തിമാത്രം പോരല്ലോ അതിന്റെ നിർമ്മാണകാലം നിശ്ചയിക്കുവാൻ. ഭാഗ്യവശാൽ ഗ്രന്ഥാരംഭകാലവും സമാപ്തികാലവും 'ഹേ വിഷ്ണോ നിഹിതം കൃൽസ്നം' (1680548) എന്നും ലക്ഷ്മീശ നിഹിരാജ്യാനൈ (1680553) എന്നും ഉള്ള കലിദിനങ്ങളെക്കൊണ്ടു ഗ്രന്ഥത്തിൽത്തന്നെ പറഞ്ഞിരിക്കുന്നു. ഈ കാലം ക്രൈസ്തവാബ്ദം 1500 ലാണെന്നു കാണാം. ഇതിൽനിന്നും ഈ വിഷയത്തിൽ കുറെക്കൂടി ദൃഢമായ തെളിവു കിട്ടുന്നു. വൃത്തപരിദ്ധ്യാനയനമാർഗ്ഗത്തിന്റെ പ്രഥമദ്രഷ്ടാവ് പാശ്ചാത്യനല്ല കേരളീയൻതന്നെ. ഒരു സംശയംകൂടി വരാം. ഭാരതത്തിലെ ഇതരദേശങ്ങളിൽ ഒരാളായിക്കൂടേ എന്ന്. അങ്ങനെയായിരുന്നുവെങ്കിൽ ആ ദേശങ്ങളിൽ നിർമ്മിച്ച ഗ്രന്ഥങ്ങളിൽ ചിലതിൽ ഇതുകാണേണ്ടിയിരുന്നു. അങ്ങനെ കാണുന്നില്ല. പൂർവ്വസിദ്ധാന്തങ്ങളിലോ മറ്റോ ഉണ്ടായിരുന്നുവെങ്കിൽ സൂത്രങ്ങളിൽ കണ്ണുള്ള ആര്യഭടൻ, ശാസ്ത്രവ്യവസ്ഥയിൽ ശ്രദ്ധയുള്ള ഭാസ്കരൻ മുതലായ ആചാര്യന്മാർ അതു കാണാതെ പോകുവാൻ വഴിയില്ല. ആര്യഭടനും ഭാസ്കരനും പറയുന്ന വൃത്തപരിദ്ധ്യാനയനമാർഗ്ഗങ്ങളെ അറിയാൻ വേറെ വഴികളുണ്ട്; അവയെ അവർ പ്രതിപാദിക്കുന്നുമുണ്ട്. ജ്യാനയനാദികർമ്മങ്ങളിൽ അവർ അതിസമർത്ഥന്മാരായിരുന്നു എങ്കിലും പരിദ്ധ്യാനയനം അവർക്കറിഞ്ഞിരുന്നില്ലെന്നു വിചാരിപ്പാനേ വഴി കാണുന്നുള്ളു. അതിനാൽ പരിദ്ധ്യാനയനത്തിന്റെ സൂക്ഷ്മമാർഗ്ഗം ഒന്നാമതായി കണ്ടുപിടിച്ചവൻ എന്ന കാമ്യമായ സ്ഥാനം ഒരു കേരളീയന്നുതന്നെ നല്കേണ്ടതാണ്.

* ഒരു ഭാരതീയവർഷത്തിന് 365.2587 ദിവസമാണെന്നും മേടം 1–ാംതീയതി ഉൾപ്പെട്ട ക്രൈസ്തവാബ്ദത്തോട് 3101 ചേർത്താൽ ആ 1–ാംതീയതിക്ക് കഴിഞ്ഞ കലിവർഷസംഖ്യയായെന്നും അറിഞ്ഞാൽ ഇതിലുള്ള കണ

ക്കുകൾ എല്ലാം പരിശോധിക്കാം. ഭാരതീയ ഗ്രന്ഥകാരന്മാർ തീയതി കൊടുക്കുക കഴിഞ്ഞ കലിവർഷങ്ങളിലെ ദിനസമൂഹസംഖ്യകൊണ്ടാണ്.

ഇവിടെ ദുഃഖകരമായ ഒരു പ്രശ്നം ഉത്ഭവിക്കുന്നു: ഇത്ര നിപുണന്മാരായിരുന്ന കേരളീയരുടെ മഹത്ത്വം എങ്ങനെ മങ്ങിമാഞ്ഞു മറഞ്ഞുപോയി എന്ന്. അതിനുള്ള കാരണം 90 ശതമാനം അഭ്യസ്തവിദ്യരായ കേരളീയർ ഇന്നും അഭിമാനിക്കുന്ന ശിഥില സംസ്കാരത്തിന്റെ പ്രചാരവും കേരളത്തിലെ അനാശാസ്യമായ ആചാരങ്ങളുമാണെന്ന് ഈ ലേഖകന് തോന്നുന്നു.

(മംഗളോദയം, കൊല്ലവർഷം 1119 കർക്കിടകം ലക്കം.)

പ്രാചീനകേരളത്തിലെ ശാസ്ത്രീയവിജ്ഞാനം

പി കെ കോരു, എം എ എൽ ടി

പ്രാചീനകേരളത്തിലെ സംസ്കാരനിയന്ത്രണം മിക്കവാറും നമ്പൂതിരിമാരുടെ സ്വാധീനത്തിലായിരുന്നു. അക്കാലത്തു സാഹിത്യാദികലകളെക്കൊണ്ട് കേരളീയരുടെ വികാരങ്ങളെ സംസ്കൃതവും പരിപുഷ്ടവുമാക്കിയതിന്നു പുറമെ, മീമാംസ, ന്യായം, ജ്യോതിഷം, വൈദ്യം, ശില്പം മുതലായ ശാസ്ത്രീയവിഷയങ്ങളിൽ അവർ അനവരതം യത്നിക്കുകയും കേരളത്തിന് എന്നും അഭിമാനിക്കത്തക്ക ഫലങ്ങൾ ഉല്പാദിപ്പിക്കുകയും ചെയ്തു. കേരളത്തിന്റെ ഈ സുവർണ്ണകാലം ജ്യോതിഷവാക്യകാരനായ വരരുചിമുതൽ നാരായണീയ കർത്താവായ മേല്പത്തൂർവരെ നീണ്ടുനിന്നതായിത്തോന്നുന്നു.

ബുദ്ധിയുടെ വളർച്ചയും വികാരങ്ങളുടെ സംസ്കരണവും വേണ്ടുംവിധം ഒരുമിച്ചുപോകുന്നതിലാണ് മനുഷ്യന്റെ അഭ്യുദയം നിലകൊള്ളുന്നത്. ബുദ്ധി വ്യാപരിക്കുന്ന വിഷയങ്ങളാണ് അതിന്റെ വളർച്ചയ്ക്ക് ആശ്രയമായി നില്ക്കുന്നത്. വികാരങ്ങളെ സംസ്കരിക്കാതെ ബുദ്ധിയെ വളർത്തിക്കൊണ്ടു പോയാൽ, ബാഹ്യസുന്ദരനായ മനുഷ്യനും രാക്ഷസനോ പിശാചോ ആയി പരിണമിക്കാം. വ്യവസായംകൊണ്ടും കച്ചവടംകൊണ്ടും ഇന്നു മുന്നണിയിൽ നില്ക്കുന്ന രാഷ്ട്രങ്ങൾ ഈ വിപത്തിലേക്കു സംക്രമിക്കുന്നുണ്ടോ എന്നു സംശയിക്കേണ്ടിവരുന്നു. അവരുടെ അക്രമവാസനകളെ തടയുന്നത് ഭയം ഒന്നുമാത്രമാണ്. ഭയത്തിന്റെ സ്ഥാനത്തു ജീവരാശികളോടുള്ള അനുഭാവവും സൃഷ്ടിവിശേഷങ്ങളിൽക്കാണാവുന്ന സൗന്ദര്യത്തിന്റെ ആസ്വാദനവും വന്നുകണ്ടാൽ മാത്രമേ അവരെ പുരോഗാമികളുടെ കൂട്ടത്തിൽ എണ്ണിക്കൂടു.

ജീവിതത്തിൽനിന്നു കഷ്ടപ്പാടുകളെ അകറ്റി വിനോദപരമായ കലകളിലേക്കുമാത്രം ക്രമേണ ആത്മനയനം ചെയ്ത ഈ നയകോവിദന്മാ

രുടെ ഓജസ്സ് ക്ഷയിച്ചതായിട്ടാണ് അനുഭവം. ലളിതകലകൾ മാത്രം നമ്മെ എങ്ങും എത്തിക്കുന്നില്ല. അവ ഫലപ്രാപ്തിയിലവസാനിക്കാത്ത കുസുമങ്ങളാകുന്നു. കലകൾക്കുതന്നെ അന്തസ്സാരമുണ്ടാകണമെങ്കിൽ, ശാസ്ത്രങ്ങളുടെ തുളഞ്ഞുകടക്കുന്ന പ്രകാശം അത്യാവശ്യമാകുന്നു. അതു കലാനിർമ്മാതാക്കൾക്കെന്നപോലെ കലാസ്വാദകന്മാർക്കും ഒഴിച്ചുകൂടാത്തതാകുന്നു. നന്ദനാർ ചരിതത്തിലെ ശിവതാണ്ഡവം ജഗല്പപരിണാമദ്യോതകമായി വിഭാവനം ചെയ്ത ചിലർക്കു കണ്ണുനീർ പൊഴിയുമ്പോൾ, മറ്റുചിലർ അതിനെ അർത്ഥശൂന്യമായ കാട്ടാളനൃത്തമായി പുച്ഛിക്കുന്നതു സിനിമാകൊട്ടാരങ്ങളിലെ ഒരനുഭവം മാത്രമാണ്. ഒരു കൂട്ടർക്കു ശാസ്ത്രത്തിന്റെ വെളിച്ചവും മറ്റുള്ളവർക്ക് അതിന്റെ അഭാവവുമാണ് ഈ ഭേദമുണ്ടാക്കുന്നത്.

മീമാംസ-ഭൗതികശാസ്ത്രത്തിന്റെ മുന്നോടി

പ്രാചീനകേരളീയർ മീമാംസാദി ശാസ്ത്രങ്ങളിൽ നിരന്തരം വ്യാപൃതരായിരുന്നുവെന്നു പറഞ്ഞുവല്ലോ. മീമാംസയെന്നതു നിരർത്ഥകമായ ചില വാദപ്രതിവാദങ്ങളെന്നു വിചാരിക്കുന്നത് തെറ്റാകുന്നു. വാഗ്ധോരണികളിൽകൂടി അവ്യക്തചിന്തകൾ ഞെരുക്കി ഒഴുകി സ്പൃഹണീയമല്ലാത്ത സ്ഥാനങ്ങളിൽ ചെന്നെത്തീട്ടുണ്ടാവാം. ഇത് ഏതുദേശത്തും ഏതു കാലത്തും സംഭവിച്ചിട്ടുള്ളതും സംഭവിക്കുന്നതുമാകുന്നു. എങ്കിലും മീമാംസ, ഏതു രൂപത്തിലും നാം അധിവസിക്കുന്ന പ്രപഞ്ചത്തിന്റെ ഭൗതികവും അഭൗതികവുമായ സകലത്തെയും കുറിച്ചുള്ള സഗൗരവമായ പര്യാലോചനയും അതിൽനിന്നു ചിരികൊള്ളുന്ന മനുഷ്യരുടെ അനുഷ്ഠാനങ്ങളെയും അവയിൽനിന്നുള്ള അനുമാനങ്ങളെയും ഇതിൽനിന്ന് ഒഴിച്ചുനിർത്തിക്കൂടാ; ഒഴിച്ചുനിർത്തിയിട്ടുമില്ല. സാംഖ്യം, ന്യായം, വൈശിഷികം മുതലായ മറ്റു ദർശനങ്ങൾ ഇവയിൽനിന്ന് ഉടലെടുത്തവയാകുന്നു. സാംഖ്യത്തിന്റെ ഉദ്ദേശം ത്രിവിധമായ ദുഃഖങ്ങൾക്ക് ആത്യന്തിക നാശമാർഗ്ഗം കാണുവാനാണെങ്കിലും, അതു പ്രത്യക്ഷാനുമാനങ്ങൾക്കും ആപ്തവാക്യങ്ങളെപ്പോലെ പ്രാമാണ്യം കല്പിക്കുന്നു. "സാമാന്യതസ്തു ദൃഷ്ടാൽ അതീന്ദ്രിയാണാം പ്രതീതിരനുമാനാൽ" എന്നു സാംഖ്യം സമ്മതിക്കുന്നു. എന്നാൽ അതിദൂരം, സാമീപ്യം, ഇന്ദ്രിയത്തിന്റെ കേട്, മനസ്സിരിക്കായ്മ, സൂക്ഷ്മത, മറവു, തുല്യമായവയോടു ചേർന്നുനില്ക്കൽ, മറ്റൊന്നിന്റെ ശക്തികൊണ്ടു ആക്രമിക്കപ്പെടൽ എന്നീ കാരണങ്ങളെക്കൊണ്ടു പദാർത്ഥഗ്രഹണമില്ലാതെ വരാം എന്നു പറയുന്നു. ഈ എട്ടും ഇന്നത്തെ ഭൗതികശാസ്ത്രജ്ഞന്മാർ നിരീക്ഷണങ്ങളിൽ സർവഥാ ആലോചിക്കുന്ന സംഗതികളാകുന്നു. ആധുനിക ഭൗതികശാസ്ത്രത്തിൽനിന്നും, ജ്യോതിഷനിരീക്ഷണങ്ങളിൽനിന്നും ഇവർക്ക് അനേകമനേകം ഉദാഹരണങ്ങൾ നല്കുവാൻ സാധിക്കും. കണ്ണാടിയും ദൂരദർശിനിയും സൂക്ഷ്മദർശിനിയും സാമീപ്യാതിദൂരസൈക്ഷ്മ്യ ഫലങ്ങൾക്കുള്ള ആധുനികൈകദേശ പരിഹാരങ്ങളാകുന്നു. തർക്കസംഗ്രഹം

എന്ന പ്രാഥമിക ന്യായഗ്രന്ഥത്തിൽ പദാർത്ഥങ്ങളെ പറഞ്ഞശേഷം പഞ്ചഭൂതങ്ങൾ, കാലം, ദിക്ക്, ആത്മാവ്, മനസ്സ് എന്നീ ഒമ്പതുവിധം ദ്രവ്യങ്ങളെപ്പറയുന്നു. ഇവയിൽ ആദ്യത്തെ ഏഴും ഭൗതികശാസ്ത്രവിഷയങ്ങളും, പിന്നത്തെ രണ്ടും ഇന്നത്തെ മനഃശ്ശാസ്ത്രപുസ്തകങ്ങളിൽ കാണുന്ന വിഷയങ്ങളും ആകുന്നു. ന്യായശാസ്ത്രത്തിൽ ഈ വിഷയങ്ങൾ പ്രതിപാദിക്കാതിരുന്നിട്ടില്ല. പഞ്ചഭൂതങ്ങളിൽ ഒന്നായ തേജസ്സിനെ 'ഉഷ്ണസ്പർശവത്' എന്നു നിർവ്വചിച്ചതിന്റെശേഷം അതു പരമാണുരൂപേണ നിത്യവും കാര്യരൂപേണ അനിത്യവുമാണെന്നും ശരീരേന്ദ്രിയവിഷയഭേദങ്ങളെക്കൊണ്ടു മൂന്നുവിധത്തിലാണെന്നും പറയുന്നു. ആദിത്യനിൽനിന്നും, കണ്ണിൽനിന്നും, വസ്തുവിൽനിന്നും ഉണ്ടാവുന്ന തേജസ്സുകളുടെ ചേർച്ചകൊണ്ട് നമുക്കു വസ്തുസ്വരൂപബോധം ഉണ്ടാകുന്നുവെന്നാണ് നയ്യായികമതം. ഇതെല്ലാം ഭൗതികശാസ്ത്രവിജ്ഞാനങ്ങളല്ലാതെ മറ്റെന്താണ്! ഇത്രയും പറഞ്ഞതു ഭൗതികശാസ്ത്രങ്ങൾ പ്രാചീനാചാര്യന്മാരുടെ ചിന്തകളിൽനിന്നു വിട്ടൊഴിഞ്ഞുനിന്നിട്ടില്ലെന്നും ബീജരൂപത്തിലെങ്കിലും അവ മീമാംസാദികളിൽ ഉണ്ടെന്നും കാണിപ്പാൻ മാത്രമാകുന്നു.

അദ്വൈതവാദത്തിന്റെ ജന്മഭൂമി

വൈദികാനുഷ്ഠാനങ്ങൾക്കു പ്രാധാന്യം കല്പിക്കുന്നതിൽ എത്തിച്ചേർന്ന മീമാംസയെ പൂർവ്വമീമാംസയെന്നു പറയുന്നു. ഇതിൽ അതിപ്രസിദ്ധന്മാരായ ആചാര്യന്മാരും അവർക്കു അനേകം അനുയായികളും പ്രാചീനകേരളത്തിലെങ്ങും ഉണ്ടായിരുന്നു. ശ്രീശങ്കരന്റെയും മുമ്പുണ്ടായിരുന്ന പ്രഭാകരൻ ബുദ്ധമതത്തെ അതിന്റെ ജന്മഭൂമിയിൽനിന്നു തുരത്തിയ കുമാരിളഭട്ടനെക്കാൾ ഒട്ടും കുറഞ്ഞവനായിരുന്നില്ല. പൊന്നാനിത്താലൂക്കിൽ ശുകപുരം ഗ്രാമത്തിലായിരുന്നു അദ്ദേഹത്തിന്റെ ഗൃഹം. ഭട്ടമതത്തിൽനിന്നു ചില സംഗതികളിൽ വിഭിന്നമായ ഒരുമതം സ്ഥാപിക്കുവാൻ അദ്ദേഹത്തിനു കഴിഞ്ഞു. അനേകം കേരളബ്രാഹ്മണർ പ്രഭാകരമതാനുയായികളായിരുന്നു.

വൈരാഗ്യത്തിന്നും ജ്ഞാനത്തിനും പ്രാധാന്യം കല്പിക്കുന്നതിൽ എത്തിയ മീമാംസയെ ഉത്തരമീമാംസയെന്നും വേദാന്തമെന്നും പറയുന്നു. ഉപനിഷത്തുകളും *ഭഗവദ്ഗീത*യും വ്യാസനിർമ്മിതമായ ബ്രഹ്മസൂത്രങ്ങളുമാകുന്നു അതിന്റെ അടിസ്ഥാനം. വേദാന്തത്തിനു മൂന്നുവിധം വ്യാഖ്യാനങ്ങൾ ഉണ്ടെങ്കിലും അദ്വൈതസിദ്ധാന്തത്തിനാണ് ഏറ്റവും പ്രചാരമുള്ളത്. അദ്വൈതമതസ്ഥാപകനായ ശ്രീ ശങ്കരൻ കേരളദേവിയുടെ കിരീടത്തിലെ ഏറ്റവും വിലയുള്ള രത്നമാകുന്നു. ഇത്ര വലിയ ഭാഗ്യം കപിലമഹർഷി ജനിച്ച പ്രദേശത്തിനും സോക്രട്ടീസ് ജനിച്ച അയോനിയക്കും (യവനദേശം) കാന്റ് ജനിച്ച ജർമ്മനിക്കും മാത്രമേ നരവംശചരിത്രത്തിൽ കൈവന്നിട്ടുള്ളു. "രജ്ജുഖണ്ഡത്തിലെ പന്നഗബുദ്ധിപോലെ"യെന്നു

എഴുത്തച്ഛൻ പാടിയതുപോലെ മാത്രമേ പ്രപഞ്ചത്തെ സംബന്ധിച്ചുള്ള നമ്മുടെ ബോധത്തെ വിലവയ്ക്കുവാൻ പാടുള്ളു എന്നും, പരബ്രഹ്മത്തിൽനിന്നു വിഭിന്നമായി ഒന്നുംതന്നെയില്ലെന്നും, അതു സച്ചിദാനന്ദസ്വരൂപമെന്നുമാണ് അദ്വൈതസിദ്ധാന്തം. ഇന്നുള്ള ഏതൊരു ഭൗതിക ശാസ്ത്രത്തിനും ഇതിനെപിന്നെയും പിന്നെയും സുസ്ഥിരമാക്കുവാനല്ലാതെ ഒരിക്കലും ഇളക്കുവാൻ സാധിക്കുകയില്ലെന്നു ശ്രീ ആഗമാനന്ദ സ്വാമി അശ്രാന്തം ഘോഷിക്കുന്നതിൽ ഈ ലേഖകൻ പരിപൂർണ്ണമായി വിശ്വസിക്കുന്നു. ഇന്നത്തെ ആപേക്ഷികസിദ്ധാന്തവും പരമാണുസ്വരൂപ ഗവേഷണങ്ങളും നമ്മെ തുടരെത്തുടരെ ശങ്കരമതത്തോടടുപ്പിക്കുന്നു. അദ്വൈതമതത്തെ മാനവസാമുദായിക ജീവിതത്തിലേക്കു പകർത്തുവാൻ കഴിഞ്ഞാൽ സാമ്പത്തിക രാഷ്ട്രീയജീവിതങ്ങളിൽ ഇന്നു കാണുന്ന അസുന്ദരമായ വടംവലികൾ അസ്തമിക്കുമെന്നതിനു തർക്കമില്ല. പക്ഷേ, അതു ഭാരതീയർക്കുതന്നെ ചെയ്യുവാൻ സാധിച്ചിട്ടില്ലെന്നുള്ളതും പരമാർത്ഥമാണ്.

ശ്രീശങ്കരന്റെ പ്രധാന ശിഷ്യനായിരുന്ന പത്മപാദനും ഒരു കേരളീയനായിരുന്നു. തൃക്കണ്ടിയൂർക്കാരനായ സോമശർമ്മാവിന്റെ പുത്രനായ വിഷ്ണുശർമ്മാവാണ് പിന്നീട് പത്മപാദനായിത്തീർന്നത്. ശ്രീ ശങ്കരാചാര്യ ഗുരുപാദരുടെ കാലത്തിനുശേഷവും *അദ്വൈത*മതസിദ്ധാന്തത്തിലും അതിനോടുസംബന്ധിച്ച സകല ശാസ്ത്രങ്ങളിലും പണ്ഡിതന്മാരായ മഹാന്മാർ കേരളത്തെ അലങ്കരിച്ചുപോന്നു. ഇന്നും ആ പരമ്പരയുടെ നേരിയ ശാഖോപശാഖകളെ കേരളം ഉല്പാദിപ്പിച്ചുകൊണ്ടിരിക്കുന്നു. ആധുനിക ശാസ്ത്രസിദ്ധാന്തങ്ങളെ ഉപയോഗപ്പെടുത്തിയാൽ ഈ ശാഖകൾ കുറെക്കൂടി ബലവത്തുകളാകും.

കേരളം-ആര്യഭടന്റെ പാഠശാല

മീമാംസകളിൽ ചെയ്ത പരിശ്രമത്തിനു തുല്യമായ പരിശ്രമമാണ് ജ്യോതിർഗണിത തന്ത്രങ്ങളിൽ കേരളീയർ ചെയ്തിട്ടുള്ളത്. കേരളീയരുടെ ജ്യോതിർഗണിതം ആര്യഭടീയത്തെ അടിസ്ഥാനമാക്കിയതാണെന്നു നിസ്സംശയം പറയാം. ആര്യഭടൻതന്നെ തിരുവിതാംകൂറിൽനിന്നു പാടലീപുത്രത്തിന്നടുത്തുള്ള കുസുമപുരിയിൽ പോയി ജ്യോതിർഗണിതം അഭ്യസിച്ച ഒരു നമ്പൂതിരിയാണെന്നു തിരുവനന്തപുരത്തുനിന്നു പ്രസിദ്ധംചെയ്ത ആര്യഭടീയ ഭാഷ്യത്തിന്റെ അവതാരികയിൽ സാംബശിവ ശാസ്ത്രി അഭിപ്രായപ്പെടുകയും അതിനു ചില ന്യായങ്ങൾ ഉദ്ധരിക്കുകയും ചെയ്യുന്നു. ആര്യഭടീയ വ്യാഖ്യാതാക്കന്മാരെല്ലാം കേരളീയരാണെന്നുള്ളത് ഈ അഭിപ്രായത്തെ ബലപ്പെടുത്തുന്നു. ആര്യഭടീയഗണിതത്തിനു സൂക്ഷ്മത പോരാതെ വന്നപ്പോൾ ഭഗണങ്ങളിൽ ശതാബ്ദസംസ്കാരം ചെയ്തു പരഹിതഗണിതം ഏർപ്പെടുത്തി ഗണിതം സുഖപ്രദമാക്കുവാൻ വാക്യങ്ങൾ നിർമ്മിച്ച വരരുചി ഒരു കേരളീയനായിരുന്നു.

ആയിരം കൊല്ലങ്ങൾക്കപ്പുറമുണ്ടാക്കിയ ഗീർന്ന ശ്രേയാദിവാക്യങ്ങളും അവയെക്കൊണ്ടു വരുത്തുന്ന ചന്ദ്രസ്ഫുടം സംസ്കരിക്കുവാനുള്ള ഹാരകവും ഏതൊരു ഗണിതശാസ്ത്രജ്ഞനെയും അത്ഭുതപ്പെടുത്താതിരിക്കയില്ല. ലോകത്തിന്റെ ഏതു ഭാഗത്തുമുള്ള ഗണിതശാസ്ത്രജ്ഞന്മാർക്കു തുല്യമായ ഒരു നില കേരളീയ ഗണിതശാസ്ത്രജ്ഞന്മാർക്ക് അതുതന്നെ നല്കുന്നുണ്ട്.

എന്നാൽ ഏതാണ്ട് 600 കൊല്ലങ്ങൾ കഴിഞ്ഞപ്പോൾ പരഹിതഗണിതം അസൂക്ഷ്മമായിത്തീർന്നു. അപ്പോൾ അശ്രാന്തം നിരീക്ഷണം ചിരകാലം ചെയ്തു ഗ്രഹഗതികളെ സൂക്ഷ്മമാക്കി ദൃഗ്ഗണിതം ഏർപ്പെടുത്തിയ പരമേശ്വരൻ ഒരു മഹാപുരുഷനായിരുന്നു. തിരൂരിനടുത്തുള്ള ആലത്തൂർ ഗ്രാമത്തിലെ ഒരു നമ്പൂതിരിയായിരുന്നു അദ്ദേഹം.

ആചാര്യരുടെ ദൃഗ്ഗണിതമെന്ന ഗ്രന്ഥം കേരളത്തിനു നഷ്ടമായ സ്ഥിതിയിലാണിരിക്കുന്നതെങ്കിലും, അതു ശകവർഷം 1453 ലാണ് എഴുതിയതെന്നുള്ളതിനു വേണ്ടുവോളം തെളിവുകളുണ്ട്. ഇത് ഇന്നേക്ക് 423 കൊല്ലങ്ങൾക്ക് മുമ്പായിരുന്നു. *പരമേശ്വരാചാര്യൻ ഗോളദീപിക* (Spherical Astronomy) മുതലായ വിശിഷ്ട ഗ്രന്ഥങ്ങളുടെ കർത്താവും *മഹാഭാസ്കരീയം, ആര്യഭടീയം* മുതലായ ഗ്രന്ഥങ്ങളുടെ വ്യാഖ്യാതാവുമാകുന്നു. ഇദ്ദേഹത്തിന്റെ പുത്രന്റെ ശിഷ്യനായ നീലകണ്ഠ സോമയാജി *ആര്യഭടീയഭാഷ്യ*ത്തിന്റെയും *തന്ത്രസംഗ്രഹത്തിന്റെ*യും കർത്താവാകുന്നു. ഈ രണ്ടു ഗ്രന്ഥങ്ങളിലും കേരളീയ ഗണിതശാസ്ത്രജ്ഞന്മാരുടെ പ്രൗഢിയെക്കാണിക്കുന്ന അനേകം സംഗതികളുണ്ട്. തന്ത്രസംഗ്രഹത്തിൽ സമവൃത്തത്തിന്റെ വ്യാസത്തിൽനിന്നു പരിധിവരുത്തുവാനുള്ളതും ചാപത്തിൽനിന്നു ഭുജകോടിജ്യാവുകളെ വരുത്തുവാനുള്ളതും ആയ ശ്രേഢീരൂപമായ സൂത്രങ്ങൾ അതിനുമുമ്പുംപിമ്പും എഴുതിയ ഉത്തരേന്ത്യാഗ്രന്ഥങ്ങളിലും കാണാത്തവയെന്നുള്ളതുകൊണ്ട് ആ ശ്രേഢികളുടെ ഉപജ്ഞാതാവ് ഒരു കേരളീയനെന്നു സമ്മതിക്കാതെ നിവൃത്തിയില്ല. ഈ കേരളീയൻ സംഗമഗ്രാമ മാധവനാണെന്നാണ് അഭിജ്ഞമതം. സംഗമഗ്രാമം ഇരിങ്ങാലക്കുടയായതുകൊണ്ടും ഇരിങ്ങാലക്കുട വാരിയം ജ്യോതിഷവിജ്ഞാന പ്രസിദ്ധി നേടീട്ടുള്ളതുകൊണ്ടും മാധവാചാര്യർ ഇരിങ്ങാലക്കുട വാരിയത്തെ ഒരംഗമായിരുന്നുവെന്നു ചിലരും, ഗ്രാമശബ്ദം കണ്ട് അദ്ദേഹം ഇരിങ്ങാലക്കുടക്കാരനായ ഒരു നമ്പൂതിരിയായിരുന്നുവെന്നു മറ്റു ചിലരും അഭിപ്രായപ്പെടുന്നു. പരിദ്ധ്യായന ശ്രേഢി വരുത്തുവാൻ കാൽക്കുലസ് എന്നു പറയുന്ന ഗണിതശാഖയിലെ ഉപായങ്ങളാണ് ഉപയോഗിച്ചിട്ടുള്ളതെന്നത് പ്രത്യേകം സ്മരണീയമാണ്.

തന്ത്രസംഗ്രഹത്തിലെ ഉള്ളടക്കവും ഗണിതശാസ്ത്ര ചരിത്രവും അറിയുന്നവർക്കു ആ കാലത്തു ഗണിതശാസ്ത്രത്തിൽ ലോകത്തിൽ കേരളീയരായിരുന്നു അഗ്രഗണ്യരെന്നു സമ്മതിക്കാതെ നിവൃത്തിയില്ല. തലക്കുളത്തു ഭട്ടതിരി, പുതുമന ചോമാതിരി മുതലായ മറ്റനേകം ജ്യോത്സ്യ

ന്മാരും ലോകരുടെ ബഹുമാനത്തിന്നർഹരാണ്. മാധവൻ, പരമേശ്വരൻ മുതലായവർക്കു തുല്യരായ ഗണിതശാസ്ത്രജ്ഞന്മാർ 17–ാംനൂറ്റാണ്ടിന്റെ അന്ത്യത്തിലും 18–ാംനൂറ്റാണ്ടിന്റെ ആദിയിലും പാശ്ചാത്യദേശങ്ങളിൽ ഉണ്ടായ കെപ്ലർ, ലീബ്നിറ്റ്സ് മുതലായവരേ ഉള്ളു എന്നു പറയാം.

ഭവനനിർമ്മാണകലയിലെ കേരളീയത്വം

ദേശാന്തരങ്ങളിൽ സഞ്ചരിച്ചിട്ടുള്ളവർ പലേ പ്രദേശങ്ങളിലു മുള്ള വീടുകളുടെ മേല്പുരകൾ സൂക്ഷിച്ചുനോക്കിയിരിക്കും. എന്നാൽ കേരളീയഭവനങ്ങളുടെ മേല്പുരകളെപ്പോലെ ഇത്ര ഗണിതശാസ്ത്രവൈദഗ്ദ്ധ്യം കാണിച്ചിട്ടുള്ള മേല്പുരകൾ മറ്റുള്ളേടത്തില്ലെന്നാണ് ഈ ലേഖകന്റെ അഭിപ്രായം. ആധുനിക എഞ്ചിനീയറിങ്ങിൽ കാണുന്ന സാമർത്ഥ്യങ്ങളെ ഒഴിച്ചാണ് ഈ അഭിപ്രായമെന്നും പറഞ്ഞുകൊള്ളട്ടെ. കേരളത്തിൽ ചുറ്റിനടന്നിട്ടുള്ളവർ പല ക്ഷേത്രങ്ങളുടെ ആകൃതികളും പുറംമതിലുകളും കണ്ടാനന്ദിച്ചിട്ടുണ്ടായിരിക്കും. ഇവ കേരളശില്പത്തിന്റെ യോഗ്യതകളെ ധാരാളം വെളിപ്പെടുത്തുന്നുണ്ട്. സാധാരണ ആശാരിമാർക്കും കൂടി നിഷ്പ്രയാസം പണിയുവാൻ സാമർത്ഥ്യം നല്കുന്ന തന്ത്രസൃഷ്ടിയാണ് ഈ മേന്മയ്ക്കുള്ള കാരണമെന്നറിയുമ്പോൾ ശാസ്ത്രങ്ങളുടെ പ്രായോഗികവശങ്ങളിൽ എത്ര നിഷ്കർഷിച്ചിരുന്നുവെന്നാലോചിക്കാം.

വരരുചിമുതൽ മേല്പത്തൂർവരെയുള്ള ഈ വൈജ്ഞാനികജൈത്രയാത്രയിൽ നമ്പൂതിരിമാർ മാത്രമല്ല, മറ്റുള്ളവരും പ്രത്യേകിച്ച് തമ്പുരാക്കന്മാരും അമ്പലവാസികളും പങ്കുകൊണ്ടിരുന്നു. മേല്പത്തൂരിന്റെ ഗുരുനാഥനായ ത്രിക്കണ്ടിയൂരച്യുതപ്പിഷാരൊടി ഒരു പ്രസിദ്ധ ഗണിതശാസ്ത്രജ്ഞനായിരുന്നു. അദ്ദേഹത്തിന്റെ *കരണോത്തമം* എന്ന ഗ്രന്ഥം സ്വതന്ത്രവും സാധാരണ പന്ഥാവുകളിൽനിന്നു മാറിനില്ക്കുന്നതും ആകുന്നു. സദ്രത്നമാലയെന്ന ഉത്തമഗണിതഗ്രന്ഥം കുറെ ആധുനികമെങ്കിലും കടത്തനാടുകോവിലകത്തു നിലനിർത്തിപ്പോന്ന ഗണിതപാടവത്തിനും പാണ്ഡിത്യത്തിനും അതു സാക്ഷിയായി നില്ക്കുന്നു. പാഴൂർ പടിപ്പുരയും പെരുന്തച്ചനും വെറും കെട്ടുകഥകളല്ല. അതാതു വിദ്യകളിൽ കണിയാന്മാർക്കും ആശാരിമാർക്കും ഉണ്ടായിരുന്ന വൈഭവത്തെ അവ നമ്മെ സ്മരിപ്പിക്കുന്നു. പ്രസിദ്ധന്മാരായ വൈദ്യന്മാരുടെ സുദീർഘമായ പരമ്പര അനേകം ഈഴവകുടുംബങ്ങളെ സ്വദേശത്തെങ്കിലും പ്രഖ്യാതമാക്കിപ്പോന്നു. കേരളത്തിന്റെ മുക്കും മൂലയും വിജ്ഞാനസൂര്യൻ പ്രകാശിപ്പിച്ചു.

എന്നാൽ മേല്പത്തൂർ കാലത്തിനുശേഷം ഈ പ്രകാശം ക്രമേണ മങ്ങി. അഭിമാനസംരക്ഷണത്തിലും ആഭ്യന്തര കലഹങ്ങളിലും ബദ്ധാവധാനികളായിത്തീർന്ന കേരളീയർ ക്ഷയിച്ച്, പരന്മാരെ ആശ്രയിച്ച് അവസാനം അവരുടെ കാല്ക്കൽ വീണു. നമ്മെ എണീപ്പിച്ചത് ഗാന്ധി

ജിയാണെന്നു സ്മരിക്കട്ടെ. ഇന്നു, ഉണ്ടോ, എന്നു തോന്നുന്ന മങ്ങിയ പ്രകാശം അഭിമാനസംരക്ഷണത്തിന്റെ ബലഹീനമായ ഒരു തുടർച്ചമാത്രമാണ്. അത് ഒട്ടുംതന്നെ അവലംബനീയവുമല്ല. കേരളസംസ്കാരത്തിൽ ശ്രദ്ധ കേന്ദ്രീകരിച്ച ഒരു ഭരണകൂടത്തിന്റെ സേവനംകൊണ്ടും, സംസ്കൃതവിദ്യാഭ്യാസത്തിൽ വിവേകപൂർവ്വമായ പരിശ്രമംകൊണ്ടും, ഇന്നത്തെ ലോക സംസ്കാരത്തിന്റെ പ്രകാശത്തിൽ കേരളത്തിനു ഈ പ്രാചീന വൈജ്ഞാനികപ്രഭയെ വീണ്ടും കേരളത്തിൽ ഉദ്ദീപിപ്പിക്കുകയും അതിനു പറ്റിയതും അങ്ങുമിങ്ങും മയങ്ങിമങ്ങിക്കിടക്കുന്നതുമായ ജനതയെ ഉണർത്തി ഓജസ്സോടുകൂടിയ ഒരു നവീന കേരളസംസ്കാരത്തെ സൃഷ്ടിക്കുകയും ചെയ്യാം. ഇതിനുള്ള ശരിയായ സംരംഭമില്ലെങ്കിൽ മഴതോർന്ന സമയത്ത് മലിനമായ ചാലുകളിൽകൂടി ഒഴുകുന്ന വെള്ളം പോലെ ലോകപ്രവാഹത്തിന്റെ പുറംചാലുകളിൽ കേരളീയർക്ക് ഒഴുകിക്കളിക്കാം. അങ്ങനെ വരാതിരിക്കട്ടെ. അവർ മാന്യമായ പന്ഥാവുകളിൽക്കൂടി വിഘ്നംകൂടാതെ മുമ്പോട്ടു പ്രവഹിക്കുമാറാകട്ടെ.

(ഐക്യകേരളോപഹാരം – 1954)

ഗണിതകുസുമാവലി

കോരുമാസ്റ്റർ 1942 ൽ പ്രസിദ്ധീകരിച്ച കൃതിയാണ് *ഗണിത കുസുമാവലി.* ഗണിതമാണ് പ്രതിപാദ്യവിഷയം. നാല് ഭാഗങ്ങളിലായി ക്ഷേത്ര വിജ്ഞാനം, ബീജഗണിതം, ഗോളം, ആയതവൃത്തം എന്നീ ഗണിതശാസ്ത്ര വിഷയങ്ങൾ പദ്യരൂപത്തിൽ അവതരിപ്പിക്കുകയാണ് ഈ കൃതിയിൽ. വില്പനയ്ക്കല്ലെന്ന് ഗ്രന്ഥത്തിൽ തന്നെ രേഖപ്പെടുത്തിയിട്ടുണ്ട്. അതുകൊണ്ടുതന്നെ മാസ്റ്ററുടെ ശിഷ്യരുടെയും സഹപ്രവർത്തകരുടെയും സുഹൃത്തുക്കളുടെയും ഇടയിൽ മാത്രമേ ഇത് പ്രചരിച്ചിരിക്കാൻ ഇടയുള്ളൂ. ഈ കൃതി പൂർണ്ണമായും പുനഃപ്രസിദ്ധീകരിക്കുന്നു.

ഗണിതകുസുമാവലി

1. ജ്യോതിഷം ഗണിതംകൃൽസ്നം
പുരാകേരളവാസികൾ
യുക്തിയുക്തം പഠിച്ചല്ലോ
വിഖ്യാതർ പുണ്യശാലികൾ.

2. കാലക്രമത്താൽ സംസ്കാരം
ക്ഷയിച്ചു, സൽസമൃദ്ധിയും,
പരാക്രമണവും വന്നു,
ജനങ്ങൾ വിട്ടു നമ്മയെ.

3. യുക്തിയും നഷ്ടമായ്‌വന്നു,
കാലയാപനമൊന്നുതാൻ
ശ്രദ്ധേയമായ്‌വന്നു നാട്ടിൽ,
കാപട്യങ്ങൾ നിറഞ്ഞഹോ!

4. പാശ്ചാത്യർ വന്ധ്യഭൂവിങ്കൽ
വസിപ്പോർ യത്നശാലികൾ
പുരാ യവനരാൽ ദത്തം
ശാസ്ത്രം പുഷ്ടിപ്പെടുത്തിനാർ.

5. തല്പഥം പ്രായശോഹ്യത്ര
കേരളത്തിലറിഞ്ഞിടാ,
ആംഗ്ലേയപാഠശാലാസു
കിഞ്ചിദഭ്യസ്തമാമതു.

6. ആ മാർഗ്ഗം കേരളത്തിങ്കൽ
പ്രചാരം വന്നുകാണുവാൻ
മോഹിച്ചു ഞാൻ കഥിക്കുന്നു
തത്ത്വങ്ങൾ ലഘുവായവ.

7. കുസുമാവലിയെന്നോണം
മാലയായ് ചേർത്തതാണവ,
യുക്തിസൂത്രം കിടക്കുന്നു
മദ്ധ്യേയന്തരമെന്നിയെ.

പി കെ കോരു

ഭാഗം 1
ക്ഷേത്രവിജ്ഞാനം

നമസ്കൃത്യഗുരൂൻ സർവ്വാൻ
കൈരളിം ഭക്തിപൂർവ്വകം
കുരുതേ ക്ഷേത്രവിജ്ഞാനം
കോരുർബ്ബാലപ്രബോധകം.

1. മൗലികതത്ത്വങ്ങൾ

1. വാദങ്ങളാൽ സമർത്ഥിപ്പാൻ
സാധിക്കാത്തവയെങ്കിലും
സ്വയം സമ്മതമായീടും
തത്ത്വങ്ങൾ മൗലികങ്ങളാം

2. പുരാ യവന രാജ്യത്തിൽ
ക്ഷേത്രതത്ത്വവിചക്ഷണൻ
യൂക്ലിഡ് പന്ത്രണ്ടു തത്ത്വങ്ങൾ
സ്വീകരിച്ചാൻ കലാനിധി.

3. സമങ്ങൾ ചേർത്തുള്ള സമങ്ങൾതുല്യം,
സമം കുറച്ചുള്ള സമങ്ങളും സമം,
സമഘ്നമായുള്ള സമങ്ങൾ തുല്യം,
സമങ്ങളിൽക്കൊണ്ട സമങ്ങളും സമം.

4. അതുല്യേഷ്വപി തുല്യങ്ങൾ
ചേർത്താലും താൻ കുറയ്ക്കിലും

അതുല്യമായി വർത്തിക്കും,
ഏക തുല്യങ്ങളോസമം.

5. സമകോണുകൾ തുല്യങ്ങൾ,
മുഴുവൻ ഭാഗതഃപരം,
ഒന്നിനോടൊന്നൊത്തു നില്ക്കും
രൂപങ്ങൾ തുല്യമായവ.

6. ഋജുരേഖകൾ രണ്ടൊത്താൽ
വയ്യാദേശം വളഞ്ഞീടാൻ,
ഛേദിക്കും രേഖകൾ രണ്ടു-
മാവില്ലൊന്നിൻ സമാന്തരം.

7. ഇവകൊണ്ടനുമാനത്താൽ
നിർമ്മിതം ശാസ്ത്രമൊക്കയും,
ക്ഷേത്രലക്ഷണബാഹുല്യാൽ
ശോഭനം വിസ്മയാവഹം.

8. കുട്ടികൾക്കു പഠിച്ചീടാൻ
ലഘുഭാഗങ്ങൾ ചൊല്ലിടാം,
എന്നാലതിനു മുമ്പായി-
പ്പറയാം വേണ്ടസംജ്ഞകൾ.

2. സംജ്ഞകൾ

1. നീളം വീതി ഘനം മൂന്നു
മാനങ്ങൾ ചേർന്ന വസ്തുവിൻ
വിജ്ഞന്മാർ സമ്മതിച്ചുള്ള
സംജ്ഞതാൻ ഘനവസ്തുവാം.

2. ഘനവസ്തുക്കളിൻ ബാഹ്യം
തലം താനതുവക്രമാം,
അല്ലെങ്കിൽ ഋജുവായീടാം,
വീതി നീളങ്ങൾ തൻ ഗുണം.

3. തലത്തിലൊരു ഭാഗത്തെ-
ച്ചൊല്ലുന്നു ക്ഷേത്രസംജ്ഞയാൽ,
ക്ഷേത്രത്തിന്നതിരാം രേഖ,
നീളംമാത്രമതിൻഗുണം.

4. രേഖകൾക്കതിരാം ബിന്ദു,
നീളമില്ലിഹ വീതിയും
ഘനമെന്നതു മില്ലെന്നാൽ
സ്ഥാനം മാത്രമതിൻഗുണം.

5. ഒരേവഴിക്കു പോയീടും
രേഖതാൻ ഋജുരേഖയാം;
രേഖയെന്നു പറഞ്ഞീടിൽ
ഋജുവാണെന്നു സമ്മതം.

6 തലമൊന്നിൽ പലവഴി
രേഖയൊന്നിനെ വെക്കുകിൽ
തലത്തിൽ മുഴുവൻപെട്ടാൽ
തലം സമതലം ദൃഢം

7. തലമെന്നു പറഞ്ഞെന്നാൽ
സമമായ തലംസദാ,
അല്ലായ്കിൽ വക്രശബ്ദേന
പൂർവ്വമായിട്ടിരിക്കണം.

8. തലമൊന്നിലിരുന്നീടും
രേഖ രണ്ടിനെ നീട്ടിയാൽ
അങ്ങുമിങ്ങും തൊടുന്നില്ല
യെന്നാലവ സമാന്തരം

9. ഒരു രേഖക്കു മറ്റൊന്നു
ചരിവായിട്ടു കാണുകിൽ
ആ ചരിവിനെച്ചൊല്ലുന്നു
കോണെന്നു ഗണകർ സദാ

10. അന്നേരം രേഖയോരോന്നും
കോണിന്റെ ഭുജമായിടും,
രേഖകൾ മുറിയുംസ്ഥാനം
കോണിൻ കൂടവുമായിടും.

11. ഒരു രേഖയിൽ മറ്റൊന്നു
നില്ക്കുമ്പോൾ തൊട്ട കോണുകൾ
തുല്യങ്ങളായി വന്നീടിൽ
സമകോണുകളാമവ.

12. സമകോണിൽ ചുരുങ്ങീടും
കോണിൻ പേരല്പകോണതാം,
അധികത്വം ഭവിച്ചെന്നാ
ലധികോണെന്നു ചൊല്ലിടും.

13. രണ്ടു രേഖകളുൾക്കൊണ്ട
കോണോ സമമതാകുകിൽ,
പരസ്പരം ലംബമത്രേ
രണ്ടു രേഖകളും തദാ.

14. ഭുജങ്ങളെന്നു ചൊല്ലുന്ന
ഋജുരേഖകൾ മൂന്നിനാൽ
ചുറ്റും സമതലംതന്നെ
ത്രികോണക്ഷേത്രമെന്നതു.

15. നാലു രേഖകളുൾക്കൊണ്ട
തലംതാൻ ചതുരശ്രമാം,
എതിർകൂടങ്ങൾ ചേർത്തീടും
രേഖകർണ്ണം തദീയകം.

16. ചതുരശ്ര ഭുജംരണ്ടു
സമാനാന്തരമാകയും
പരങ്ങളായിടാതേയും
വരുകിൽ സമലംബകം

17. പ്രത്യശ്രങ്ങൾ രണ്ടുകൂട്ടും
സമാനാന്തരമാകുകിൽ
ചതുരശ്രമതിൻപേര്
സമാന്തരകമെന്നതാം.

18. സമാന്തരക കോണൊന്നു
സമകോണായിരിക്കുകിൽ
ചതുരശ്രം തദാ ദീർഘ-
മായതം വാ യഥാമതം.

19. ദീർഘമാം ചതുരശ്രത്തിൽ
വീതി നീളത്തിനൊക്കുകിൽ
ചതുരം താനതിമ്പേര്,
നാട്ടിൽ പണ്ടേ നടപ്പതാം.

20. പലബാഹുക്കളാൽ ചുറ്റും
തലം ബഹ്വശ്ര സംജ്ഞയാ
ജ്ഞാതമാമതിനെപ്പിന്നെ-
ച്ചൊല്ലും ബഹുഭുജാഖ്യയാ.

21. ബിന്ദുവാകുന്ന കേന്ദ്രത്തെ
തുല്യദൂരത്തു ചുറ്റിടും
പരിധിക്കകമേപെട്ട
തലം താൻ സമവൃത്തമാം.

22. വൃത്തമെന്നു പറഞ്ഞെന്നാൽ
സമവൃത്തം ധരിക്കണം,
വ്യാസം കേന്ദ്രഗതം രേഖ,
കരം വ്യാസാർദ്ധ സൂചകം.

23. പരിദ്ധ്യംശം ചാപമത്രെ,
ജ്യാവതിന്നഗ്രസംയുതി,
ജ്യാവിനാൽ ഭേദിതം ഭാഗം
വൃത്തഖണ്ഡവുമായിടും.

24. വ്യാസാർദ്ധങ്ങൾ രണ്ടുചേർന്നു
വൃത്തഭാഗത്തെയൊന്നിനെ
വേർപെടുത്തുകിലാഭാഗം
വൃത്തകോണാംശമെന്നതാം.

25. വൃത്തഖണ്ഡത്തിലെ ജ്യാവ്
ചാപബിന്ദുവിൽ നോക്കിയാൽ
കണ്ടിടും കോണുതാൻവൃത്ത-
ഖണ്ഡകോണെന്നു ചൊല്വതും

26. വൃത്തം മുറിഞ്ഞങ്ങുമിങ്ങും
നെടുനീളെ കിടന്നിടും
രേഖതാൻ ലാവകമതിൻ
ഭാഗം ജ്യാവെന്നു വന്നിടും

27. ലാവകം പരിധിച്ഛേദം
ചെയ്യും ബിന്ദുക്കൾ രണ്ടുമേ
ഒന്നായിച്ചേരിലന്നേരം
ലാവകം താനകാഖ്യമാം.

28. ബിന്ദുപ്രായം പരിദ്ധ്യംശം
തന്മാർഗ്ഗേവികസിക്കുകിൽ
താനകം സിദ്ധമാകുന്നി-
ങ്ങതിനാലതു താനകം

29. ഒരു രേഖക്കിരുപുറം
ഒരുപോലെയിരിക്കുകിൽ
സമപാക്ഷികമാം ക്ഷേത്രം
രേഖയോയക്ഷമായിടും.

30. ക്ഷൈത്രലക്ഷണസംയുക്ത-
മൊരു ബിന്ദു ചലിക്കവേ
അതിന്റെയിടമെല്ലാം കേൾ
ചേർന്നാൽ ബിന്ദുനിധാനമാം.

31. ക്രമേണ കോണുകൾ തുല്യം
ഭുജങ്ങളനുപാതകം
എന്നാൽ സദൃശമാണല്ലോ
ബഹ്വശ്രങ്ങളതൊക്കയും.

32. ദീർഘമാം ചതുരശ്രത്തെ
നീളം വീതികളായിടും
രേഖകൾ തമ്മിലുണ്ടായ
ഘാതമാണെന്നു ചൊല്ലിടും.

3. മൗലിക ലക്ഷണങ്ങൾ
(കോണ്, ത്രികോണം, സമാന്തരം)

1. ഋജുരേഖകളൊന്നിന്മേൽ
മറ്റൊന്നു സ്ഥിതി ചെയ്യവേ,
ഉണ്ടാകും കോണുകൾ ചേർന്നാൽ
സമകോണിന്നിരട്ടിയാം.

2. സമീപ കോണുകൾ ചേർന്ന്
സമകോണിന്നിരട്ടിയായ്
വന്നാൽ പൊതുവിലല്ലാത്ത
ഭുജങ്ങളൊരു രേഖയാം.

3. രണ്ടു രേഖകളന്യോന്യം
മുറിഞ്ഞു സ്ഥിതിചെയ്യുകിൽ
പ്രതികോണുകളന്യോന്യം
തുല്യമായിട്ടിരുന്നീടും

4. ഭുജം രണ്ടുമവക്കുള്ളിൽ-
പ്പെട്ടകോണും സമങ്ങളാം
ത്ര്യശ്രങ്ങൾ തുല്യമാകുന്നു
പ്രത്യംഗം സമമാംവിധം

5. ത്രിഭുജാശ്രങ്ങളിലേതും
നീട്ടിയാലുളവാം കോണ്
കവിയുന്നുള്ളിൽ നിന്നീടു-
ന്നോരോരോ പ്രതികോണിനെ

6. രേഖാദ്വയത്തെ ഛേദത്താൽ
ഛേദിച്ചേകാന്തരങ്ങളാം
തുല്യകോണുകളുണ്ടായാൽ
രേഖരണ്ടും സമാന്തരം

7. രേഖാദ്വയത്തെ ഛേദിക്കും
ഛേദകത്തിന്നൊരേ വശം
അകം കോണുകൾ ചേർന്നീടിൽ
സമകോണിന്നിരട്ടിയോ

8. അഥവാ, കോണുകൾ രണ്ടും
സമസ്ഥങ്ങൾ സമങ്ങളോ,
എന്നു വന്നാലുമപ്പോഴും
രേഖ രണ്ടും സമാന്തരം

9. ഛേദകത്താൽ മുറിഞ്ഞീടിൽ
സമാനാന്തരരേഖകൾ
സമസ്ഥ കോണുകൾ തുല്യം
സമമേകാന്തരങ്ങളും.

10. ഏന്നല്ല, ഛേദകത്തിന്റെ
യേക ഭാഗത്തിരുന്നിടും
അകം കോണുകൾ ചേർന്നീടിൽ
സമകോണിന്നിരട്ടിയാം.

11. പല രേഖകളോരോന്നും
രേഖയൊന്നിൽ സമാന്തരം,
എന്നാകിലൊക്കെയന്യോന്യം
സമാനാന്തരമായിടും.

12. ഛേദിക്കും രേഖകൾ രണ്ടും
മറ്റു രണ്ടിൻ സമാന്തരം,
എന്നാലവയിലുൾക്കൊണ്ട
കോണുകൾ തുല്യമായവ.

13. രണ്ടു രേഖകളുൾക്കൊണ്ട
കോണുകൾക്കു സമം തഥാ
അവക്കെഴുന്ന ലംബങ്ങൾ
തമ്മിലുൾക്കൊണ്ട കോണുകൾ

14. ത്രികോണത്തിൻ ഭുജംനീട്ടീ-
ട്ടുണ്ടാകും ബാഹ്യകോണിന്
തുല്യമാകുന്നു യോഗത്താ-
ലകത്തെ പ്രതികോണുകൾ

15. ത്രികോണത്തിന്നകത്തുള്ള
മൂന്നു കോണുകൾ ചേരുകിൽ
സമകോണുകൾ രണ്ടിന്നു
തുല്യമാകുന്നു സർവ്വദാ

16. ബഹ്വശ്രേയശ്രമൊക്കേയും
വശമൊന്നായി നീട്ടിയാൽ,
ഉണ്ടാകും കോണുകൾ ചേർന്നാൽ
സമകോൺ നാന്മടങ്ങതാം

17. ബഹ്വശ്ര കോണുകൾ കൂട്ടു
സമകോൺ നാന്മടങ്ങതിൽ,
എന്നാലതശ്രസംഖ്യേടെ
യിരട്ടിസ്സമകോണുകൾ.

18. രണ്ടു കോണുകളും പിന്നെ
ഭുജമൊന്നും സമങ്ങളാം
ത്ര്യശ്രങ്ങൾ തുല്യമാകുന്നു
പ്രത്യംഗം ക്രമമാംവിധം

19. സമപാർശ്വ ത്രികോണത്തി
ന്നടിയിൽ തുല്യകോണുകൾ;
അടിയിൽ തുല്യകോണുള്ള
ത്രികോണം സമപാർശ്വകം.

20. മൂന്നു ബാഹുക്കളൊന്നിന്റെ
മറ്റൊന്നിൽ തുല്യമാകുകിൽ
യഥാക്രമം, ത്രികോണങ്ങൾ
സർവ്വഥാ തുല്യമായിടും.

21. സമകോണത്രികോണങ്ങൾ
കർണ്ണങ്ങൾ തുല്യമായവ
ഭുജമോരോന്നുമൊത്തീടിൽ
സർവ്വഥാ തുല്യമാണവ.

22. ത്രികോണത്തിന്റെ ബാഹുക്കൾ
തുല്യമല്ലാതിരിക്കുകിൽ
വലുതിന്നെതിരാം കോണ്
വലുതായിട്ടിരുന്നിടും.

23. ത്രികോണ കോണുകൾതുല്യ-
മല്ലാതേ കണ്ടിരിക്കവേ
വലുതിന്നതിരാം ബാഹു
വലുതെന്നു വരുന്നതാം.

24. ത്രികോണത്തിൻ ഭുജം രണ്ടു
കൂട്ടിയാൽ വലുതായിടും
മറ്റേ ഭുജത്തെക്കാളെന്നു
വന്നുചേരുന്നു സർവ്വദാ.

25. ത്ര്യശ്രബാഹുവിനറ്റങ്ങ-
ളകം ബിന്ദുവിൽ ചേർക്കുകിൽ
മറ്റേ ഭുജങ്ങൾതൻയോഗം
യുതിയോഗാധികം സദാ.

26. ത്ര്യശ്രത്തിലൊന്നിന്റെ ഭുജങ്ങൾ രണ്ടും
മറ്റൊന്നിൽ രണ്ടിന്നു സമങ്ങളാകെ
ഉള്ളിൽപെടും കോണ് വലിപ്പമാർന്നാൽ
മൂന്നാം ഭുജത്തിന്നു വലിപ്പമേറും.

27. ഭുജങ്ങൾ രണ്ടുമൊത്തുള്ള
ത്രികോണങ്ങളിലേറിയാൽ
മൂന്നാം ഭുജ, മതിൻനേരേ
യുള്ള കോണേറിടും തദാ.

28. രേഖാഗ്രങ്ങളിൽ നിന്നുള്ള
ദൂരമൊക്കുന്ന ബിന്ദുവിൻ
നിധാനമാ രേഖതന്റെ
മദ്ധ്യേ പോകുന്നലംബമാം.

29. രേഖാദ്വയത്തിൽ നിന്നൊപ്പം
ദൂരമേലുന്ന ബിന്ദുവിൻ
നിധാന മവയിൽകൊള്ളും
കോണുകൾക്കുള്ള മദ്ധ്യഗം.

4. സമാന്തരങ്ങളും സദൃശത്രികോണങ്ങളും

1. എതിർബാഹുക്കൾ തുല്യങ്ങ-
ളെതിർ കോണുകളും തഥാ,
കർണ്ണം മുറിപ്പൂ ക്ഷേത്രത്തെ
തുല്യം തുല്യാന്തരാളകെ.

2. എതിർബാഹുക്കൾ തുല്യങ്ങ-
ളഥവാ കോണുകൾ തഥാ
എന്നാൽ ചതുർഭുജം തത്ര
സമാന്തരകമായിടും.

3. സമാന്തരാളകം തന്നിൽ
രണ്ടു കർണ്ണങ്ങളും സമം
എന്നുവന്നീടിലാക്ഷേത്ര-
മായതം ചതുരശ്രകം.

4. സമാന്തരാളകക്ഷേത്രേ
രണ്ടു കർണ്ണങ്ങളും സദാ
ഛേദനം ചെയ്യുമന്യോന്യം
തുല്യഖണ്ഡങ്ങളാംവിധം.

5. തുല്യത്വമാർന്നുള്ള സമാന്തരങ്ങൾ-

ക്കൊരേവശം ചേർന്നിടുമഗ്രഭാഗം
ഒന്നിച്ചുചേർത്താലുളവായിടുന്നു
തുല്യങ്ങളാകുന്ന സമാന്തരങ്ങൾ.

6. ത്ര്യശ്രബാഹുക്കൾ രണ്ടിന്റെ
മദ്ധ്യങ്ങൾ ചേർത്തിടുംവര
സമാന്തരം തൃതീയത്തി-
ന്നെന്നല്ലതിനു പാതിയാം.

7. സമാന്തരങ്ങൾ ഖണ്ഡിപ്പൂ
ഛേദമേകം സമങ്ങളായ്
എന്നാലവമുറിച്ചീടും
മദ്ധ്യ ഛേദങ്ങളെ തഥാ.

8. ത്രികോണഭുജമദ്ധ്യത്തിൽ-
കൂടിയന്യസമാന്തരം
പോയാലതു മുറിച്ചീടും
തൃതീയം മദ്ധ്യബിന്ദുവിൽ.

9. ത്രികോണ ഭുജമൊന്നിന്റെ
സമാനാന്തര രേഖയാൽ
ഉണ്ടാകും പരഖണ്ഡങ്ങ-
ളനുപാതകമായിടും.

10. ബാഹുദ്വയത്തെ ത്ര്യശ്രത്തി-
ന്നനുപാതകമാം വിധം
ഖണ്ഡങ്ങളാക്കിടും രേഖ
തൃതീയത്തിൻ സമാന്തരം.

11. ത്ര്യശ്രകോണുകളൊന്നിന്റെ
മദ്ധ്യേപോകുന്ന രേഖയാൽ
കൃത്യമാം ബാഹുഖണ്ഡങ്ങൾ
പരബാഹ്വനുപാതമാം.

12. അകംകോണിന്നുപകരം
പുറംകോണാകിലും ശരി
അപ്പോൾ ഭുജത്തെ ഖണ്ഡിക്കും
ബിന്ദു ബാഹ്യഗതം ഭുജാൽ.

13. ഭുജദ്വയാനുപാതത്തിൽ
തൽകൂട ഗതമാംവര
മൂന്നാംഭുജത്തെ ഛേദിച്ചാൽ
തുല്യംഭാഗിപ്പു കോണിനെ.

14. ക്രമേണ കോണുകൾ തുല്യം
ത്രികോണം രണ്ടിലെങ്കിലോ
ഭുജങ്ങളനുപാതേന
ബന്ധമുള്ളവയായിടും.

15. ഭുജങ്ങളനുപാതങ്ങൾ
ത്ര്യശ്രങ്ങൾ രണ്ടിലെങ്കിലോ
ക്രമേണ കോണുകൾ തുല്യ
മവരണ്ടിന്നുമുള്ളവ.

16. ത്ര്യശ്രത്തിലൊന്നിന്റെ ഭുജങ്ങൾരണ്ടും
മറ്റൊന്നിൽ രണ്ടിന്നനുപാതമാകെ,
അകപ്പെടും കോണുകൾ തുല്യമെങ്കിൽ
ത്ര്യശ്രങ്ങൾ രണ്ടും സദൃശങ്ങളത്രെ.

17. സമകോണത്രികോണത്തിൻ
കർണ്ണലംബംവരക്കുകിൽ
ഉളവാം ത്ര്യശ്രമോരോന്നും
മൂലത്ര്യശ്ര സദൃക്ഷമാം.

5. ക്ഷേത്രഫലം

1. ഏകോപതാനസ്ഥിതിയാർന്നുകൊണ്ടു
തുല്യാന്തര ദ്വന്ദ്വമതിൽകുടുങ്ങി
നില്ക്കും സമാനാന്തരകങ്ങളെല്ലാം
തുല്യങ്ങളാം ക്ഷേത്രഫലങ്ങളേകും.

2. തുല്യാന്തരദ്വന്ദ്വമതിൽകുടുങ്ങി
തുല്യോപതാനസ്ഥിതിയുള്ളതായ
തുല്യാന്തരക്ഷേത്രഫലങ്ങൾതുല്യം
ത്ര്യശ്രങ്ങളെന്നാകിലുമപ്രകാരം.

3. ക്ഷേത്രോപതാനങ്ങൾ സമങ്ങളായി
രേഖാദ്വയത്തിന്നകമേയൊതുങ്ങി

കണ്ടാൽ ത്രികോണങ്ങളൊരേതലത്തിൽ
തുല്യാന്തരം രേഖകൾ രണ്ടുമപ്പോൾ

4. സമാന്തരകമാം ക്ഷേത്രേ
കർണ്ണമാശ്രയമായവ
സമാന്തരക യുഗ്മംതൽ
പൂരകങ്ങൾ സമങ്ങളാം.

5. രേഖരണ്ടിന്റെ ഘാതം കേ-
ളൊന്നും മറ്റേതിനുള്ളതാം
ഖണ്ഡമോരോന്നുമായുള്ള
ഘാതങ്ങൾ ചേർന്നയോഗമാം.

6. ഖണ്ഡിച്ചരേഖതൻ വർഗ്ഗം
ഖണ്ഡവർഗ്ഗങ്ങൾ ചേർന്നതിൽ
ഖണ്ഡഘാതദ്വയംചേർക്കിൽ
സിദ്ധിച്ചീടുന്നു സർവ്വഥാ.

7. സമാസമം ഖണ്ഡിതമാണുരേഖ-
യെന്നാകിലോ നിസ്സമഖണ്ഡഘാതം
സന്ധ്യന്തരാളത്തിലെ വർഗ്ഗമൊത്തു
രേഖാർദ്ധവർഗ്ഗത്തിനു തുല്യമത്രെ.

8. രേഖയൊന്നതിൻപുറത്തുതെല്ലുനീട്ടിയാൽ
നീട്ടുചേർന്ന രേഖയേ ഹനിച്ചനീട്ടതും
പാതിരേഖതന്റെ വർഗ്ഗവും കലർന്നിടിൽ
നീട്ടുചേർന്നപാതി തന്റെ വർഗ്ഗമായിടും.

9. ഖണ്ഡങ്ങൾ രണ്ടുള്ള സമസ്തരേഖാ
വർഗ്ഗത്തൊടൊന്നിൻ കൃതിചേർത്തു
വെന്നാൽ
മറ്റുള്ളതിൻ വർഗ്ഗസമേതമാകും
തൽഖണ്ഡരേഖാഹതിദ്വിഘ്നമപ്പോൾ.

10. സമകോണത്രികോണത്തിൽ
സമകോണമതുൾപ്പെടും
ഭുജങ്ങളിൻ വർഗ്ഗയോഗം
കർണ്ണവർഗ്ഗത്തിനൊത്തതാം.

11. ഭുജംരണ്ടിന്റെ വർഗ്ഗങ്ങൾ
ത്ര്യശ്രത്തിൽ ശേഷമുള്ളതിൻ
വർഗ്ഗത്തിനൊത്തതാണെങ്കിൽ
പ്രതികോൺ സമകോണുകൾ.

12. ത്രികോണമൊന്നിന്റെ ഭുജങ്ങൾ രണ്ടു
മുൾക്കൊണ്ടകോണങ്ങധികത്വമാർന്നാൽ
ഭുജങ്ങൾ വർഗ്ഗിച്ചവയോടുചേർപ്പൂ
ഭുജാപരക്ഷേപ ദ്വിഘ്നാതമപ്പോൾ.

13. മൂന്നാംഭുജത്തിൽ കൃതിയായിടുന്നു.
ഉൾക്കൊണ്ട കോണല്പമതായിവന്നാൽ
വർഗ്ഗങ്ങളിൻ യോഗമതിൽകുറക്ക
ഭുജാപരക്ഷേപദ്വിഘ്നാതമത്ര.

14. ത്രികോണത്തിൻ ഭുജംരണ്ടിൻ
വർഗ്ഗങ്ങൾ കൂടിയാലതു
മദ്ധ്യരേഖ തൃതീയാർദ്ധ-
വർഗ്ഗയോഗമിരട്ടിയാം.

15. ലംബമൊത്ത ത്രികോണങ്ങൾ
തമ്മിലുള്ളന്വയംസദാ
ഉപതാനാന്വയത്തിന്നു
തുല്യമായിട്ടിരുന്നിടും.

16. ഉപതാനങ്ങളൊത്തീടിൽ
ത്ര്യശ്രക്ഷേത്രഫലാന്വയം
ലംബങ്ങൾ തമ്മിലുണ്ടാകു-
മന്വയത്തിനു തുല്യമാം.

17. തുല്യാകാരം ത്രികോണങ്ങ-
ളെന്നാൽ ക്ഷേത്രഫലാന്വയം
സമാനബാഹുവർഗ്ഗങ്ങൾ
തമ്മിലുള്ളതുതന്നെയാം.

6. വൃത്തലക്ഷണങ്ങൾ

1. വൃത്തത്തിൽ വ്യാസമേതുംകേ-
ളക്ഷമായിട്ടിരുന്നിടും.

അതിനാൽ വ്യാസമോരോന്നും
വൃത്തം ഭാഗിപ്പു തുല്യഥാ

2. വൃത്തകേന്ദ്രഗതംലംബം
ജ്യാമദ്ധ്യത്തിൽ പതിച്ചിടും
ജ്യാമദ്ധ്യകേന്ദ്രഗംരേഖാ
ജ്യാവിൻ ലംബവുമായിടും.

3. വൃത്തത്തിൽ സ്ഥിതിയാർന്നീടും
ജ്യാവിൻ മദ്ധ്യത്തിലൂടെയായ്
ലംബമൊന്നു വരച്ചെന്നാ
ലതുകേന്ദ്രഗതം ദൃഢം.

4. ഒരേരേഖയിലല്ലാത്ത
മൂന്നു ബിന്ദുക്കളിൻവഴി
വൃത്തമൊന്നേ വരക്കാവു,
സാദ്ധ്യം താനതു സർവ്വദാ.

5. പരിധിസ്ഥങ്ങളാം മൂന്നു
ബിന്ദുക്കൾ സമദൂരമായ്
വർത്തിക്കും ബിന്ദുവെക്കണ്ടാ-
ലതുതാൻ വൃത്തകേന്ദ്രമാം.

6. ചാപം കേന്ദ്രത്തിൽ നോക്കുന്ന
കോണിൻ പകുതിയായിടും
ശിഷ്ടചാപസ്ഥമാം ബിന്ദു
തന്നിൽ നോക്കുന്ന കോൺസദാ.

7. വൃത്തഖണ്ഡത്തിലെജ്യാവ്
ചാപേസർവ്വത്രനോക്കിടും
കോണുകൾ തുല്യമാകുന്നു
ഖണ്ഡത്തിങ്കലെ കോണതു.

8. അർദ്ധവൃത്തത്തിലെ കോണ്
സമകോണെന്നു നിശ്ചയം.
വൃത്തഖണ്ഡാധികാല്പത്വേ
കോണോ ന്യൂനാധികം ഭവേൽ.

9. തുല്യവൃത്തങ്ങളിൽ നില്ക്കും

തുല്യചാപങ്ങളെപ്പൊഴും
കേന്ദ്രത്തിൽ തുല്യമാം കോണ്
കാണും പരിധി തന്നിലും

10. കേന്ദ്രത്തിൽ തുല്യമാം കോണു
കാണും ചാപങ്ങളെപ്പൊഴും
തുല്യവൃത്തങ്ങളിൽ തുല്യം
തുല്യം നേമിയിലെങ്കിലും

11. തുല്യവൃത്തങ്ങളിൽ തുല്യം
തുല്യചാപജമൗഢികാ
തുല്യജ്യാവുകൾ ഖണ്ഡിപ്പൂ
തുല്യചാപങ്ങളെത്തഥാ.

12. വൃത്തത്തിന്നകമേയുള്ള
ചതുരശ്രമകപ്പെടും
പ്രതികോണുകൾ കൂട്ടീടിൽ
സമകോണിന്നിരട്ടിയാം.

13. ചതുരശ്രമതിൽപ്പെട്ട
പ്രതികോണുകൾ കൂട്ടിയാൽ
സമകോണുകൾ രണ്ടെന്നാ
ലതുവൃത്തഗതംദൃഢം.

14. വൃത്തസ്ഥ ചതുരശ്രത്തിൻ
ഭുജം നീട്ടുകിൽവന്നിടും
പുറംകോണിന്നു തുല്യംതാൻ
പ്രതികോണുള്ളിലുള്ളതും

15. ഒരുരേഖയൊരേഭാഗം
തുല്യകോണുകൾ കാണുകിൽ
വൃത്തഗംകോണകുടങ്ങൾ
രേഖതന്നഗ്രയുഗ്മവും.

16. വൃത്തത്തിൻ താനകത്തിന്റെ
സ്പർശബിന്ദുവെ കേന്ദ്രമായ്
ചേർക്കുകിൽ വന്നിടും രേഖ
താനകത്തിനു ലംബമാം.

17. താനകം പരിധിസ്പർശം
ചെയ്യും ബിന്ദുവിലുള്ളതാം
തല്ലംബംവൃത്ത മദ്ധ്യത്തിൽ-
കൂടിപ്പോകുന്നു നിർണ്ണയം.

18. താനകത്തിന്നു വൃത്തത്തിൻ
കേന്ദ്രംവഴി വരച്ചിടും
ലംബത്തിൽ സ്ഥിതിചെയ്യുന്നു
താനകസ്പർശബിന്ദുവും.

19. രണ്ടുവൃത്തങ്ങളന്യോന്യം
തൊട്ടുനില്ക്കുന്ന ബിന്ദുവും
കേന്ദ്രങ്ങളും കിടക്കുന്നി-
തൊരേ രേഖയിലെപ്പൊഴും.

20. വൃത്തതാനകവും ജ്യാവും
ഒരേപരിധിബിന്ദുവിൽ
കൂടിയാൽ തുല്യമാക്കോണ്
പ്രതിഖണ്ഡത്തിലേതിന്.

21. വൃത്തജ്യാവുകളന്യോന്യ-
മകമേ കൂട്ടിമുട്ടിയാൽ
ഖണ്ഡഘാതങ്ങൾ തുല്യങ്ങൾ
പുറത്തെന്നാകിലും ശരി.

22. മുറികേ രേഖകൾരണ്ട്
നീട്ടിയോ നീട്ടിടാതെയോ
തുല്യംകേൾ ഖണ്ഡഘാതങ്ങ
ളെന്നാലറ്റങ്ങൾ വൃത്തഗം.

23. വൃത്തതാനകവും ജ്യാവും
പുറമേ കൂട്ടിമുട്ടിയാൽ
ജ്യാവിന്റെ ഖണ്ഡഘാതത്തോ
ടൊക്കും താനകവർഗ്ഗവും.

24. വൃത്തജ്യാ നീട്ടിയറ്റത്തെ,
വൃത്തബിന്ദുവിൽ ചേർക്കുക
തദ്വർഗ്ഗം ജ്യാംശ ഘാതത്തോ-
ടൊക്കുകിൽ താനകംയുതി.

7. ചില പ്രധാനക്ഷേത്രലക്ഷണങ്ങൾ

1. ത്രികോണഭുജമദ്ധ്യങ്ങൾ
വഴിയായിട്ടിരുന്നിടും
ഭുജലംബങ്ങളാം മൂന്നും
ചേർന്നീടുമൊരുബിന്ദുവിൽ.

2. ത്രികോണ കൂടമാർഗ്ഗേണ
ഭുജലംബങ്ങൾ പോകുകിൽ
അവയും ചേർന്നുപോകുന്നു-
വേകബിന്ദുവിലൊക്കയും

3. ത്രികോണകോണുകൾ മൂന്നും
സമമായിപ്പിളർന്നിടും
ഋജുരേഖകളും പിന്നെ-
യൊരുബിന്ദുവിലെത്തിടും.

4. ഭുജമദ്ധ്യങ്ങളിൽകൂടി
കൂടംവഴി കിടന്നിടും
മദ്ധ്യരേഖകളാം മൂന്നും
സംഗമിക്കുന്നൊരേയിടം.

5. ത്രികോണകൂട മാർഗ്ഗേണ
പോകും സംയുക്തരേഖകൾ
ബാഹുക്കളെ മുറിച്ചീടു-
മന്വയാഹതിയൊന്നുപോൽ.

6. ഛേദകത്താൽ ത്രികോണത്തിൻ
ഭുജങ്ങൾ മുറിയേല്ക്കവേ
ഖണ്ഡങ്ങൾക്കുള്ളതോതെല്ലാം
ഋണമൊന്നാം പെരുക്കിയാൽ.

7. വൃത്തസ്ഥചതുരശ്രത്തിൻ
ഭുജമീരണ്ടുചേർക്കുകിൽ
വന്നീടും ജ്യാവുകൾ തന്നെ
കർണ്ണമാകുന്ന രേഖകൾ.

8. നില്ക്കും നിലക്കുവന്നീടു-
മൊന്നും രണ്ടും പ്രസിദ്ധമാം,

ഭുജങ്ങൾമാറ്റി വെച്ചെന്നാൽ
വരും കർണ്ണം തൃതീയകം.

9. വൃത്തസ്ഥ ചതുരശ്രത്തിൽ
എതിരായ ഭുജങ്ങളെ
ഗുണിച്ചുചേർത്താലുണ്ടാകും
കർണ്ണഘാതാഹ്വയംഫലം.

10. കർണ്ണമൊന്നിന്നഗ്രഭാഗേ
ചേർന്നുനില്ക്കും ഭുജങ്ങളെ
ഗുണിച്ചുകൂട്ടിയാൽ കിട്ടും
തന്നിഘ്നം കേൾ തൃതീയകം
11. ഇതിനെക്കർണ്ണഘാതത്താൽ
ഗുണിച്ചിട്ടന്യകർണ്ണജം
ഫലംകൊണ്ടു ഹരിച്ചെന്നാ-
ലുണ്ടാമക്കർണ്ണവർഗ്ഗവും

12. ഭുജയോഗാർദ്ധാൽ കളക-
യോരോന്നായി ഭുജങ്ങളെ
ഗുണിച്ചവയെ മൂലിച്ചാൽ
ഫലം ചാക്രേചതുർഭുജേ.

13. ത്രികോണ ബാഹുയോഗാർദ്ധം
തൽഭുജങ്ങൾ കുറച്ചവ
ഇവ നാലിൻ ഘാതമൂലം
ത്ര്യശ്രക്ഷേത്രഫലം ദൃഢം.

14. ത്രികോണബാഹുമദ്ധ്യങ്ങൾ
ലംബപാദങ്ങളും പുനഃ
ലംബോർദ്ധ്വഖണ്ഡമദ്ധ്യങ്ങ-
ളേകവൃത്തസ്ഥമൊമ്പതും.

കഥിതം ക്ഷേത്രവിജ്ഞാനം
മയാ ബുദ്ധിപ്രവർദ്ധകം.
തത്തോഷയതി ബാലാംശ്ചേൽ
കൃതാർത്ഥോഹം ഹി നിർമ്മലാൻ.

ഭാഗം 2
ബീജഗണിതം

ബാലന്മാർക്കു പഠിപ്പാനായ്
ബീജമാം ഗണിതത്തിലെ
ലഘുഭാഗങ്ങൾ ചൊല്ലുന്നേൻ
സ്മൃത്വാ ഗുരുജനങ്ങളെ.

1. രാശി–കർമ്മചതുഷ്ടയം

1. സംഖ്യയേയും സംഖ്യയെക്കേൾ
സൂചിപ്പിക്കുന്നവറ്റെയും
രാശിയെന്നു കഥിക്കുന്നു
വിജ്ഞരാം ഗണകർമുദാ.

2. വ്യക്തമവ്യക്തമെന്നുള്ള
തരം രണ്ടാണു രാശികൾ
അവ്യക്തം ജ്ഞാതമായീടാ,–
മഥവാ ജ്ഞേയമായിടാം.

3. ചലാചലങ്ങളാംരാശി,
ചലം രണ്ടുവിധത്തിലാം,
സ്വതന്ത്രമസ്വതന്ത്രംച
യിവയവ്യക്തമാം സദാ.

4. വ്യക്തത്തെയങ്കം സൂചിപ്പൂ,
അവ്യക്തങ്ങളെ വർണ്ണവും,
ജ്ഞാതാചലങ്ങളെകാദി
യാദിജ്ഞേയ ചലങ്ങളെ.

5. രണ്ടുരാശികൾ ചേരുമ്പോൾ
ഫലം ശൂന്യത്വമേലുകിൽ
അതിലൊന്നിൻ ധനംഭാവം
മറ്റേതിൻ ഋണമായിടും.

6. ധനം രണ്ടോ ഋണം രണ്ടോ
രാശികൾ കൂട്ടിയാൽ ഫലം
അവതന്നങ്കയോഗന്താൻ,
ഭാവത്തിന്നില്ല മാറ്റവും.

7. ധനർണരാശികൾ ചേർന്നാൽ
ഫലമങ്കാന്തരം ഭവേൽ,
അങ്കത്താലധികത്തിന്റെ
ഭാവംതന്നെ ഫലത്തിന്

8. ശോധിക്കേണ്ടും രാശിതന്റെ
ഭാവം മാറ്റീട്ടു കൂട്ടുകിൽ
ശോധനം ചെയ്തതായ്വന്നു,
കൂട്ടാൻ മാർഗ്ഗം പറഞ്ഞതാം.

9. ഒരു ജാതിയിലുൾപ്പെട്ട
രാശികൾ യോഗയോഗ്യമാം
ശോധനത്തിലുമവ്വണ്ണ
മേകജാതിത്വമൊക്കണം

10. ഭാവമൊന്നാം രാശിരണ്ടു-
മൊന്നായിട്ടു പെരുക്കിയാൽ
ഫലമങ്കാഹതിക്കൊക്കും
ഭാവമെല്ലായ്പൊഴും ധനം

11. ധനർണ രാശികൾ ഘാതം
ഋണമായിട്ടിരുന്നിടും,
ഹരണത്തിലുമീവണ്ണം
ധനർണത്വം വരുന്നതാം.

2. വ്യഞ്ജകം-കർമ്മചതുഷ്ടയം

1. യോഗത്താൽ താൻ വിയോഗത്താൽ
പലരാശികൾ ചേരുകിൽ
വ്യഞ്ജകം സിദ്ധമാകുന്നു,
രാശിയോരോന്നതിൻപദം.

2. വ്യഞ്ജകത്തിനു സംഖ്യാത്വം
രാശിക്കുള്ളതുപോലെയാം,
രാശികല്പിതമാകുമ്പോൾ
വലയാവൃത മാക്കണം.

3. വ്യഞ്ജകത്തെക്കൂട്ടിടാനും
കിഴിപ്പാനും പദങ്ങളെ
ക്രമാൽ യോഗവിയോഗങ്ങൾ
വെവ്വേറെ ചെയ്തുകൊള്ളുക

4. വ്യഞ്ജകത്തെ ഗുണിച്ചീടാൻ
ഗുണകാരാൽ പദങ്ങളെ
വെവ്വേറെ ഗുണനം ചെയ്ക
പിന്നെച്ചേർക്ക ഫലങ്ങളെ.

5. വ്യഞ്ജകത്താൽ വ്യഞ്ജകത്തെ
ഗുണിക്കാനതിലൊന്നിലെ
ഓരോ പദത്തെ താഡിപ്പു
മറ്റേതിന്റെ പദങ്ങളാൽ.

6. സമരാശികൾ രണ്ടെണ്ണം
പെരുക്കിക്കിട്ടിടും ഫലം

അവയോരൊന്നിനും വർഗ്ഗം
രാശിതാൻ വർഗ്ഗമൂലമാം.

7. സമരാശികൾ മൂന്നെണ്ണ-
മൊന്നായിട്ടു പെരുക്കിയാൽ
വരുംഫലം ഘനംതന്നെ
രാശിയോ ഘനമൂലമാം.

8. ദ്വിരാശിയോഗവർഗ്ഗം കേ-
ളവതൻ വർഗ്ഗയോഗവും
ഇരട്ടിഘാതവും ചേർന്നാ
ലുണ്ടായീടുന്നു സർവ്വഥാ

9. രാശ്യന്തരത്തിൻ വർഗ്ഗംതാൻ
രാശിവർഗ്ഗങ്ങൾ ചേർത്തതിൽ
ഘാതദ്വയത്തെശ്ശോധിച്ചാ-
ലുണ്ടായീടുന്ന ശിഷ്ടമാം.

10. യോഗത്തെയന്തരംകൊണ്ടു
ഗുണിച്ച ഫലവും പുനഃ
ശോധനീയക വർഗ്ഗത്തെ
ശ്ശോദ്ധ്യവർഗ്ഗെ കളഞ്ഞതാം.

11. ദ്വിരാശിയോഗഘനമാം
രാശികൾ തൻ ഘനങ്ങളെ
യോഗഘാതാഹതിത്രിഘ്നേ
ചേർത്താലുണ്ടായിടും ഫലം.

12. രാശ്യന്തരഘനം പിന്നെ
യവതന്റെ ഘനാന്തരാൽ
ത്രിഘ്നാന്തരഹതം ഘാതം
ശോധിച്ചാലുള്ള ശിഷ്ടമാം.

13. വ്യഞ്ജകത്തെ രാശികൊണ്ടു
ഹരിച്ചീടാൻ പദങ്ങളെ

വെവ്വേറെ ഹരണം ചെയ്ക
ഫലങ്ങൾ ചേർത്തുകൊള്ളുക.

14. വ്യഞ്ജകത്താൽ ഹരിക്കുമ്പോൾ
ഫല ഖണ്ഡഘ്നഹാരകം
ഹാര്യത്തിങ്കൽ കളഞ്ഞീടു
ശിഷ്ടം ലഘുതമം വരാൻ.

3. ഘടകാനയനം

1. പലരാശികളൊന്നിച്ച്
പെരുക്കിക്കിട്ടിടും ഫലം
അവതൻ ഘാതമാണല്ലോ
രാശികൾ ഘടകങ്ങളാം.

2. ഗുണനത്തിന്നുപായങ്ങൾ
പ്രയോഗിച്ചാൽ വിപര്യയം
പ്രായേണ ഘടകംസാദ്ധ്യം
ചിലപ്പോളന്യമാംവിധം

3. പൊതുവാം ഘടകംകണ്ടാൽ
വ്യഞ്ജകത്തിൻ പദങ്ങളിൽ
ഘടകം വ്യഞ്ജകത്തിന്റേ-
തതുതാനെന്നു തീർച്ചയാം

4. ഗണങ്ങളായ് തിരിച്ചിട്ടും
കിഴിച്ചും കൂട്ടിയും പദം
ഘടകത്തെ കണ്ടിടേണം
യുക്തിക്കൊത്തവിധം സദാ

5. ഘടകം വർഗ്ഗയോഗത്തി-
ന്നില്ലെന്നതിഹസിദ്ധമാം
ഘനയോഗെ യോഗമൊന്നു
വിഘാതം വർഗ്ഗയോഗവും.

6. വർഗ്ഗാന്തരത്തിൻ ഘടകം
യോഗമന്തരമെന്നിവ.
ഘനാന്തരേ യന്തരംതാൻ
സംഘാതം വർഗ്ഗയോഗവും.

7. വർഗ്ഗാന്തരം, ഘനങ്ങൾക്ക്
വരും യോഗാന്തരങ്ങളും
ഘടകാനയനേ മുഖ്യം
പ്രയോഗിപ്പൂസയുക്തികം.

8. രാശിത്രയത്തിലോരോന്നു-
മന്യവർഗ്ഗഘ്നസംയുതം
ഇരട്ടിഘാതവും ചേർത്താൽ
ദ്വിയോഗത്രയ ഘാതമാം

9. ദ്വയോഗത്രയ ഘാതത്തിൽ
രാശിഘാതം കലർത്തിയാൽ
ദ്വിരാശിഘാതയോഗത്തെ
രാശിയോഗാൽ ഹനിച്ചതാം.

10. മൂന്നുരാശികൾ യോഗത്തിൻ
ഘനത്തിൽ ഘനമൊക്കയും
കുറച്ചാൽ ഘടകം മൂന്നു
മീരണ്ടായിട്ടു ചേർന്നതും

11. ത്രിരാശിഘനയോഗത്തിൽ
ത്രിഘ്നഘാതം കുറച്ചതിൻ
യോഗവും വർഗ്ഗയോഗത്തിൽ
ദ്വിഘാതങ്ങൾ കുറച്ചതും.

12. മൂന്നുരാശികളുള്ളേടം
ത്രിഭേദഘനസംയുതൗ
മൂന്നും ഭേദങ്ങളോരോന്നും
ഘടകത്വേന വന്നിടും.

13. മൂന്നുരാശികൾ ചേരുമ്പോൾ
ഫലംശൂന്യമതാകുകിൽ
ഘനയോഗം സമംതന്നെ
ഘാതം മൂന്നുമടങ്ങിന്

14. ഘനയോഗം തുല്യമെങ്കിൽ
ഘാതം മൂന്നുമടങ്ങിന്
മൂന്നുരാശികൾ തുല്യംതാ-
നല്ലായ്കിൽ ശൂന്യമാം ച്യുതി.

15. വ്യഞ്ജകത്തിൻ ധർമ്മമെല്ലാം
പ്രയോഗിച്ചും വരുത്തിടാം
ഘടകങ്ങൾ സുഖത്തോടെ
ധീമാന്മാർക്കതു സമ്മതം.

4. വ്യഞ്ജകധർമ്മങ്ങൾ

1. വ്യഞ്ജകംകേൾപലവിധം
സലിംഗം ചാഹ്യലിംഗവും
നിരന്വയാന്വയാത്മം ച
ഭിന്നാഭിന്നങ്ങളും തഥാ

2. അവ്യക്തരാശികൾ പിന്നെ
ഘാതവർഗ്ഗാദിയൊക്കെയും
കലർന്നീടും വ്യഞ്ജകത്തി-
ന്നവബീജങ്ങളായിടും.

3. ബീജങ്ങൾ ഘടകത്വേന
പദത്തിൽ ചേർന്നസംഖ്യയെ
അതിന്റെ വൃദ്ധിയാണെന്നു
ചൊല്ലും ഗണകരായവർ.

4. പദവൃദ്ധികളിൽവെച്ച്
വലുതാംവ്യഞ്ജകത്തിന്
വൃദ്ധികേൾ, ബീജമില്ലാത്ത
പദംതാൻ കേവലാഹ്വയം.

5. എല്ലായിനത്തിലുംപെട്ട
പദങ്ങൾചേർന്ന വ്യഞ്ജകം
അവ്യക്ത ഗുണസംയുക്തം
സമഷ്ടീതി പ്രകീർത്തിതം.

6. ഹരണം, പ്രതിവിന്യാസം,
നിർണ്ണയിക്കാത്തതായിടും
ഗുണകാരങ്ങളെക്കൊണ്ടും
ബീജം മാറ്റാം യഥാമതി.

7. അഭിന്നമാം വ്യഞ്ജകത്തെ
രാശിശോധിത ബീജകാൽ
ഹരിക്കിൽ കേവലം ശിഷ്ടം
വ്യഞ്ജകം രാശിസംഭവം.

8. അഭിന്നദ്വയമിഷ്ടങ്ങൾ
കൊണ്ടു താഡിച്ചവക്കെഴും
യോഗാന്തരങ്ങളിൽ രണ്ടിൻ
പൊതുവാം ഘടകംവരും

9. അഭിന്നം ബീജകത്തിന്റെ
സർവ്വമൂല്യത്തിനും സമം
ശൂന്യത്തിനെന്നു വന്നീടിൽ
ശൂന്യംതാൻ ഗുണമൊക്കയും.

10. രണ്ടഭിന്നങ്ങൾ തത്തുല്യം
ബീജമൂല്യത്തിനൊക്കയും
എന്നാൽ ഗുണങ്ങൾ തുല്യങ്ങ-
ളേകജാതി പദങ്ങളിൽ

11. ബീജത്തെ മാറ്റിടാനും കേൾ
ഘടകാനയനത്തിനും
വ്യഞ്ജകം വിസ്തരിപ്പാനും
തത്വമേതൽ പ്രയുക്തമാം.

12. പദങ്ങൾക്കൊക്കയും വൃദ്ധി
തുല്യമായി ബ്ഭവിക്കുകിൽ
ഏകവർഗ്ഗീയമാകുന്നു
വ്യഞ്ജകം ബീജകാത്മകം.

13. ഗുണിക്കിലേകവർഗ്ഗീയ-
മായിടും വ്യഞ്ജകങ്ങളെ
ഫലം കേളേകവർഗ്ഗീയം
വൃദ്ധികേൾ വൃദ്ധിസംയുതി.

14. ഏകവർഗ്ഗീയമാമൊന്നാൽ
മറ്റൊന്നിനെ ഹരിക്കുകിൽ
ഫലം കേളേകവർഗ്ഗീയം
വൃദ്ധിയോവൃദ്ധിഭേദമാം.

15. വ്യഞ്ജകത്തിൽ കലർന്നുള്ള
ബീജമീരണ്ടിനെ മിഥഃ
മാറ്റിയാൽ മാറിടാതുള്ളാ
വ്യഞ്ജകം സമപാക്ഷികം.

16. ചക്രനേമിയിൽ വെച്ചുള്ള
ബീജങ്ങളെയൊരേവഴി
മാറ്റിയാൽ വ്യഞ്ജകാഭേദേ
ചാക്രികം സമപക്ഷത.

17. സമപക്ഷതയാർന്നീടും
വ്യഞ്ജകം പരിവർത്തനേ
കൈവിടുന്നില്ല ധർമ്മത്തെ
സമപക്ഷതയെന്നതാം.

5. സമീകാരം

1. വ്യഞ്ജകദ്വയ തുല്യത്വേ
സമീകാരം ഭവിച്ചിടും
ബീജകം ജ്ഞേയമന്നേരം
ഗുണങ്ങൾ മറ്റുരാശികൾ

2. സമീകാരേ രണ്ടുപക്ഷം;
പദം പക്ഷത്തെമാറുകിൽ
തൽഭാവം മാറ്റിയാലപ്പോൾ
സമത്വം സാധുവായിടും

3. ഇടത്തുരാശികൾ മാറ്റി
ദക്ഷിണം ശൂന്യമാക്കണം.
ഇതത്രെ നിശ്ചിതം രൂപം
സമീകാര വിചിന്തനെ.

4. ജ്ഞേയസംഖ്യക്കു തുല്യംകേൾ
സമീകാരങ്ങളെങ്കിലോ
ജ്ഞേയങ്ങളുപഗമ്യങ്ങ-
ളല്ലായ്കിൽ ഗമ്യമല്ലവ.

5. ജ്ഞേയത്തിൻ വൃദ്ധിയൊന്നെങ്കിൽ
സരളംകേൾ സമീകൃതം
യോഗാദിക്രിയകൾ നാലും
ജ്ഞേയത്തെക്കാണുവാൻമതി.

6. രണ്ടുരാശികളുള്ളേട-
മാദ്യമന്യ ഗുണങ്ങളിൻ
വജ്രഘാതാന്തരാൽസിദ്ധം
വജ്രേണ ജ്ഞേയബന്ധിനാ.

7. ജ്ഞേയത്തിൻ വൃദ്ധിരണ്ടെങ്കിൽ
വർഗ്ഗസാമ്യമതായിടും
വർഗ്ഗമൂലം കണ്ടിടേണം
ജ്ഞേയത്തെ ജ്ഞാതമാക്കുവാൻ

8. വർഗ്ഗമൂല്യങ്ങൾ രണ്ടല്ലോ
സംഖ്യകൾക്കൊക്കയും സദാ
അതിനാൽ വർഗ്ഗസാമ്യത്തിൽ
ജ്ഞേയത്തിൻ വില രണ്ടഹോ.

9. അഗ്രസ്ഥഗുണകാരങ്ങൾ
പെരുക്കീനാമ്മടങ്ങിനെ
മാദ്ധ്യവർഗ്ഗാൽ കുറച്ചീടിൽ
ഫലം ലക്ഷക സംജ്ഞകം

10. ഭാവംമാറ്റിയ മാദ്ധ്യത്തിൽ
മൂലം ലക്ഷകമെന്നതിൽ
കൂട്ടിക്കുറച്ചു ഭാഗിപ്പൂ
പ്രഥമത്തിന്നിരട്ടിയാൽ.

11. എന്നാൽ ജ്ഞേയം ലഭിച്ചീടും
വില രണ്ടായിടുംവിധം
യോഗമെന്നാൽ ഋണം മാദ്ധ്യം
ഘാതമാന്ത്യം മുഖാംശിതം.

12. മൂല്യയോഗാർദ്ധമാകുന്ന
ബീജമൂല്യത്തിൽ വന്നിടും
വാമപക്ഷോച്ചനീചങ്ങൾ,
നീചമാദ്യഗുണേധനേ.

13. ലക്ഷകം ധനമല്ലെങ്കിൽ
ജ്ഞേയമൂല്യമലിംഗകം.
സലിംഗം ധനമായീടിൽ
സാമ്വയം വർഗ്ഗമാകുകിൽ

14. മൂന്നും നാലും വൃദ്ധിയുള്ള
സമീകാരത്തിലുള്ളതാം
ജ്ഞേയത്തേയും കണ്ടുകൊള്ളാം,
കൃച്ഛ്റംതാൻ മാർഗ്ഗമൊക്കയും

6. ലിപികാ

1. അന്യോന്യം ലംബമായുള്ള
രണ്ടു രേഖകളക്ഷമാം

കോട്യക്ഷത്തിൽ ബീജമൂല്യം
ഭുജാക്ഷേ വ്യഞ്ജകം വിദുഃ

2. രണ്ടുമൂല്യങ്ങളേയും കേ–
ളേകബിന്ദു കുറിച്ചിടും,
ആ ബിന്ദുവിന്റെ മാർഗ്ഗത്തെ
ലിപികായെന്നു ചൊല്ലിടും.

3. ബീജകം ചലമാകുമ്പോൾ
വ്യഞ്ജകം ചലമായിടും.
വ്യഞ്ജകത്തിൻ ലിപികയാൽ
കാണാം ബന്ധമവക്കെഴും.

4. ലിപികാ വ്യഞ്ജകത്തിന്റെ
രൂപമാണെന്നു സമ്മതം
വ്യഞ്ജകംകൊണ്ടു സാധിക്കും
കാര്യം സാദ്ധ്യമതിൻവഴി

ചൊല്ലി ഞാൻ ചില തത്ത്വങ്ങ
ളാവും ലാളിത്യമോടിഹ,
എന്നാൽ ഗുരുമുഖംമാത്രം
കാര്യങ്ങൾ വെളിവാക്കിടും

ഭാഗം 3
ഗോളം

1. ഗോളാകൃതി നഭസ്സിന്ന്
ഗ്രഹസഞ്ചാരമായതിൽ
ഗോളവിജ്ഞാനമതിനാൽ
ഗണിതേ മുഖ്യമായതാം.

2. തലത്തിൽ രേഖനിൽക്കുമ്പോ-
ളതിങ്കൽ മൂലഗങ്ങളാം
രണ്ടുലംബങ്ങളുണ്ടായാൽ
ലംബം മൂലഗമൊക്കെയും

3. തലത്തിൽ ബിന്ദുവൊന്നിങ്കൽ
വന്നുചേരുന്ന രേഖകൾ
ഓരോന്നും ലംബമായീടും
രേഖ ലംബംതലത്തിന്

4. പാതരേഖക്കൊരേബിന്ദു-
തന്നിൽ ലംബങ്ങൾ നില്ക്കുകിൽ
അവയിൽപെട്ട കോണത്രെ
പാതലംബതലോല്ഗതം.

5. അർദ്ധവൃത്തം ഭ്രമിച്ചീടിൽ
വ്യാസത്തെച്ചുറ്റിടുംപടി

ഉണ്ടാകും രൂപമാം ഗോളം
കേന്ദ്രം വൃത്താർദ്ധകേന്ദ്രമാം

6. തലത്താലതിനെ ഛേദം
ചെയ്താലുണ്ടായിടുംസദാ
വൃത്തമൊന്നായതിൻലംബം
മദ്ധ്യഗം ഗോളകേന്ദ്രഗം

7. മഹാവൃത്തം ഭവിക്കുന്നു
തലം കേന്ദ്രഗമാകുകിൽ,
അല്ലായ്കിലല്പവൃത്തംതാൻ
ഗോളപൃഷ്ഠസ്ഥമൊക്കെയും

8. ഗോളപൃഷ്ഠസ്ഥവൃത്തത്തിൻ
നേമിക്കുസമദൂരമാം
ഗോളപൃഷ്ഠസ്ഥബിന്ദുക്കൾ
വൃത്തപാർശ്വങ്ങളായിടും.

9. പാർശ്വങ്ങളെച്ചേർത്തിടുന്ന
രേഖവൃത്തത്തിനക്ഷമാം
അക്ഷംവൃത്തതലത്തിന്നു
കേന്ദ്രത്തിൽ ലംബമായിടും.

10. ഗോളപൃഷ്ഠസ്ഥബിന്ദുക്കൾ
ഗോളമാർഗ്ഗേണചേരുവാൻ
മഹാവൃത്തഗതം ദൂര-
മേറ്റവും ചെറുതായതു

11. ഗോളപൃഷ്ഠത്രികോണത്തിൻ
ഭുജമെന്നിഹചൊല്ലിയാൽ
മഹാവൃത്തഗ ചാപത്തെ
യോർക്കു ലഘുതരത്തിനെ

12. ത്രികോണത്തിൻ ഭുജംരണ്ടും
വൃത്തപാദങ്ങളാകുകിൽ

മൂന്നാംഭുജം തന്റെപാർശ്വം
പ്രതികോൺ കൂടമായിടും.

13. ഗോളപൃഷ്ഠത്രികോണത്തിൻ
കൂടങ്ങളിൽ വരച്ചിടും
ഭുജതാനകമാം രണ്ടും
കൂടകോണിൻ ഭുജങ്ങളാം

14. കോണിനേയും ഭുജത്തേയും
ചാപകോണുകളെന്നപോൽ
പറയും, കോണുതാനപ്പോൾ
ഭുജങ്ങൾക്കന്തരംപരം.

15. ത്രികോണ ഭുജമൊന്നിന്റെ
ത്രികോണം നിന്നിടുംവശം
നിന്നിടുംപാർശ്വമാണത്രെ
ആദ്യമന്യദ് ദ്വിതീയകം

16. ത്രികോണബാഹുക്കൾക്കുള്ള
ആദ്യപാർശ്വങ്ങൾ ചേർക്കുകിൽ
ചേർത്താലും കേൾ ദ്വിതീയങ്ങൾ
വരും പാർശ്വത്രികോണവും

17. പാർശ്വത്രികോണബാഹുക്കൾ-
ക്കുള്ള പാർശ്വങ്ങളായിടും
മൂലത്രികോണേ കണ്ടീടും
കൂടങ്ങൾ ക്രമമാംവിധം

18. പാർശ്വത്തിൻ ഭുജമോരോന്നും
മൂലത്ര്യശ്രത്തിലുള്ളതാം
ചേർച്ചതേറും കോണുതാനും
കൂടിയാലർദ്ധവൃത്തമാം.

19. ഗോളപൃഷ്ഠത്രികോണത്തിൻ
മൂന്നു കോണുകൾ കൂട്ടിയാൽ

കവിയാ സമകോണാറു
രണ്ടിലേറയുമായിടും.

20. ഭുജംരണ്ടുമവക്കുള്ളിൽ
പെട്ടകോണും സമങ്ങളാം
ത്ര്യശ്രങ്ങൾ സർവ്വഥാതുല്യം
ഗോളപൃഷ്ഠസ്ഥമായവ

21. ഭുജവും തന്നഗ്രഭാഗേ
നില്ക്കും കോണുകളും ക്രമാൽ
തുല്യമാകും ത്രികോണങ്ങൾ
സർവ്വഥാ തുല്യമായിടും.

22. ത്രികോണത്തിൻ ഭുജംരണ്ടും
ചേർന്നു വൃത്താർദ്ധമാകുകിൽ
പ്രതികോണുകൾ തൻയോഗം
സമകോണിന്നിരട്ടിയാം.

23. ത്ര്യശ്രകോണുകൾരണ്ടും ചേർ-
ന്നിരട്ടി സമകോണുകൾ,
എന്നാകിൽ പ്രതിബാഹുക്കൾ
ചേർന്നു വൃത്താർദ്ധമായിടും

24. ത്ര്യശ്രങ്ങൾ രണ്ടിൽ കോൺരണ്ടും
കോണിലൊന്നിനെ നോക്കിടും
ഭുജവും തുല്യമായീടിൽ
ത്ര്യശ്രങ്ങൾ സർവ്വഥാസമം

25. അഥവാ ബാക്കിയുള്ളോരു
കോണിൻ നേരെയിരുന്നിടും
ഭുജങ്ങൾ രണ്ടും ചേർന്നെന്നാൽ
വൃത്താർദ്ധത്തിനു തുല്യമാം.

26. അതുപോലെ ഭുജംരണ്ടു-
മവയൊന്നിനെ നേരിടും

കോണുതാനും തുല്യമെങ്കിൽ
ത്ര്യശ്രങ്ങൾ രണ്ടുമൊത്തിടാം,

27. അല്ലായ്കിൽ, ബാഹു മറ്റേതി–
ന്നെതിരാം കോണുകൾക്കെഴും
യോഗത്തിൻ മാനമായീടാം
സമകോണിന്നിരട്ടികേൾ

28. ഭുജങ്ങൾ തുല്യമായീടിൽ
പ്രതികോണുകൾ തുല്യമാം
കോണുകൾ തുല്യമാകുമ്പോൾ
പ്രതിബാഹുക്കളുംതഥാ.

29. ഗോളപൃഷ്ഠ ത്രികോണത്തിൻ
മൂന്നു ബാഹുക്കളും ക്രമാൽ
മറ്റൊന്നിൽ തുല്യമായ് കണ്ടാൽ
സമമാണവ സർവ്വഥാ.

30. ത്ര്യശ്രകോണുകൾ മൂന്നുംകേൾ
മറ്റൊന്നിൽ തുല്യമാകുകിൽ
ത്ര്യത്രങ്ങൾ രണ്ടുമന്നേരം
തുല്യമെല്ലാപ്രകാരവും

31. കർണ്ണവും പാദമല്ലാത്ത
ഭുജവും തുല്യമായിടും
സമകോണ ത്രികോണങ്ങൾ
തുല്യമെല്ലാ പ്രകാരവും.

32. ഗോളപൃഷ്ഠ ത്രികോണത്തിൻ
രണ്ടുബാഹുക്കൾ ചേരുകിൽ
മൂന്നാമതാം ഭുജത്തേക്കാൾ
വലുതാണെന്നു നിശ്ചയം

33. ബാഹുയോഗം ത്രികോണത്തിൽ
ഗോളപൃഷ്ഠസ്ഥമായതിൽ

മഹാവൃത്തത്തിനുള്ളോരു
നേമിയെക്കാൾ കുറഞ്ഞതാം

34. ഗോളത്തിൽസ്ഥിതികൊള്ളുന്ന
ത്ര്യശ്രത്തിൻ ബാഹുകോണുകൾ
വലുതിൻനേരെ വലുതു-
മട്ടുവന്നിടുമെപ്പൊഴും.

35. ഗോളപൃഷ്ഠ ത്രികോണത്തിൻ
കോണൊന്നും വൃത്തമർദ്ധവും
കൂടിയാൽ മറ്റു രണ്ടിന്റെ
യോഗത്തെക്കവിയും സദാ.

36. ലഘുവൃത്തഗ മാകുന്ന
ചതുരശ്രമകപ്പെടും
പ്രതികോൺ യോഗയുഗ്മങ്ങൾ
തുല്യമാകുന്നു സർവ്വഥാ.

37. ഗോളത്തെച്ചുറ്റി നിന്നീടും
വ്യാസമുന്നതിയായിടും
ഭൂമികാപാർശ്വതുല്യം താൻ
ഗോളപൃഷ്ഠസ്ഥമാംതലം

38. താഴെ സമതലക്ഷേത്രം
മീതെ ബിന്ദുവുമായിടും
രൂപത്തിൻ ഘനമാനം കേൾ
ത്ര്യംശക്ഷേത്ര ഹതോന്നതി

39. മീതെയും താഴെയും ക്ഷേത്ര-
മെന്നാൽ മാദ്ധ്യം ചതുർഹതം
ചേർത്തു യോഗത്തെ താഡിക്ക
പൊക്കത്തിന്നാറിലൊന്നിനാൽ

40. ഗോളബാഹ്യതലത്തിന്റെ
മൂന്നിലൊന്നു ഗുണിക്കുകിൽ

ഗോളവ്യാസാർദ്ധമാനത്താൽ
ഗോളത്തിൻ ഘനമാനമാം.
ഗോളപൃഷ്ഠത്തിലെ സമകോണത്രികോണം

41. സമകോണ ത്രികോണത്തിൽ
സമകോണെതിരായിടും
ബാഹുതാൻ കർണ്ണമാണല്ലൊ
മറ്റേവ ഭുജകോടികൾ

42. മറ്റു കോണൊന്നു കോടീടെ
മൂലത്തിൽ സ്ഥിതിചെയ്തിടും
മറ്റേകോണു ഭുജംതന്റെ
യഗ്രത്തിൽ സ്ഥിതികൊണ്ടിടും.

43. കോടിമൂലക ശിഞ്ജിന്യാ
നിഘ്നാശ്രവണ ശിഞ്ജിനീ
ഹൃതാത്രിരാശിശിഞ്ജിന്യാ
സംഭവേൽ ഭുജശിഞ്ജിനീ.

44. കർണ്ണത്തിൻ താനകജ്യാവെ
കോടിമൂലക കോടിയാൽ
ഗുണിച്ചു ത്രിജ്യയെക്കൊണ്ടു
ഹരിച്ചാൽ കോടിതാനകം

45. ഭുജകോടികളാകുന്ന
ബാഹുക്കൾക്കുള്ള കോടികൾ
പെരുക്കി ത്രിജ്യയിൽകൊണ്ടാൽ
കർണ്ണത്തിൻ കോടിശിഞ്ജിനി

46. കോടിമൂലക താനജ്യാം
കോടിശിഞ്ജിനിയാൽഹതാം
ത്രിജ്യകൊണ്ടു ഹരിച്ചീടിൽ
ഭവിക്കും ഭുജതാനകം

47. കോടിമൂല ഭുജാഗ്രങ്ങൾ–
ക്കുള്ളതാം താനകങ്ങളും

കർണ്ണകോടി ഗുണംതാനും
പെരുക്കിൽ ത്രിജ്യയിൻഫലനം

48. ഭുജാഗ്രകോണബാഹുജ്യാ
ഭുജകോടിജ്യയാഹതാ
കോടിമൂലക കോടിജ്യാം
ത്രിജ്യകൊണ്ടു ഗുണിച്ചതാം

ഭാഗം 4
ആയതവൃത്തം

1. സമകോണത്രികോണംതൻ
ഭുജമൊന്നിന്റെ ചുറ്റുമായ്
ഭ്രമിച്ചാലുളവാകുന്നു
കൂടികാ രൂപമെന്നതു

2. കൂടികാഛേദകോണങ്ങൾ
പലമാതിരിയായിടും
അതിലൊന്നായതംവൃത്തം
ഖഗാനാം മാർഗ്ഗമാമതു

3. ഛേദിക്കും രേഖകൾ രണ്ടും
വൃത്തമുന്മീലികാഹ്വയം
പ്രോന്മീലികയുമാകുന്നു
ഛേദക്ഷേത്രങ്ങൾ മാറ്റവ

4. ആയതേ നാഭിരണ്ടത്രെ
മദ്ധ്യേകേന്ദ്രം വരുന്നതാം
ക്ഷേത്രബാഹ്യേ രണ്ടുരേഖ-
യോരോന്നും താൻ നിയാമകം

5. നേമിബിന്ദുക്കളോരോന്നും
നാഭിയും തമ്മിലന്തരം
നിയാമകാൽ ബിന്ദുദൂരം
തന്നംശം ച്യതിസംജ്ഞകം

6. മദ്ധ്യനാഭിഗതം രേഖാ
നേമി താനതിരായതു
ഉത്തമാക്ഷ, മതിൻമദ്ധ്യേ
ലംബം താനധമാക്ഷമാം

7. കേന്ദ്രനാഭ്യന്തരം ഭക്ത-
മുത്തമാക്ഷാർദ്ധകൈശ്ച്യുതിഃ
അക്ഷകാർദ്ധം ഹരിച്ചാലും
നിയമാന്തര പാതിയാൽ

8. നേമിസ്ഥ ബിന്ദുവിൽനിന്നു
നാഭിരണ്ടിന്റെ ദൂരവും
കൂടിയാലുത്തമാക്ഷത്തിൻ
ദൈർഘ്യം വന്നീടുമെപ്പൊഴും

9. അതിനാലക്ഷകാർദ്ധങ്ങൾ
വർഗ്ഗിച്ചുണ്ടാകുമന്തരം
ഉത്തമാക്ഷാർദ്ധവർഗ്ഗത്തെ
ച്യുതിവർഗ്ഗാൽ ഗുണിച്ചതാം.

10. ഉത്തമാക്ഷം വ്യാസമാകും
വൃത്തംതന്നെ നിയാമിക
ഛിദ്രമക്ഷക ലംബജ്യാ-
വായതത്താൽ ദൃഢാന്വയേ.

11. അക്ഷത്തിൻ നാഭിഗംലംബം-
തന്നെ യൂർദ്ധ്വകരാഹ്വയം
തന്മാനം ച്യുതിവർഗ്ഗോന-
മേകമക്ഷാർദ്ധതാഡിതം

12. കരാക്ഷാന്തരകോണിന്റെ
കോടിജ്യാം ച്യുതിതാഡിതാം
കുറച്ചത്രിജ്യയാസിദ്ധം
ത്രിജ്യഘ്നോർദ്ധ്വകരാല്കരം

13. നേമിയെ സ്പർശനംചെയ്യും
ബിന്ദുതൊട്ടാനിയാമകം
താനകാംശം നോക്കിടുന്നു
സമകോണൊന്നു നാഭിയിൽ

14. സ്പർശിക്കും ബിന്ദു ചേർത്തീടിൽ
നാഭിരണ്ടോടുകൂടിയും
രേഖരണ്ടും ചരിഞ്ഞീടും
താനകത്തിന്നൊരേവിധം

15. സമാന്തരങ്ങളാം ജ്യാക്കൾ
മദ്ധ്യമെല്ലാ മൊരേവഴി
വന്നീടും മട്ടുനില്ക്കുന്നു
വൃത്തമായതമെന്നതിൽ

16. ആ മാർഗ്ഗം വ്യാസമാകുന്നു
തൽസമാന്തരജ്യാവുതൻ
മദ്ധ്യംനില്ക്കുന്നവ്യാസത്തി-
ന്നാദ്യജ്യാക്കൾ സമാന്തരം

17. ഈവിധം ബന്ധമേലുന്ന
വ്യാസങ്ങളനുബദ്ധമാം;
ഒന്നിനഗ്രേ താനകാഖ്യം
മറ്റേതിന്നു സമാന്തരം

18. താനകങ്ങൾ ചേർന്നിടുന്നു
സ്പർശബിന്ദുക്കളഗ്രമാം
ജ്യാവുതൻ മദ്ധ്യമാർഗ്ഗേണ
പോകും വ്യാസമതിൽസദാ

19. ചിലപ്പോൾ ധൂമകേതുക്കൾ
പോകുമുന്മീലികാവഴി,
അതിനാലല്പമായിട്ടു
ചൊല്ലാം ധർമ്മമതിന്റെയും

20. ഭൂമിക്കും ത്ര്യശ്രകർണ്ണത്തിൻ
സമാന്തരതലത്തിനാൽ
കൂടികാഛേദകംതന്നെ
വക്രമുന്മീലികാഹ്വയം

21. നാഭിയൊന്നേയിരുന്നീടും
നിയാമകവു മൊന്നുപോൽ
കേന്ദ്രമില്ലെന്നു ചൊല്ലീടാം

ദൂരാദൂരം ഗമിക്കയാൽ
22. ച്യതിയൊന്നായ് ഭവിച്ചീടു-
മതിനാലോർത്തുകൊള്ളുക
ധർമ്മമെല്ലാം സിദ്ധമെന്നു
ദീർഘവൃത്ത വിചിന്തയാ

x x x x x

സാമർത്ഥ്യം കുറവെന്നാലും
മോഹം മുന്നിട്ടു നില്ക്കയാൽ
കുസുമാവലി ഞാൻ കോർത്തു
വെപ്പൂസജ്ജനസന്നിധൗ

സഹായക ഗ്രന്ഥസൂചി

പുസ്തകങ്ങൾ:

1. *ആത്മകഥ,* ജസ്റ്റിസ് വി ആർ കൃഷ്ണയ്യർ - ഡി സി ബുക്സ്, കോട്ടയം, 2011 ജനുവരി.
2. *ഉദ്ദണ്ഡശാസ്ത്രികളും പട്ടത്താനവും* - പി വി കൃഷ്ണവാരിയർ, പി കെ ബ്രദേഴ്സ്, കോഴിക്കോട്-1961
3. *കമ്യൂണിസ്റ്റ് ഭരണവും വിമോചനസമരവും* - എ ജയശങ്കർ, *മാതൃഭൂമി ബുക്സ്,* കോഴിക്കോട് 2012 മെയ്.
4. *കെ കെ വാരിയർ* - അഡ്വ. ഇ രാജൻ, പ്രഭാത് ബുക് ഹൗസ്, തിരുവനന്തപുരം.
5. *കേരളത്തിന്റെ വീരപുത്രൻ* - വി എസ് കേരളീയൻ, കേരള സാഹിത്യഅക്കാദമി, തൃശ്ശൂർ, 1959 സെപ്തംബർ
6. *കൊഴിഞ്ഞ ഇലകൾ* - പ്രൊഫ. ജോസഫ് മുണ്ടശ്ശേരി, കറന്റ് ബുക്സ്, തൃശ്ശൂർ, 1978 ആഗസ്റ്റ്
7. *ജീവിതപ്പാത* - ചെറുകാട്, കറന്റ് ബുക്സ്, തൃശ്ശൂർ, 2013 സെപ്തംബർ.
8. *പരിചയം:* പവനൻ. പ്രഭാത് ബുക്ക് ഹൗസ്, തിരുവനന്തപുരം, 1968 നവംബർ
9. *1957-59 : വാർത്തകൾക്കപ്പുറത്ത്,* ശ്രീകല എം എസ്, ചിന്താ പബ്ലിഷേഴ്സ്, തിരുവനന്തപുരം, 2010 ആഗസ്ത്.
10. *From Sahitya Deepika to Sanskrit Vidya Peetha* - K L Sebastian 2010 February.

ആനുകാലികങ്ങൾ

1. *ജനയുഗം* ദിനപ്പത്രം
2. *മാതൃഭൂമി* ആഴ്ചപ്പതിപ്പ്
3. *മാതൃഭൂമി* ദിനപ്പത്രം
4. *മംഗളോദയം* മാസിക
5. *സാഹിത്യലോകം* രജതജൂബിലി പതിപ്പ്

www.ingramcontent.com/pod-product-compliance
Lightning Source LLC
LaVergne TN
LVHW100307051026
849517LV00006B/2222
* 9 7 8 9 3 9 4 7 5 3 1 3 6 *